पोस्टमास्तर
आणि
इतर कथा

लेखक
रवीन्द्रनाथ टागोर

अनुवाद
मृणालिनी गडकरी

मेहता पब्लिशिंग हाऊस

Please contact us at **Mehta Publishing House Pvt. Ltd.,** Pune 411030.
✆ +91 020-24476924 / 24460313 / Mob. No. 9545000513
Email : production@mehtapublishinghouse.com
Website : www.mehtapublishinghouse.com

- *या पुस्तकातील लेखकाची मते, घटना, वर्णने ही त्या लेखकाची असून त्याच्याशी प्रकाशक सहमत असतीलच असे नाही.*

Translated into Marathi Language by Murnalini Gadkari
पोस्टमास्तर आणि इतर कथा / कथासंग्रह
मूळ बंगाली लेखक रवीन्द्रनाथ टागोर
अनुवाद : मृणालिनी गडकरी
Email : author@mehtapublishinghouse.com
मराठी अनुवादाचे व प्रकाशनाचे हक्क मेहता पब्लिशिंग हाऊस प्रा. लि., पुणे ३०.
संस्थापक : सुनील अनिल मेहता
प्रकाशक : मेहता पब्लिशिंग हाऊस प्रा. लि.,
१९४१, सदाशिव पेठ, माडीवाले कॉलनी, पुणे ४११०३०.
मुद्रक : ट्रिनिटी ॲकॅडमी फॉर कॉर्पोरेट ट्रेनिंग लिमिटेड
मुखपृष्ठ : चंद्रमोहन कुलकर्णी
प्रकाशनकाल : ऑक्टोबर, २००७ / मे, २००९ / जानेवारी, २०१४ / एप्रिल, २०१५ / जून, २०१७ / पुनर्मुद्रण : जुलै, २०२५
किंमत : ₹ २८०
P Book ISBN 9788177668964
E Book ISBN 9788184987126
E Books available on : amazonkindle Apple Books Google Play Books

---

मनोगत

रवीन्द्रनाथ टागोरांच्या पंधरा कथांचा पहिला भाग 'काबुलीवाला आणि इतर कथा' या शीर्षकाखाली इ.स. २००५ मध्ये प्रसिद्ध झाला. रसिक वाचकांनी त्याला उत्तम प्रतिसाद दिला. म्हणूनच आता रवीन्द्रनाथांच्या आणखी पंधरा कथांचा दुसरा भाग 'पोस्टमास्तर आणि इतर कथा' या नावानं प्रसिद्ध करताना अत्यंत आनंद होत आहे.

या कथांमध्ये प्रामुख्यानं स्त्री-व्यक्तिरेखेला प्राधान्य असलेल्या कथा निवडल्या आहेत. या कथांमध्ये बालपणीच विवाह-बंधनात अडकलेली मुलगी आहे. घरासाठी, स्नेहासाठी आसुसलेली अनाथ पोर आहे. पतिपरायण स्त्री आहे. दुःखी विधवा आहे. विधवा प्रेयसी आहे. गुलामीत खितपत पडलेली सुंदरी आहे. तेजस्वी, बाणेदार पत्नी आहे. अभिमानी, अशिक्षित, तरुणी आहे. कणखर, बुद्धिमान ललनाही आहे. या स्त्रियांच्या विविध भावभावनांचं चित्रण या कथांतून रवीन्द्रनाथांनी केलं आहे.

रवीन्द्रनाथ अतिशय मोठ्या कुटुंबात वाढले. आईचं वात्सल्य, वहिनीचा स्नेह, पत्नीची प्रीती यांच्या संगमातून त्यांच्या मनात स्त्रीची एक मनोज्ञ मूर्ती साकार झाली. स्त्रीच्या हृदयात वात्सल्य, ममता, स्नेह, माधुर्य अशा सुंदर आणि नाजूक भावनांचा गोफ विणलेला असतो हे त्यातून जाणवलं. जमीनदारीच्या देखरेखीवर असताना त्यांना स्त्रीजीवन जवळून पाहता आलं, अनेक कहाण्या ऐकायला मिळाल्या. त्यातील सुख-दुःखानं कवींचं तरल, संवेदनक्षम मन हेलावलं, भारावलं आणि मग या अनुभवांना त्यांच्या अपूर्व प्रतिभेचा स्पर्श होऊन ते कथेच्या रूपात साकारले.

या कथा वाचताना आणि त्यांचा अनुवाद करताना एक महत्त्वाची गोष्ट माझ्या लक्षात आली. ती म्हणजे रवीन्द्रनाथांनी स्त्रीकडे– मग ती कुठल्याही स्तरातील

असो– नेहमीच आदरानं पाहिलं आहे. स्त्रीची प्रतिष्ठा त्यांनी महत्त्वाची मानली आहे. तिला धक्का लागणं त्यांना मानवणारं नव्हतं. म्हणूनच 'पोस्टमास्तर' मधील अनाथ रतन असो, 'जीवित व मृत' मधील असहाय विधवा कादंबिनी असो की 'शिक्षा' मधील चंदरा असो– अशा व्यक्तिरेखा रंगवताना त्यांचा मानभंग होईल असं चित्रण रवीन्द्रनाथांनी कधीही केलेलं नाही. त्यांच्या कथेतील स्त्रिया दुःख सोसतात, त्याग करतात, वेळप्रसंगी मरणाला कवटाळतात पण लाचार होत नाहीत.

या कथांमधून रवीन्द्रनाथांनी नुसत्याच स्त्रीच्या समस्या, दुःख मांडलेली नाहीत तर अतिशय कठीण प्रसंगातूनही बाहेर पडण्यासाठी त्या धडपडतात, धैर्यानं उभं राहण्याचा प्रयत्न करतात, तत्त्व सोडून जगण्याऐवजी घराबाहेर पडण्यासही मागे-पुढे पाहत नाहीत. त्या काळाच्या दृष्टीनं विचार केल्यास मृणाल, महामाया, अनिला यांच्यासारख्या काही स्त्रिया बंडखोरीही करतात आणि अखेर आपला आत्मविकास साधतात.

'प्रायश्चित्त' या कथेतील विन्ध्यवासिनी ही स्वाभिमानी, विचारी आहे, पण तेवढीच ती पतिपरायण आहे. सामान्य भारतीय स्त्रीप्रमाणेच तिला नवऱ्याचा अभिमान आहे, विश्वास आहे. म्हणूनच चोरीसारखा त्याचा मोठा अपराध ती स्वतःवर घेते. अखेर तिचा नवरा तिला सर्वस्वी फसवतो. पण इथं तो निंद्य ठरतो. विन्ध्यवासिनीबद्दल आपल्याला सहानुभूती वाटते.

'वही' या कथेतील चिमुरडी उमा लिहिता-वाचता येऊ लागताच त्यातून निर्भेळ आनंद मिळवत असते. ज्या काळी मुली शिकत नव्हत्या त्या काळातील ही कथा आहे. या कथेतील उमेचा मोठा भाऊ आणि तिचा नवरा हे तथाकथित लेखक आहेत, स्वतःला सुशिक्षित समजणारे आहेत. तरीसुद्धा उमेच्या नवऱ्याच्या मते स्त्रीशक्ती आणि पुरुषशक्ती यांच्या मीलनातून पवित्र अशा दांपत्यशक्तीचा उदय होतो. पण स्त्रीनं शिक्षण घेतल्यास स्त्रीशक्ती पराभूत होते आणि फक्त पुरुषशक्तीच निर्माण होते. पुरुषशक्तीचा पुरुषशक्तीशी आघात होऊन अशी प्रलयशक्ती निर्माण होते की त्यामुळे दांपत्यशक्ती विनाशशक्तीत विलीन होते आणि स्त्री विधवा होते. बंगालमधील ही फार भयानक आणि घातक अशी अंधश्रध्दा होती. त्यामुळे सासरी कुणीही जवळचं माणूस नसताना वहीलाच सखी मानून मन मोकळं करणाऱ्या उमेकडून तिची वहीच हिसकावून घेतली जाते. 'प्यारीमोहनची'ही (उमेच्या नवऱ्याची) 'सूक्ष्मतत्त्वकंटकित' विविध लेखांनी परिपूर्ण अशी एक चोपडी होती. ती काढून घेऊन फाडून टाकून माणसांच्या हिताचं काम करणारं मात्र कुणीच नव्हतं' या वाक्यानं कथेचा शेवट होतो. पण मग चिमुरड्या उमेच्या मनाची कोंडी कधी फुटणारच नाही का? या आपल्याला पडणाऱ्या प्रश्नाचं उत्तर 'गर्वहरण' या कथेत मिळतं.

निर्झरिणी उत्तम लेखिका असते. तिच्या नवऱ्याला तिचा अभिमान असतो; पण एक पुरुषी अहंकारही त्याच्यात असतो. म्हणूनच स्वत:त काही क्षमता नसताना तो बायकोबरोबर कथा स्पर्धेत भाग घेतो. अर्थातच निर्झरिणीच्या कथेला बक्षीस मिळतं. बायकोचे पाय ओढण्याचे प्रयत्न करणारा नवरा अखेर तिची क्षमता मान्य करतो. इथंही वही नाहिशी होते पण निर्झरिणीला यश मिळाल्यानंतर आणि तीही निर्झरिणीकडूनच.

'क्षुधित पाषाण' ही एक काल्पनिक रहस्यमय कथा. रवीन्द्रनाथ किशोरवयीन असतानाच त्यांचे थोरले भाऊ सत्येन्द्रनाथ यांनी त्यांना आपल्याबरोबर विलायतेला न्यायचं ठरवलं. तेव्हा सत्येन्द्रनाथ अहमदाबादला कलेक्टर होते. तिथं राहण्यास त्यांना एक जुना राजवाडाच दिलेला होता. सत्येन्द्रनाथांच्या घरातील इतर मंडळी आधीच युरोपला रवाना झाली होती. सत्येन्द्रनाथांनी रवीन्द्रनाथांना आपल्याबरोबर अहमदाबादला नेलं होतं. सत्येन्द्रनाथ कामाला गेल्यावर रवीन्द्रनाथ त्या जुन्या वाड्यात एकटेच असत. या वाड्याचे दगड बोलायला लागले तर...? अशी कल्पना एकदा रवीन्द्रनाथांच्या मनात आली आणि त्यातूनच ही कथा साकारली. या कथेचा शेवट वाचकांना अज्ञात राहिल्यामुळे त्या कथेतील गूढता अधिकच वाढते. या कथेतील तळमळणारा अतृप्त आत्मासुद्धा वैभवशाली प्रासादसम बंदिशाळेतून सुटू पाहतो. 'हे दिव्यरूपिणी, तू कुठं होतीस? केव्हा होतीस? तू कुठल्या शीतल झऱ्याच्या काठावरील खजुराच्या बागेच्या छायेत, कुठल्या गृहहीन मरुवासिनीच्या पोटी जन्म घेतलास? वनलतेवरची कळी तोडावी तसं बळजबरीनं तुला तुझ्या आईच्या मांडीवरून हिसकावून घेऊन विजेच्या वेगानं पळणाऱ्या घोड्यावर घालून, रणरणतं वाळवंट पार करून एखाद्या राजधानीतील गुलामांच्या बाजारात कुण्या बेदुइन दस्यूनं तुला विकलं? तिथं कुठल्या बादशहाच्या चाकरानं, तुझं सलज्ज नवयौवन पाहून, मोहरा मोजल्या आणि तुला विकत घेतलं? नंतर समुद्र पार करून तुला सोन्याच्या शिबिकेतून आणलं आणि आपल्या धन्याला नजर केलं?' अशा अत्यंत काव्यात्म शब्दांत रवीन्द्रनाथ एका गुलाम-स्त्रीचा जीवनपट आपल्यापुढे मांडतात. त्यातूनच तिच्यावर झालेला अन्याय आणि तिचं दु:ख याची आपल्याला सार्थ कल्पना येते.

'अतिक्रमण' या कथेतील जयकालीचं व्यक्तिमत्त्व मात्र विलक्षण आहे. ती ब्राह्मण विधवा आहे. पण कर्तव्यनिष्ठ, कठोर, शिस्तीची भोक्ती असलेली ही स्त्री मनानं फार दयाळू आहे. गावातील सर्वांना मदत करण्यात तिचा नेहमीच पुढाकार असतो. मात्र पुरुषांनी आळस करणं, स्वत:च्या पायावर उभं नसतानाही लग्न करून ख्यालीखुशालीत वेळ घालवणं तिला अजिबात पसंत नसतं. बायकांचा रडवेपणाही तिला चीड आणतो. सर्वांनाच नजरेच्या धाकात ठेवणारी जयकाली जेव्हा जीव

वाचविण्यासाठी तिच्या आश्रयाला आलेल्या डुकराच्या पिलाला अभय देते, त्याचा जीव वाचवताना तिच्या मंदिराच्या पावित्र्याचा किंवा लोकांच्या आर्जवाचा एवढासुद्धा विचार करत नाही, तेव्हाच आपल्याला तिची खरी ओळख पटते.

'महामाया' या कथेतील महामाया ही नुसतीच सुंदर नाही, तर शरदातल्या उन्हासारखी तेजस्वी आहे. ती निर्भीड, धीट आहे. म्हणूनच वैधव्याचा डाग लागला, चितेची झळ लागली म्हणून रडत न बसता ती राजीवला दिलेला शब्द पाळते. त्याच्याबरोबर निघून जाते. मात्र तिनं आपला अर्धवट भाजलेला विद्रूप चेहरा न दाखवण्याचा निर्णय घेतलेला असतो. तसं तिनं राजीवला सांगितलेलंही असतं, नव्हे मी चेहऱ्यावरचा पदर बाजूला करणार नाही असं बजावलेलं असतं. मात्र झाकलेला चेहरा त्यांच्या प्रेमाच्या आड येतोच. राजीव त्याचा शब्द विसरतो. तिच्या त्याच्यावरच्या विश्वासाला तडा जाताच एखाद्या विजेसारखी ती घरातून निघून जाते– पुन्हा कधीही परत न येण्यासाठी.

'पहिला नंबर' मधील अनिलाच्या वाट्याला तिच्या नवऱ्याकडून अवहेलनाच येते. मात्र मध्यमवर्गीय संस्कारात वाढलेली अनिला 'हेच आपलं नशीब' म्हणून सर्व सोसत, संसारातील कर्तव्य पार पाडत राहते. पण पहिल्या नंबरच्या घरात राहण्यास आलेला राजा सितांशुमौली तिला पत्र पाठवून तिला आपली भावना कळवतो, तेव्हा तिला आत्मभान येतं. नवरा आणि शेजारी या दोघांचंही वागणं तिला असह्य होतं आणि ती घर सोडून जाते.

'पत्नीचं पत्र' मधील मृणाल ही देखणी आहे तशीच बुद्धिमानही आहे. तिला जमीनदार घराण्यानं सून म्हणून निवडलंय ते तिच्या मोठ्या जावेच्या रूपाची कसूर भरून काढण्यासाठी. तिच्या सासरी स्त्री ही कस्पटासमान आहे. म्हणूनच असहाय, कुरूप बिंदूला मृणालनं आश्रय देताच तिच्या घरात खळबळ माजते. बिंदूला अन्याय, अत्याचारापासून वाचविण्यासाठी मृणाल ठामपणे उभी राहते. घरच्यांचा विरोध ती पत्करते, बोलणी व त्रास सहन करते. पण बिंदू स्वत:ला जाळून घेऊन या सर्व समस्येचा शेवट करू पाहते. मात्र बिंदू गेली तरी मृणालच्या मनात जागे झालेले प्रश्न मिटत नाहीत. ती घर सोडते आणि पत्रातूनच आपले विचार आणि आपण घेतलेला निर्णय आपल्या पतीला परखड शब्दांत स्पष्टपणे कळवते.

'जीवित व मृत' या कथेतील कादंबिनीला आपण खरोखरच जिवंत आहोत हे दाखविण्यासाठी मरावं लागतं. मात्र 'पत्नीचं पत्र' या कथेतील मृणाल लिहिते, "तुम्हाला वाटत असेल की मी मरायला निघालेय– भिऊ नका. अशी जुनी थट्टा मी तुमच्याशी करणार नाही. मीराबाईही माझ्यासारखीच बाईमाणूस होती– तिची बेडीही काही कमी वजनाची नव्हती. तिला जगण्यासाठी मरावं लागलं नाही. मीराबाई गाताना म्हणाली होती, 'सोडून दे आईबाप. सोडून दे जे जिथं असेल ते. प्रभू, मीरा

आता गुंतलीय. आता जे व्हायचंय ते होईल.' हे गुंतणं म्हणजेच जगणं. मीही जगेन. मी जगलेच.''

'शिक्षा' या कथेतील चंदरा आर्थिकदृष्ट्या मागासलेल्या समाजातील आहे. ती तरुण आहे, चंचल आहे, अशिक्षित आहे. पण स्वाभिमानी आहे. तिला 'स्व'त्वाची जाण आहे. म्हणूनच ज्याच्याबरोबर लग्नाची गाठ बांधली आहे, ज्याच्यावर निष्ठा ठेवली आहे अशा तिच्या नवऱ्यानं भावाला वाचविण्यासाठी तिच्यावर खुनाचा आरोप ठेवताच; प्रेम, संसार वगैरे सर्व बंधनं झटक्यासरशी तोडून ती हट्टानं तो आरोप स्वीकारते आणि फासावर चढतानाही नवऱ्याचं तोंड बघण्याचं नाकारते.

रवीन्द्रनाथांच्या कथेतील सर्वच स्त्री-व्यक्तिरेखा सबल आहेत. काही बंडखोरी करतात, काही करत नाहीत. पण त्यांचं वागणं हे त्यांना आणि त्यांच्या जवळच्या माणसांना पुढे नेणारं असतं. त्या स्वार्थासाठी किंवा विरोधासाठी विरोध करत नाहीत, अविचारानं घर सोडत नाहीत तर आपल्या वर्तनानं सर्वांनाच अधोगतीपासून वाचवतात, एवढंच नव्हे तर ताठ मानेनं जगता येईल असं बघतात.

'समाप्ती' ही कथा या अर्थानं इतर कथांपेक्षा वेगळी आहे. या कथेत एका अवखळ, निष्पाप किशोरीचं फुलाप्रमाणे हळुवार उमलणं आहे. कोवळ्या किशोरी मृण्मयीनं अलगद यौवनात पाऊल टाकलं. हे नकळत पडलेलं पाऊल तिला संपूर्ण बदलून टाकतं. याचं वर्णन रवीन्द्रनाथ कसं करतात ते पाहण्यासारखं आहे– असं म्हणतात की अत्यंत निपुण शस्त्रकार अशी धारदार तलवार तयार करतो की त्या तलवारीच्या वारानं माणसाचे दोन तुकडे झाले तरी कळत नाही. त्या माणसाला हलवलं की दोन तुकडे दोन बाजूला पडतात तेव्हाच वार झाल्याचं लक्षात येतं. विधात्याची तलवारही अशीच धारदार होती. कधी तिनं या अवखळ मुलीच्या बालपण आणि यौवन यांच्यामध्ये वार केला ते कळलंच नाही. आज धक्का बसताच बालपण यौवनापासून वेगळं होऊन पडलं आणि मृण्मयी चकित, व्यथित होऊन नुसती पाहत राहिली.

अशा या रवीन्द्रनाथांच्या जोमदार व्यक्तिरेखा. या सबळ, जिवंत व्यक्तिरेखांमुळेच का रवीन्द्रनाथांच्या अजरामर ठरलेल्या कथांना कथानकाची आवश्यकता भासत नाही? 'पोस्टमास्तर' या कथेचं कथानक काय? 'क्षुधित पाषाण' या कथेचा तर शेवटच आपल्याला कळत नाही. आहे एक गूढरम्य वातावरण आणि त्यात नायकाला होणारे तसेच गूढ, विचित्र भास.

यावरून आपल्याला असं म्हणता येईल की रवीन्द्रनाथांच्या कथेत घटनांपेक्षा 'माणूस' महत्त्वाचा आहे. रवीन्द्रनाथांच्या जीवनात आणि साहित्यात 'माणूस' केंद्रस्थानी होता हे त्यांच्या 'मी' या कवितेतील पुढील ओळींवरून स्पष्ट होते–

‘माझ्याच चेतनेच्या रंगानं पाचू झाला हिरवा
माणिक झालं लाल
मी नजर टाकली आकाशाकडे–
आणि उजळला प्रकाश
पूर्वपश्चिमेस,
गुलाबाकडे पाहून म्हणालो, ‘सुंदर...’
आणि सुंदर झाला तो.

माणूस आहे म्हणूनच या जगात भावनांचा सुंदर गोफ विणला जातो आणि त्याला साथ असते निसर्गाची. रवीन्द्रनाथांच्या जीवनात ‘माणूस’ आणि ‘निसर्ग’ यांना असाधारण स्थान आहे. त्यांच्या कथेत निसर्ग हा फक्त वर्णनाकरिता येत नाही तर भावभावनांच्या खेळात महत्त्वाची भूमिका बजावतो. निसर्गाची बदलणारी रूपं माणसाच्या बदलणाऱ्या भावनांच्या प्रतिमा असतात. निसर्ग आणि माणूस यांच्या संयोगातून फुललेली विश्वकवीची कथा तो महामानव होता हे नकळत सांगून जाते.

रवीन्द्रनाथांचं साहित्य हे आनंदघन आहे, सौंदर्याची खाण आहे. त्यात जेवढं उतरावं तेवढी तृप्ती मिळते आणि तृष्णाही वाढते. सगळंच विलक्षण म्हणून आनंददायी.

मला आनंद देणारं आणि आवडणारं हे काम करण्याची संधी मला श्री. अनिल व श्री. सुनील मेहता यांनी दिली याबद्दल मी त्यांची आणि ‘मेहता पब्लिशिंग हाऊस’च्या परिवारानं केलेल्या सहकार्याबद्दल त्यांचीही मनापासून आभारी आहे.

– मृणालिनी गडकरी

अनुक्रमणिका

पोस्टमास्तर

पोस्टमास्तर म्हणून नव्यानंच नोकरीवर रुजू होणाऱ्याला उलापूरला यावं लागायचं. गाव अगदी लहान होतं. गावाजवळच निळीची वखार होती. त्या वखारीच्या साहेबानंच बरीच खटपट करून उलापूरला पोस्टऑफिस उघडावयास भाग पाडलं होतं.

सध्याचे पोस्टमास्तर महाशय होते कोलकात्याचे. त्यामुळे ह्या खेडेगावात आल्यावर पाण्याबाहेर काढलेल्या माशासारखी त्यांची गत झाली होती. पोस्टऑफिस होतं एका काळोख्या कौलारू घरात. जवळच एक पाण्याचं डबकं होतं आणि त्याच्या आजूबाजूला जंगल. वखारीत गुमास्ता आणि इतर काही मजूर होते. पण त्यांना फारशी फुरसत नसे आणि ते ह्या शहरातल्या मुलाबरोबर मिसळणं शक्य नव्हतं.

खरं सांगायचं तर कोलकात्याच्या मुलांना असं कुठल्याही माणसांत मिळूनमिसळून राहण्याची सवयच नसते. त्यामुळे अनोळखी जागी गेल्यावर एकतर ती चढेलपणे वागतात किंवा त्यांच्यात न्यूनगंड तरी येतो. एकूण काय, तर पोस्टसमास्तरला गावातल्या लोकांत मिसळणं जमण्यासारखं नव्हतं. त्याला फारसं कामही नसायचं. मग तो कधी कविता करण्याचा प्रयत्न करायचा. दिवसभर झाडांची सळसळ आणि आकाशातले ढग पाहता पाहता दिवस कसे सुखात जातात, असा भाव त्या कवितेतून डोकवायचा. पण मनातून त्याला वाटत असायचं की सुरस अरबी गोष्टीतल्या राक्षसासारखा एखादा राक्षस खरंच यावा, त्यानं एका रात्रीत सर्व झाडंझुडपं कापून पक्का रस्ता तयार करावा आणि रस्त्याच्याकडेला ओळीनं उंच इमारती. इतक्या उंच की आकाशातील ढग दिसूच नयेत. असं झालं तरच ह्या सभ्य समाजातील अर्धमेल्या झालेल्या मुलाचा जीव वाचला असता.

पोस्टमास्तरला पगार अगदी बेताचा असे. आपला पोस्टमास्तर बिचारा स्वत:च

स्वयंपाक करायचा. नाही म्हणायला गावातली एक अनाथ मुलगी त्याच्या घरातलं इतर काम करायची आणि उरलेसुरले दोन घास खाऊन राहायची. तिचं नाव रतन.

असेल बारा-तेरा वर्षांची. पण लग्नाची काही आशा नव्हती.

तिन्हीसांजेला गावातील घराघरांतून धुराची वेटोळी वर उठत, झाडाझुडपांतून रातकिडे किरकिरत, दूरवर रंगात आलेले बाउल* टाळ-चिपळ्या वाजवत मोठ्यानं गायला लागत– त्या वेळी ओसरीवर अंधारात एकटंच बसून झाडांची सळसळ ऐकणाऱ्या पोस्टमास्तरच्या कविमनातही किंचितशी खळबळ माजत असे. मग घरातल्या कोपऱ्यातली दिवली लावून तो रतनला हाक मारायचा. रतन त्या हाकेची वाट पाहत दाराबाहेर बसलेलीच असायची. हाकेसरशी ती आत यायची नाही. बाहेरूनच विचारायची, 'बाबू, कशाला हो हाक मारलीत?'

'तू काय करतेयस?'

'चूल पेटवायला हवी. स्वयंपाक....'

'स्वयंपाक नंतर. आधी जरा तंबाखू भरून दे पाहू,'

ताबडतोब दोन्ही गाल फुगवून निखाऱ्यावर फुंकर घालत रतनचा प्रवेश. तिच्या हातातून हुक्का घेत पोस्टमास्तर पटकन् विचारून टाकायचा, 'काय ग रतन, तुला तुझी आई आठवते?'

ती फार मोठी कहाणी होती. रतनला काही आठवत होतं आणि काही नाही. आईपेक्षा वडिलांचा तिच्यावर फार जीव होता. वडील तिला थोडेतरी आठवत. दिवसभर राबून ते संध्याकाळी घरी येत. अशाच दोनेक संध्याकाळची स्पष्ट आठवण नशिबानं तिला होती. गप्पा मारता मारता रतन पोस्टमास्तरच्या खाटेजवळच बसायची. एक धाकटा भाऊ असल्याचं तिला आठवत होतं. एका पावसाळ्यातल्या दिवशी झाडाच्या फांदीचा गळ करून डबक्यातील मासे पकडल्याचंही तिला आठवत होतं. अनेक महत्त्वाच्या घटनांऐवजी हाच प्रसंग तिच्या लक्षात राहिला होता. अशा गप्पात संध्याकाळ सरून रात्र व्हायची. पोस्टमास्तरला स्वयंपाकाचा कंटाळा यायचा. मग घाईघाईनं रतन रोट्या भाजायची. गरम रोट्या आणि सकाळचं उरलेलं तोंडीलावणं ह्यातच दोघं जेवण उरकून घ्यायची.

कधी कधी ओसरीच्या कोपऱ्यातील ऑफिसच्या चौपाईवर बसून पोस्टमास्तर स्वत:च्या घराबद्दल बोलायचा. त्याचा धाकटा भाऊ, आई आणि दीदी. घरापासून

---

* बाउल : चैतन्य संप्रदायाची एक शाखा. पंथ सहजिया. ते सहज आनंदात जगतात. प्रामुख्यानं निसर्गाची साधना करतात. बाउल फक्त बंगालमध्येच आढळतात. ह्यांचं गाणं म्हणजे बाउल-गान. बंगालमध्ये ते फार प्रसिद्ध आहे. एकतारी, चिपळ्या घेऊन ते गातात.

दूर गेल्यावर ज्यांच्यासाठी मन व्याकूळ होतं त्यांच्या गोष्टी. त्यांच्याविषयी बोलल्याशिवाय त्याला राहवत नसे आणि निळीच्या वखारीच्या गुमास्त्यापाशी तो हे असं बोलू शकत नसे. पण ह्या कोवळ्या, अडाणी मुलीपाशी ह्या सर्व गोष्टी सांगण्यात मात्र त्याला काहीच गैर वाटत नसे. ह्या गोष्टी पुन्हा पुन्हा ऐकून रतनही पोस्टमास्तरच्या घरातल्या माणसांचा उल्लेख, तिची त्यांच्याशी अगदी जुनी ओळख असल्यासारखी, मा, दीदी, छोटा दादा असाच करायला लागली होती. एवढंच नाही तर तिनं आपल्या इवल्याशा हृदयपटावर त्यांची काल्पनिक चित्रंही कोरून ठेवली होती.

पावसाळ्यातील ती दुपार असूनही आकाशात काळे ढग नव्हते. थोडा गरम पण मंद वारा थकलेल्या धरेच्या उष्ण नि:श्वासासारखा अंगाला स्पर्शून जात होता. उन्हात न्हालेल्या गवताचा आणि पानांचा वास चहूकडे भरून राहिला होता. एक हट्टी पक्षी एका सुरात कंठशोष करत होता. जणू तो करुण स्वरात आपलं गाऱ्हाणं पृथ्वीच्या दरबारात पुन्हा पुन्हा मांडत होता. पोस्टमास्तरला काही काम नव्हतं. त्या दिवशी पावसानं धुतलेली सळसळणारी पानं आणि पराभूत झालेल्या पावसाचे भग्नावशेष वाटणारे, उन्हात चमकणारे ढगांचे पुंजके खरंच पाहत राहावेत असे होते. पोस्टमास्तर त्याकडे पाहत असताना त्याच्या मनात आलं की अशा वेळी कुणीतरी आपलं माणूस जवळ असायला हवं... आपलं मन जाणणारं अगदी जवळचं माणूस. तो पक्षी हेच ओरडून सांगतोय, असं त्याला वाटलं. ह्या निवांत दुपारी झाडांच्या सळसळीचा तरी दुसरा अर्थ काय! कुणी विश्वास ठेवो न ठेवो, कुणाला कळो वा न कळो, पण एका खेडेगावात, बेताच्या पगारावर काम करणारा सबपोस्टमास्तर ह्या नि:स्तब्ध, गंभीर मध्यान्ही, मोकळ्या वेळेत असा विचार करत होता एवढं खरं!

अखेर एक उसासा टाकून त्यानं हाक मारली, 'रतनऽऽ.' रतन पेरूखाली पाय पसरून बसली होती आणि दोडा पेरू खाण्यात गुंग झाली होती. पोस्टमास्तरची हाक ऐकताच वेळ न दवडता ती धावत आली. धापा टाकतच तिनं विचारलं, 'दादाबाबू, हाक मारलीत?'

'हो. मी तुला शिकवायचं ठरवलंय.' असं म्हणून दुपारभर तो तिला 'अ', 'आ' शिकवत बसला.

काही दिवसांतच रतननं जोडाक्षरापर्यंत मजल मारली.

श्रावण आला. पाऊस थांबता थांबत नव्हता. नदीनाल्यांना पूर आला होता. बाजारातसुद्धा नावेतून जावं लागत होतं. पाण्याचा आवाज आणि त्याचबरोबर बेडकांचं डराव डराव. गावातील रस्त्यावर शुकशुकाट होता.

त्या दिवशी सकाळपासूनच धो धो पाऊस पडत होता. मास्तरांची विद्यार्थिनी मास्तरांच्या हाकेची वाट पाहत दारात बसली होती. पण नेहमीप्रमाणे हाक न आल्यानं पाटी-पुस्तक घेऊन ती हळूच घरात शिरली. पाहते तो पोस्टमास्तर

खाटेवर पडलेले. आराम करीत असतील असा विचार करून पाय न वाजवता ती खोलीबाहेर पडणार इतक्यात हाक आली, 'रतनऽऽ.' ती मागे वळली. जवळ जाऊन तिनं विचारलं, 'दादाबाबू, झोपला होतात?'

पोस्टमास्तर खोल गेलेल्या आवाजात म्हणाला, 'मला बरं वाटत नाहीये. बघ बरं ताप आहे का?'

अशा मुसळधार पावसात आजारी पडल्यावर– आणि तेही घरापासून दूर, एकटं असताना– कोणीतरी सेवाशुश्रुषा करावी असं वाटणं स्वाभाविकच. तापलेल्या कपाळावरचा शांखा* घातलेल्या कोमल हाताचा स्पर्श त्याला आठवला. आजारी असताना– आणि घरापासून दूर, एकटं असताना– आईसारखं किंवा दीदीसारखं प्रेमळ माणूस जवळ असावं, असं त्याला वाटत होतं. त्याची ही इच्छा अपुरी राहिली नाही. रतन त्याच क्षणी मोठी झाली. तिनं त्याच्या आईची जागा घेतली. गावातल्या वैद्यांना बोलावून आणलं, वेळेवर औषध दिलं, रात्री जागून काढल्या, पथ्याचं शिजवलं आणि शेकडो वेळा विचारलं, 'दादाबाबू, थोडं तरी बरं वाटतंय ना?'

बऱ्याच दिवसांनी पोस्टमास्तरनं अंथरूण सोडलं. अशक्तपणा खूपच आला होता. त्यानं मनाशी ठरवून टाकलं की झालं एवढं पुरे झालं! इथून कसंही करून बदली करून घेतलीच पाहिजे. हवा मानवत नसल्याचं कारण पुढे करून त्यानं कोलकात्याच्या हेडऑफिसला बदलीसाठी अर्ज केला.

मास्तरांच्या सेवाशुश्रुषेचं काम संपताच रतननं पुन्हा आपली दाराबाहेरची जागा गाठली. आता पूर्वीसारखी हाक येत नसे. मधून मधून ती हळूच आत डोकवायची. पोस्टमास्तर विमनस्कपणे खाटेवर झोपलेला असे. रतन त्याच्या हाकेची वाट पाहत होती तेव्हा तो आपल्या अर्जाच्या उत्तराची वाट पाहत होता. त्या पोरीनं बाहेर बसून, हजारो वेळा आपल्या झालेल्या अभ्यासाची उजळणी केली. हो! मास्तरांनी अचानक बोलावलंच तर जोडाक्षरात गफलत व्हायला नको! तिला भीती होती ती एवढीच! अखेर काही आठवड्यानंतर एका संध्याकाळी मास्तरांनी तिला हाक मारली. ती मोठ्या उत्सुकतेनं आत गेली. 'दादाबाबू, हाक मारलीत ना?'

'रतन, उद्याच जातोय मी.'

'कुठं, दादाबाबू?'

'घरी.'

'परत कधी याल?'

'परत नाही येणार मी, रतन.' रतननं आणखी काही विचारलं नाही. पण पोस्टमास्तरच आपणहून म्हणाला, 'बदलीसाठी अर्ज केला होता. पण तो मंजूर

---

* शांखा : शंखापासून केलेली बांगडी. बंगाली स्त्रियांचे सौभाग्यचिन्ह.

झाला नाही. म्हणून नोकरी सोडूनच जातोय मी.’

बऱ्याच वेळ कुणीच काही बोललं नाही. दिवा मंदपणे तेवत होता. एके ठिकाणी पावसाचं पाणी गळत होतं. त्याचा टीप... टीप... आवाज येत होता तेवढाच.

काही वेळानं रतन हळूच उठली. रोट्या करताना आज तिचा हात रोजच्याप्रमाणे चालत नव्हता. डोक्यात विचारांनी थैमान घातलं होतं. पोस्टमास्तरचं जेवण झाल्यावर तिनं हळूच विचारलं, ‘दादाबाबू, मला न्याल तुमच्याबरोबर तुमच्या घरी?’

पोस्टमास्तर हसून म्हणाला, ‘असं कधी झालंय?’

तिला घरी का नेता येणार नाही, हे समजावून सांगण्याची आवश्यकता त्याला वाटली नाही. रात्री जागेपणी आणि स्वप्नातही पोस्टमास्तरचे ‘असं कधी झालंय’ हेच शब्द रतनच्या कानात घुमत होते.

पोस्टमास्तर पहाटे उठून पाहतो तर त्याचं आंघोळीचं पाणी आणून ठेवलेलं होतं. कारण कोलकात्याच्या सवयीप्रमाणे तळ्यावर न जाता, तो घरीच आंघोळ करत असे. तो कधी निघणार आहे, ह्याची चौकशी रतननं केली नव्हती. पण सकाळीच निघायचं असल्यास, पाणी लागेल म्हणून तिनं रात्रीच नदीवरून पाणी आणून ठेवलं होतं. आंघोळ झाल्यावर त्यानं तिला हाक मारली. ती निमूटपणे येऊन उभी राहिली. ‘हुकूम काय आहे’ हे पाहण्यासाठी एकदाच मान वर केली तेवढीच. तो म्हणाला, ‘माझ्या जागी जो कुणी येईल त्याला माझ्याप्रमाणेच तुझी काळजी घ्यायला मी सांगेन, रतन! मी जातोय म्हणून तुला काळजी करण्याचं कारण नाही. येणारा नक्कीच तुला कामाला ठेवेल.’ मास्तरांच्या बोलण्यात आपलेपणा होता ह्यात शंकाच नव्हती, पण स्त्रीचं हृदय कुणाला कळलंय! रतननं पोस्टमास्तरची बोलणी अनेक वेळा खाल्ली होती. अगदी निमूटपणे. पण हे त्याचे हळुवार शब्द मात्र तिला सहन झाले नाहीत. ती एकदम कळवळून रडायला लागली. रडत रडतच म्हणाली, ‘नका. नका. कुणाला काही सांगू नका. मी इथं राहणार नाही हो!’

ह्या आधी रतन अशी कधीच वागली नव्हती. त्यामुळे पोस्टमास्तर अवाकच झाला.

नवीन पोस्टमास्तर आला. त्याला चार्ज देऊन जुना पोस्टमास्तर निघाला. जाताना त्यानं रतनला हाक मारली, ‘रतन, तुला कधीच काही देता आलं नाही मला. आज देतो. काही दिवस भागेल तुझं ह्यातून.’ प्रवासखर्चापुरते पैसे ठेवून बाकीचे पैसे त्यानं रतनपुढे धरताच, रतन त्याचे पाय धरत म्हणाली, ‘दादाबाबू, पाया पडते तुमच्या. मला काही नको. काही नको. माझी काळजी नका करू.’ ती तिथून झटकन् निघून गेली.

त्यानं एक नि:श्वास सोडला. आपली पिशवी उचलली, छत्री घेतली आणि

हमालाच्या डोक्यावर निळ्या-पांढऱ्या रेघांची ट्रंक देऊन तो नावेकडे चालायला लागला.

नाव निघाली. पावसानं फुगलेली नदी धरेच्या आसवांप्रमाणे खळाळत होती. ती पाहून त्याचं मन गलबललं. एका सामान्य, खेडवळ मुलीच्या करुण चेहेऱ्यातून एक अव्यक्त विश्वव्यापी दुःख त्याला जाणवलं. एकदा वाटलं परत फिरावं आणि त्या एकाकी अनाथ मुलीला बरोबर घेऊन यावं. पण शिडात वारा भरला होता, नदीच्या पाण्याचा जोर वाढला होता, गाव केव्हाच मागे पडलं होतं, गावाबाहेरचं नदीकाठचं स्मशान दिसत होतं– नदीतून प्रवास करणाऱ्या प्रवाशाच्या उदास मनात आलं की जीवनात किती विरह घडतात, किती मृत्यू होतात! मागे फिरण्यात काय अर्थ? ह्या जगात कोण कुणाचं!

पण रतनच्या मनात असे तात्त्विक विचार काही आले नाहीत. पोस्टऑफिसभोवती घिरट्या घालता घालता ती आसवांनीच चिंब भिजली. कदाचित तिला अंधुकशी आशा असावी... दादाबाबू परत येतीलही... ह्या आशेचा अडसर तिला दूर जाऊ देत नव्हता.

अरेरे! मानवहृदय किती बुद्धिहीन! चूक लवकर सुधारली जात नाही. तर्कशास्त्र फार उशिरा लक्षात येतं. सबळ पुराव्यावरही विश्वास बसत नाही. पण खोट्या आशेला मात्र जिवाच्या आकांतानं घट्ट धरून ठेवलं जातं आणि अखेर ती आशा सर्व रक्त शोषून घेऊन, हृदय विदीर्ण करून पळून जाते तेव्हा कुठं ते भानावर येतं. पण लगेच दुसऱ्या खोट्या आशेला धरून ठेवण्यासाठी व्याकूळ होतं.

■

(पोस्टमास्टार)

जीवित आणि मृत

राणीहाटचे जमीनदार शारदाशंकरबाबू ह्यांच्या वहिनीला माहेरचं असं कुणी नव्हतं. माहेरच्या माणसांचे एका मागून एक मृत्यू झाले होते. सासरीही तिचं असं कुणी नव्हतं. ना नवरा ना मुलगा. तिच्या दिरांचा– शारदाशंकरांचा मुलगा तिचा जीव की प्राण होता. तो झाला आणि त्याची आई आजारी पडली. ती बरेच दिवस आजारी असल्यानं, त्याच्या ह्या विधवा काकीच्या– कादंबिनी तिचं नाव– अंगाखांद्यावरच तो वाढला होता. परक्याच्या मुलाला आपलं म्हटलं की त्याची ओढ जास्तच वाटते. कारण त्याच्याकडून कसलीही अपेक्षा नसते, कोणताही सामाजिक अधिकार नसतो. असतं फक्त मायेचं बंधन. पण कागदपत्राच्या आधारे समाजासमोर आपला हक्क सिद्ध करता येतो तसा मायेच्या आधारे करता येत नाही. तशी गरजही नसते म्हणा! आयुष्यातील ह्या अनिश्चित धनावर दुप्पट जोरानं माया करत राहायचं एवढंच!

विधवा कादंबिनीचं साठलेलं प्रेम ती ह्या मुलावर ओतत होती. पण श्रावणातल्या एका रात्री अचानक कादंबिनीचा श्वासोच्छ्वास थांबला. काय झालं ते कुणालाच कळलं नाही. एकाएकी तिच्या हृदयाचे ठोके बंद पडले. बाकी सर्व जगातले व्यवहार सुरळीत सुरू होते. फक्त प्रेमासाठी आसुसलेल्या ह्या क्षुद्र कोमल हृदयातील घड्याळ कायमचं बंद पडलं.

पुढे पोलिसांची कटकट मागे लागण्याची भीती असल्यानं, आरडाओरडा न करता जमीनदारबाबूंनी चार ब्राह्मण नोकरांकरवी तिचं प्रेत अंत्यसंस्कारासाठी स्मशानात नेण्याची व्यवस्था केली.

राणीहाटचं स्मशान गावापासून दूर होतं. तिथं एक पोखरण होती. पोखरणीच्या कडेला एक छपरी होती. त्या पलीकडे एक प्रचंड वडाचं झाड. बाकी नुसताच उजाड माळ. दुसरं काही नाही. पूर्वी इथून नदी वाहत होती. आता ती आटली होती. त्या

पाणथळ जागेतच पोखरण केली होती. गावातील लोक ह्या पोखरणीच्या पाण्याला गंगाच समजत. पवित्र मानत.

कादंबिनीचं प्रेत छपरीत ठेवून ते चौघं लाकडाची वाट पाहत बसले. बराच वेळ लाकडांची वाट पाह्यल्यावर ते फार अस्वस्थ झाले. वेळ जाता जात नव्हता. अखेर त्या चौघांतले गुरूचरण आणि निताई लाकडं आणायला एवढा वेळ का झाला हे पाहायला निघून गेले. बाकीचे दोघं तिथंच बसून राहिले.

श्रावणातली रात्र. आभाळ भरून आलं. एकही चांदणी दिसेना. मिट्ट काळोखात दोघंच प्रेतापाशी बसले होते. एकाच्या उपरण्यात काडेपेटी व मेणबत्ती होती. पण सर्द हवेनं काडी उजळेना. त्यांच्याजवळ कंदील होता. पण तोही वाऱ्यानं विझला.

ते दोघं बराच वेळ मुकाट बसले. शेवटी त्यातील एकजण म्हणाला, 'भाई, चिलीम असती तर बरं झालं असतं. घाईनं निघालो. आणायची राहिलीच बघ!' दुसरा म्हणाला, 'मी चटकन् घेऊन येतो.'

त्याचा इथून पळायचा डाव लक्षात येताच पहिला म्हणाला, 'वा रे! आणि मी काय इथं एकटाच बसून राहू होय?'

पुन्हा दोघं चूपचाप झाले. एकेक क्षण त्यांना युगासारखा वाटत होता. आधी गेलेल्या दोघांना हे दोघं मनातल्या मनात शिव्या द्यायला लागले. ते दोघं कुठतरी बसून चिलीम ओढत आणि गप्पा छाटत असावेत अशी शंकाही त्यांना आली.

कुठंही एवढासुद्धा आवाज नव्हता. पोखरणीच्या बाजूनं रातकिड्यांची किरकिर आणि बेडकांचं डराव डराव तेवढं ऐकू येत होतं. इतक्यात त्यांना प्रेत हलल्यासारखं वाटलं. त्यानं कूस बदलल्याची शंका आली. दोघांची भीतीनं बोबडी वळली. अंग थरथर कापायला लागलं. मनातल्या मनात ते रामनाम घ्यायला लागले. तेवढ्यात त्यांना मोठा सुस्कारा ऐकू आला. तेव्हा मात्र कसलाही विचार न करता त्या दोघांनी गावाकडे धूम ठोकली.

कोस दीड कोस गेल्यावर त्यांना आधी गेलेले दोघं कंदील घेऊन येत असलेले दिसले. खरं तर ते लाकडांची चौकशी करायला गेलेच नव्हते. ते गेले होते चिलीम ओढायला. तरीही त्यांनी थाप मारली की झाड तोडून लाकडं फोडणं चाललंय. येतीलच लवकर.

मागे राहिलेल्या दोघांनी त्यांना छपरीत काय घडलं ते सांगितलं. पण पहिल्या दोघांचा त्या हकिकतीवर विश्वास बसला नाही. उलट, प्रेत तसंच टाकून आल्याबद्दल त्यांची त्यांनी चांगलीच हजेरी घेतली.

ते चौघं घाईघाईनं छपरीत आले. पाहतात तो प्रेत तिथं नव्हतं. ते एकमेकांकडे पाहतच राहिले. कोल्ह्याकुत्र्यांनी तर ओढून नेलं नसेल? पण प्रेतावरचं वस्त्रही कुठं दिसत नव्हतं. ते चौघं तपास करायला बाहेर पडले. तेव्हा बाहेरच्या चिखलात त्यांना

नुकत्याच उमटलेल्या पावलांच्या खुणा दिसल्या.

शारदाशंकर भयंकर कडक स्वभावाचे होते. भुताखेताच्या गोष्टीचा परिणाम त्यांच्यावर झाला नसता. तेव्हा ह्या चौघांनी ठरवलं की आम्ही यथाविधी क्रियाकर्म केलं असं ठोकून द्यायचं.

पहाटेला लाकडं घेऊन लोक आले. त्यांना ह्या चौघांनी थाप मारली की छपरीत आधीपासूनच जी लाकडं पडली होती त्यात क्रियाकर्म आटोपलं. त्यांना अजिबात संशय आला नाही. प्रेत म्हणजे काही धन नव्हे. ते कोण कशाला चोरून नेईल?

उघड जिवंतपणाचं कोणतंही लक्षण दिसलं नाही तरी प्रच्छन्नपणे ते असतं. वेळ येताच मृतवत दिसणाऱ्या शरीरात त्याचं अस्तित्व जाणवतं. कादंबिनीचंही तसंच झालं. काही अज्ञात कारणानं तिची चेतना हरपली. काही वेळानं पुन्हा तिच्यात जीवनशक्ती संचारताच ती शुद्धीवर आली. तेव्हा तिला जाणवलं की चोहीकडे घनदाट अंधार आहे. ती तिच्या नेहमीच्या जागेवर झोपलेली नाही. तिनं 'दीदी' म्हणून हाकही मारली. पण कुणी तिला 'ओ' दिली नाही. ती घाबरून उठून बसली. स्वत:ची मरणोन्मुख अवस्था आठवली– एकाएकी छातीत कळा आल्या. श्वास कोंडला. थोरली जाऊ कोपऱ्यातल्या शेगडीवर मुलासाठी दूध गरम करत होती. कादंबिनीला उभं राहणं अशक्य झालं. ती कोसळली. तिला बोलवत नव्हतं. कसंबसं ती एवढंच म्हणाली, 'दीदी, एकदा बाळाला पाहू दे. माझा जीव कसा कासावीस होतोय्...' त्यानंतर सगळीकडे अंधार पसरला. जणू काही पांढऱ्या कागदावर दौत उलटली. विश्वग्रंथातील सर्व अक्षरं एकाकार झाली. त्या गोड पोरानं 'काकी' म्हणून हाक मारली की नाही; ह्या अनंत, अज्ञात मरणयात्रेसाठी नित्य परिचयाच्या जगातली अखेरची मायेची शिदोरी बांधून मिळाली की नाही, ते काही तिला अजिबात आठवत नव्हतं.

प्रथम तिला वाटलं की ती मृत्युलोकातच आहे. तिथं असाच अंधार असेल. पाहण्याजोगं तिथं काही नाही की ऐकण्याजोगं काही नाही. कामधामही नाही. नुसतं जागं राहायचं एवढंच!

पण बाहेरचा थंड वारा लागताच तिच्या अल्पशा आयुष्यातील बालपणापासूनच्या आठवणी जाग्या झाल्या. बेडकांचं डराव डराव ऐकू येत होतं. पृथ्वीचा निकट स्पर्श ती अनुभवू लागली. वीज चमकताच समोरची पोखरण, वडाचं झाडं, माळ आणि त्या पलीकडे दूरवर उभ्या असलेल्या झाडांच्या रांगा तिला दिसल्या. कधीमधी पर्वकाळी स्नान करण्यासाठी ती इथं आल्याचं तिला आठवलं. त्या वेळी स्मशानात प्रेत असल्यास ते पाहून तिला भयंकर भीती वाटत असे, हेही आठवलं.

आता घरी जायला हवं, असं तिच्या मनात आलं. पण लगेच जाणीव झाली

की ती काही आता जिवंत नव्हती. तिला घरात कसं घेतील? तिथं तिचं जाणं अशुभ, अमंगळ ठरलं असतं. जिवंत माणसांच्यातून ती आता बहिष्कृत झाली होती. ती आता प्रेतात्मा होती.

असं नसतं तर अशा मध्यरात्री शारदाशंकरांच्या वाड्यातील सुरक्षित अंत:पुरातून ह्या एकांत, निर्जन स्मशानात ती कशी आली असती? अजून तिची अंत्येष्टी झाली नव्हती. मग बरोबर आलेले लोक अग्नी न देताच कुठं गेले? शारदाशंकरांच्या प्रकाशानं उजळलेल्या घरातील अखेरचा क्षण तिला आठवला. त्यानंतर जाणीव झाली ती त्या निर्जन, काळोख्या स्मशानात एकटी असल्याची.

तिच्या मनात आलं की ती ह्या पृथ्वीवरच्या मानवसमाजातील नाही म्हणजेच भेसूर, अशुभ आहे. भूत आहे. ह्या विचारासरशी तिच्या भोवतीची सर्व बंधनं तुटून पडल्याचं तिला तीव्रतेनं जाणवलं. एक अद्‌भुत शक्ती प्राप्त झाल्यासारखं वाटलं तिला. आता मनात येईल तिथं जायला हरकत नव्हती. मनाला वाटेल ते करता येणार होतं. ही विलक्षण जाणीव होताच प्रचंड आवेगानं, वावटळीसारखी ती तिथून निघाली. तिच्या मनात लाज, भीती अशा कुठल्याच भावनेचा लवलेश नव्हता.

ती चालत होती, चालतच होती. माळामागून माळ. मैदानामागून मैदानं. कुठं शेवट नव्हता. तिचे पाय थकले. देहही थकला. तरीही ती चालतच होती. कधी माळ, कधी शेतं, कधी गुडघाभर पाणी, हळूहळू फटफटायला लागलं. दूरवर माणसांची वस्ती असल्याचं दिसायला लागलं. वेळूचं बेट दिसलं. पक्ष्यांचा किलबिलाट कानावर पडला.

आता मात्र तिला भीती वाटायला लागली. माणसांशी आता तिचा नव्यानंच संबंध येणार होता. कसा असेल तो? काळोख्या रात्री, माणसांपासून दूर असताना तिला भीती नव्हती. कारण ती तिच्या साम्राज्यात होती. पण प्रकाश आणि माणसांची वस्ती तिला आता भयंकर वाटायला लागली. भुतांना माणसं भितात तशी भुतंही माणसांना भितात. मृत्युनदीच्या दोन तीरांवर ह्या दोघांची वस्ती असते.

अंगावरचे कपडे चिखलानं बरबटलेले, जागरणानं डोळे तारवटलेले, चेहेऱ्यावर विचित्र भाव, वेड्यासारखी चाल– कादंबिनीचा हा अवतार पाहून कुणालाही भीती वाटली असती. मुलांनी तिला पाह्यलं असतं तर ती घाबरून पळूनच गेली असती. त्यांनी तिला दगड मारायलाही कमी केलं नसतं.

तिला ह्या अवस्थेत एक वाटसरू भेटला. सुदैवानं तो अतिशय सज्जन होता. तो तिला म्हणाला, 'बाई, चांगल्या घरातली दिसतेस. अशा स्थितीत कुठं चाललीयस?'

कादंबिनीनं सुरुवातीला काहीच उत्तर दिलं नाही. ती नुसतीच पाहत राहिली. ती अजून पुरेशी भानावर आली नव्हती. ती ह्या जगात होती, चांगल्या घरातली दिसत होती, एक सज्जन तिला विचारत होता– तिच्या दृष्टीनं हे सर्व अजब होतं.

वाटसरू पुन्हा म्हणाला, 'बाई, चल. मी तुला घरी पोहोचवून देतो. कुठं आहे तुझं घर?'

आता कादंबिनी विचार करायला लागली. माहेरी कुणीच नव्हतं. सासरी जाणं आता शक्य नव्हतं. तिला तिच्या बालपणीच्या मैत्रिणीची आठवण झाली. योगमाया आणि कादंबिनी ह्यांची बऱ्याच वर्षांत भेट झाली नव्हती. पण त्या मधून मधून एकमेकींना पत्र पाठवत. पत्रांतून त्यांचा झगडा होत असे. कादंबिनीच्या मते तिचं योगमायेवर अपरंपार प्रेम होतं. तर योगमायेच्या मते तिच्या प्रेमाचा योग्य मोबदला कादंबिनीकडून मिळत नव्हता. सुदैवानं त्यांची कधी भेट झालीच असती तर दोघी एकमेकीला सोडायला अजिबात तयार झाल्या नसत्या, ह्याची दोघींनाही खात्री होती.

कादंबिनी त्या गृहस्थाला म्हणाली, 'निशिंदापूरच्या श्रीपतीचरणबाबूंकडे जायचंय मला.'

तो गृहस्थ निघाला होता कोलकात्याला. निशिंदापूर जवळ नव्हतं. मात्र ते कोलकात्याच्या वाटेवर असल्यानं त्यानं कादंबिनीला व्यवस्थित श्रीपतीचरणबाबूंच्या घरी पोहोचवलं. दोन मैत्रिणींची भेट झाला. सुरुवातीला ओळख पटायला वेळ लागला. पण बालपणीच्या आठवणींवरून ओळख पटली.

योगमाया म्हणाली, 'माझं भाग्यच! तुझी- माझी भेट होईल असं कधी वाटलंसुद्धा नव्हतं. तू कशी काय आलीस इथं? तुझ्या सासरच्या माणसांनी कसं येऊ दिलं?'

कादंबिनी काहीच बोलली नाही. अखेर नाइलाजानं म्हणाली, 'बाई ग, सासरचं नको विचारूस. तुझ्या घरी आसरा हवाय. मोलकरीण म्हणून ठेवलंस तरी चालेल. पडेल ते काम करेन.'

योगमाया म्हणाली, 'छी:! काय ग तुझं बोलणं! मोलकरणीसारखं तू कशाला राहायचंस! तू माझी सखी, सईबाई,' वगैरे वगैरे.

इतक्यात योगमायाचा नवरा तिथं आला. कादंबिनीनं थोडा वेळ त्याच्याकडे पाहिलं आणि मग हळूहळू ती तिथून निघून गेली. तिनं डोक्यावर पदर घेतला नाही, ती संकोचली नाही. त्याचा मान राखावा असंही तिला वाटलं नाही.

आपल्या मैत्रिणीबद्दल श्रीपतीचा गैरसमज होईल म्हणून योगमाया अस्वस्थ झाली. तिनं तऱ्हेतऱ्हेनं त्याला समजावून सांगायचं ठरवलं. तशी सुरुवातही केली. पण त्याची फारशी गरज भासली नाही. योगमायेच्या म्हणण्याला श्रीपतीनं अगदी सहज होकार दिला. हेही योगमायेला फारसं पसंत पडलं नाही.

कादंबिनी मैत्रिणीकडे आली खरी, पण ती आपल्या सखीशी जवळीक साधू शकली नाही. कारण... कारण मध्ये होता मृत्यू. माणूस स्वत:बद्दल साशंक असेल तर इतरांशी मिळून मिसळून राहणार कसा! कादंबिनी योगमायेकडे पाहून विचार

करायची की नवरा, संसार असलेल्या योगमायेचं जग आपल्यापेक्षा वेगळं आहे. माया, ममता, कर्तव्य बजावीत असलेली माझी सखी पृथ्वीवरची माणूस आहे आणि मी आहे एक शून्यातली सावली. ती अस्तित्वाच्या देशात वावरतेय तर मी अनंताच्या साम्राज्यात.

कादंबिनीचं वागणं योगमायेलाही विचित्र वाटायचं. तिला काही कळतंच नव्हतं. स्त्रियांना रहस्य सहन होत नाही. कारण अनिश्चितता काव्याला जन्म देऊ शकते, वीरत्व निर्माण करू शकते, त्यातून पांडित्य उत्पन्न होऊ शकतं पण अनिश्चिततेबरोबर संसार नाही करता येत. म्हणून स्त्री एकतर जे कळत नाही ते अस्तित्वात नाहीच असं मानून त्याच्याशी संपर्कच ठेवत नाही, नाहीतर स्वत:च्या व्यवहाराला योग्य असं नवं रूप त्या गोष्टीला देते. हे दोन्हीही जमलं नाही तर मूळ कारणावरच भयंकर राग धरून बसते.

कादंबिनीचं वागणं जास्ती जास्ती गूढ व्हायला लागताच योगमाया तिच्यावर जास्तच चिडायला लागली. कुठून ही पीडा मागे लागली कोण जाणे, असंच तिला वाटायला लागलं.

आणखी एक संकट उभं राहिलं होतं. कादंबिनी स्वत:लाच घाबरायला लागली होती. ती स्वत:पासून दूर पळायला पाहत होती. भुताला भिणारं माणूस मागे पाह्यलासुद्धा घाबरतं, जिथं नजर पोहोचत नाही त्याचीच जास्त भीती वाटते. कादंबिनीचं मात्र उलटं होतं, तिला बाहेरची भीती वाटत नव्हती. भीती होती ती तिच्या मनात.

त्यामुळे भर दुपारीही ती खोलीत एकटी असली तर किंचाळत धावत सुटायची. संध्याकाळी दिव्याच्या उजेडात स्वत:ची सावली पाहून थरथर कापायला लागायची.

तिची भीती घरातल्या माणसांतही संचारली. घरातल्या नोकरमाणसांनाच नव्हे, तर योगमायेलासुद्धा ठाई ठाई भूत दिसायला लागलं.

एका रात्री तर कादंबिनी रडत रडत योगमायेच्या खोलीच्या दारात आली. म्हणायला लागली, 'बाई ग, पाया पडते तुझ्या. मला एकटी ठेवू नकोस.'

योगमायेला भीती वाटली आणि रागही आला. ताबडतोब कादंबिनीला हाकलून लावावं असं तिच्या मनात आलं. श्रीपतीला मात्र तिची दया आली. तिची समजूत घालून त्यानं त्यांच्या खोलीला लागून असलेल्या खोलीत तिची व्यवस्था केली.

दुसऱ्या दिवशी अगदी अवेळी योगमायेनं श्रीपतीला अंत:पुरात बोलावून घेतलं. तो येताच तिनं त्याची हजेरी घ्यायला सुरुवात केली. 'असे कसे हो तुम्ही! एक बाई आपलं घर सोडून येते काय, आपल्या घरात ठाण मांडते काय! महिना होऊन गेला तरी परत घरी जायचं नाव नाही! आणि तुम्ही एक शब्द बोलत नाही म्हणजे काय! काय आहे तरी काय तुमच्या मनात! पुरुषांची जातच अशी!'

वास्तविक स्त्री जातीबद्दल पुरुषाच्या मनात सर्वसामान्यपणे तारतम्यशून्य असा पक्षपात असतो. पण स्त्रीला तो त्याचा फार मोठा अपराध वाटतो. कादंबिनीला कोणी नव्हतं. ती दिसायला सुंदर होती. म्हणून योगमायेच्या मते श्रीपतीला आलेल्या तिच्या दयेच्या मात्रेत चार वेढे अधिक होते. श्रीपतीनं योगमायेच्या गळ्याला हात लावून शपथ घेतली तरी तिची समजूत पटली नाही. नवऱ्याबद्दलचा संशय काही फिटला नाही. कारण तिला प्रत्यक्ष पुरावा हवा होता. श्रीपतीला वाटत होतं की बिचारी विधवा. त्यातून मूलबाळ नाही. सासरच्या लोकांनी त्रास दिला असेल. म्हणून मैत्रिणीकडे आलीय आधाराला. तिला घरातून घालवून कसं द्यायचं! म्हणून चौकशी वगैरे करण्याच्या भानगडीत तो कधी पडला नव्हता. विचारपूस करून कादंबिनीचं मन दुखवण्याचा प्रयत्नही त्यानं केला नव्हता.

त्याच्या ह्या फाजील दक्षतेबद्दल योगमाया हल्ली त्याला सतत फटकारत असे. शेवटी कादंबिनीच्या घरची सर्व बातमी काढल्याशिवाय आपल्या घरात शांतता नांदणार नाही अशी त्याची खात्री झाली. पत्र पाठवण्यापेक्षा स्वतःच जाऊन यावं असं त्यानं ठरवलं.

श्रीपती निघून गेल्यावर योगमाया कादंबिनीला म्हणाली, 'हे पहा, आता तुझं इथं राहणं बरं दिसणार नाही. लोक काय म्हणतील?'

कादंबिनी गंभीरपणे म्हणाली, 'मला काय करायचंय लोकांशी!'

तिचं हे बोलणं ऐकून योगमाया थक्कच झाली. जराशा रागातच ती म्हणाली, 'तुला काही नसेल ग लोकांचं! पण मला तर पाहिलं पाहिजे ना! दुसऱ्याच्या घरची सून मी माझ्या घरी कशी आणि किती ठेवणार!'

कादंबिनी म्हणाली, 'आहेच कुठं माझं सासर!'

योगमायेनं तिच्या ह्या बोलण्याला मनातल्या मनात हात जोडले.

कादंबिनी शांतपणे बोलतच होती, 'मी तुमची कोण? मी ह्या जगातली तरी कुठं आहे? तुम्ही हसता, रडता, प्रेम करता. तुम्हाला तुमची माणसं आहेत. पण मी... मी नुसतं पाहते. तुम्ही आहात माणसं. मी सावली. देवानं मला तुझ्या संसारात का पाठवलं ते काही कळत नाही बघ! तुझ्या ह्या सुखासमाधानाच्या संसारात माझ्यामुळे काही वाईट होईल अशी भीती तुलाही पुढे केव्हातरी वाटेलच की नाही बघ! तुझा आणि माझा संबंध काय हे मलाही कळत नाही. पण देवानं मला दुसरी जागाच कुठं ठेवली नाही ना! म्हणून वरचेवर आपलं बिनसतं. तरीही इथंच भिरभिरत राहते झालं!'

ती विचित्र नजरेनं बघत हे सर्व अशा तऱ्हेनं बोलली की योगमायेला थोडा फार संशय आला. पण नक्की काही कळेना. म्हणून तिनं उत्तरही दिलं नाही आणि कादंबिनीला आणखी काही विचारलंही नाही. अतिशय जडावलेल्या मनानंच ती तिथून निघून गेली.

रात्री दहाच्या सुमारास श्रीपती राणीहाटहून परत आला. पाऊस पडत होता. त्याचा जोर पाहून प्रलय होतो की काय असं वाटत होतं. पाऊस थांबण्याचं लक्षण नव्हतं.

योगमायेनं विचारलं, 'काय झालं?'

श्रीपती म्हणाला, 'फार मोठी कहाणी आहे. नंतर सावकाश सांगतो.' असं म्हणून तो कपडे बदलायला गेला. नंतर जेवण उरकून गुडगुडी ओढून तो झोपायला गेला. तो बराच काळजीत दिसत होता.

योगमायेनं बराच वेळ कुतूहल आवरलं होतं. श्रीपती झोपायला येताच त्याला तिनं छेडलं, 'आता सांगा काय काय झालं ते.'

श्रीपती म्हणाला, 'तुझी नक्कीच काहीतरी चूक झालीय.'

हे ऐकताच योगमाया मनातल्या मनात चिडली. बायका कधी चूक करतात! आणि केलीच तरी शहाण्या पुरुषानं त्याचा उल्लेख करणं योग्य नव्हे. उलट खाली मान घालून मुकाट्यानं पड खावी की नाही? कडक स्वरातच तिनं विचारलं, 'काय झाली चूक? सांगा तर!'

'जी ह्या घरात आलीय ती तुझी मैत्रीण कादंबिनी नाहीच.'

हे ऐकल्यावर योगमायेला राग येणं अगदी स्वाभाविक होतं. विशेषत: प्रत्यक्ष नवऱ्यानं असं म्हणावं! ती म्हणाली, 'माझ्या मैत्रिणीला मी नाही ओळखणार तर काय तुम्ही? काय पण बोलणं!'

श्रीपतीला कळून चुकलं की नुसता वाद घालण्यात अर्थ नाही. पुरावा हवा. कादंबिनी मेली होती ह्यात शंका नव्हती.

योगमाया म्हणाली, 'आता ऐका! तुमचा काहीतरी भयंकर घोटाळा झालेला दिसतोय. भलत्याच ठिकाणी पोहोचलेले दिसता. कुणीतरी काहीतरी सांगतं आणि तुम्ही ऐकता! मी म्हणते प्रत्यक्ष जाण्याचं कारणच काय होतं! पत्र पाठवलं असतंत तर सर्व व्यवस्थित कळलं असतं.'

आपल्या कर्तबगारीवर आपली बायकोच विश्वास ठेवायला तयार नाही हे पाहताच श्रीपतीचं तोंड एवढंसं झालं. त्यानं त्याला समजलेली हकीकत तपशीलवार पुराव्यासह सांगण्याचा प्रयत्न केला. पण त्याचा उपयोग झाला नाही. दोघांच्या वादात दोन प्रहर रात्र उलटली.

अखेर 'कादंबिनीला ताबडतोब घराबाहेर काढायचं' ह्यावर दोघांचं मतैक्य झालं तरी त्या मागची दोघांची कारणं वेगवेगळी होती. श्रीपतीला वाटत होतं की ही बाई खोटं नाव सांगून आपल्या बायकोला फसवतेय, तर ही घर सोडून आलीय, ह्याची योगमायेला खात्री वाटत होती. ह्यावरून दोघांत जोरदार वाद सुरू झाला.

दोघांचेही आवाज चढत गेले. पलीकडच्या खोलीत कादंबिनी आहे, ह्याचा त्यांना विसर पडला. त्यांचा वाद वाढतच गेला.

'ही भलतीच आफत आलीय. मी स्वत:च्या कानानं ऐकलंय ना!'

'वा रे तुमची आफत! कोण ठेवेल तुमच्यावर विश्वास? मी स्वत: पाह्यलंय!'

अखेर वाद आवरता घेण्यासाठी योगमायेनं विचारलं, 'बरं, कादंबिनी मेली तरी केव्हा?' असं विचारण्यामागे तिचा एक हेतू होता. कादंबिनीच्या एखाद्या पत्राच्या तारखेवरून ती श्रीपतीला त्याची चूक दाखवून देणार होती.

पण श्रीपतीनं सांगितलेली तारीख, कादंबिनी तिच्याकडे आली त्याच्या आदल्या दिवसाचीच होती. हे लक्षात येताच योगमायेच्या काळजात चर्र झालं. श्रीपतीही गडबडला.

इतक्यात त्यांच्या खोलीचं दार जोरात ढकललं गेलं. बाहेरच्या वाऱ्याच्या झोतासरशी खोलीतला दिवा मालवला. बाहेरचा अंधार एकदम खोलीत घुसला आणि त्याबरोबरच कादंबिनीही खोलीत आली. बाहेर पाऊस भुरभुरतच होता.

कादंबिनी म्हणाली, 'सईबाई, मीच तुझी ती कादंबिनी. पण मी जिवंत नाहीय.'

योगमायेनं घाबरून किंकाळी फोडली. श्रीपतीचीही बोबडी वळली. कादंबिनी पुढे म्हणाली, 'मी मेले ह्या पलीकडे तुमचा काय अपराध केलाय? मी इथलीही राहिले नाही आणि तिथलीही झाले नाही. सांग बाई, कुठं जाऊ मी?'

त्या पावसाळी रात्री मोठमोठ्यानं ओरडून झोपी गेलेल्या देवाला ती उठवत होती. विचारत होती, 'सांग तरी मी जाऊ कुठं? कुठं जाऊ मी?'

बेशुद्ध पडलेल्या योगमायेला आणि श्रीपतीला तसंच सोडून ती ह्या अफाट जगात तिच्यासाठी जागा शोधण्यासाठी निघून गेली.

कादंबिनी राणीहाटला कशी पोहोचली ते नाही सांगता यायचं. पण पोहोचली एवढं खरं! कुणाच्याही नजरेस पडू नये म्हणून दिवसभर तिनं गावाबाहेरच्या पडक्या देवळाचा आसरा घेतला. संध्याकाळी आभाळ भरून आलं. पाऊस कोसळण्याआधी लोक घाईघाईनं घराकडे परतले. तेव्हा ती लपतछपत आपल्या सासरच्या दाराशी आली. तिच्या काळजात धडकी भरली. तिनं पदरानं तोंड झाकलं. त्यामुळे देवडीवरच्या दरवानानं मोलकरीण समजून तिला हटकलं नाही. पावसानंही जोर धरला होता. वाराही जोरात होता.

कादंबिनी वाड्यात शिरली तेव्हा शारदाशंकरची बायको आपल्या विधवा नणंदेबरोबर पत्ते खेळत होती. दाई स्वयंपाकघरात होती आणि कादंबिनीच्या लाडक्या पुतण्याला झोप लागली होती. तो आजारी होता आणि त्याच्या खोलीत एकटाच होता. नुकताच त्याचा ताप उतरला होता. सर्वांचा डोळा चुकवून कादंबिनी पुतण्याच्या

खोलीत शिरली. ती सासरी परत का आलीय, ते तिचं तिलाच कळत नव्हतं. त्या पोराला तिला डोळे भरून पाहायचं होतं. त्या पुढचा काहीच विचार तिनं केला नव्हता.

दिव्याच्या उजेडात मुठी वळून झोपलेल्या पोराचं तोंड तापानं सुकलं होतं. त्याला पाहताच तिचं मन ममतेनं भरून आलं. त्याला छातीशी धरण्यासाठी ती उतावीळ झाली. 'माझ्याशिवाय ह्याला कोण सांभाळायला आहे बरं! ह्याच्या आईचं लक्ष खेळण्यात, गप्पागोष्टीतच जास्त. ह्याच गोष्टी तिच्या दृष्टीनं महत्त्वाच्या. इतके दिवस माझ्यावरच त्याला सोपवून ती मोकळी झाली होती. कधी त्याची कुठलीही गोष्ट तिनं जबाबदारीनं केली नव्हती. मग आज तरी कशी करेल ती!' असे विचार कादंबिनीच्या मनात पिंगा घालायला लागले.

तेवढ्यात तो कुशीवर वळला आणि अर्धवट झोपेतच पुटपुटला. 'काकी, पाणी.'

'अग बाई! माझा सोन्या काकीला विसरला नाही ना अजून!' असं म्हणत तिनं मोठ्या मायेनं त्याला उचलून घेऊन पाणी पाजलं.

तो झोपेत असल्यानं त्यानं सवयीनुसार तिच्या हातून पाणी प्यायलं. त्याला त्यात काही वेगळं वाटलं नाही. पण कादंबिनीनं त्याचा पापा घेऊन त्याला पुन्हा बिछान्यावर ठेवताच तो जागा झाला. काकीला बिलगत त्यानं विचारलं. 'काकी, तू मेली होतीस का ग?'

'होय रे, बाळा!'

'आता पुन्हा माझ्याकडे परत आलीयस? आता पुन्हा नाही ना मरणार?'

त्याच्या ह्या प्रश्नाचं उत्तर कादंबिनीनं देण्यापूर्वीच दाई साबुदाण्याच्या खिरीची वाटी घेऊन आत आली. कादंबिनीला पाहताच हातातली वाटी टाकून ती एकदम किंचाळली. तिची किंकाळी ऐकताच पत्ते टाकून नणंद-भावजय धावल्या. खोलीत पाऊल टाकताच कादंबिनीची जाऊ दगडी पुतळ्यासारखी जागच्या जागी खिळली. हा सगळा प्रकार पाहून तो मुलगाही घाबरून रडायला लागला आणि रडत रडत म्हणायला लागला, 'काकी, तू जा इथून.'

आताच कुठं, इतक्या दिवसांनी, आपण मेलो नाहीत, हे कादंबिनीला वाटायला लागलं होतं. तेच घर, तीच माणसं, तोच बाळ– सारं काही पूर्वीसारखंच तर होतं. सगळं कसं चालतंबोलतं. कुठंच काही बाधा नव्हती, फरक नव्हता. मैत्रिणीकडे तिला अनुभवानं कळून चुकलं होतं की तिची बालपणीची मैत्रीण केव्हाच मेली होती. होती ती तिची मैत्रीण नव्हती. पण पुतण्याच्या खोलीत येताच तिला जाणवलं की त्याची काकी कधीच मेली नव्हती.

कादंबिनी अगदी अगतिक झाली. काकुळतीनं मोठ्या जावेला म्हणाली, 'दीदी, तुम्ही मला पाहून का भिता? मी आहे तीच आहे. तशीच आहे हो!'

पण दीदी तोपर्यंत बेशुद्ध पडली होती. नणंदेनं आपल्या भावाला बातमी सांगताच शारदाशंकरबाबू स्वत: धावत तिथं आले आणि हात जोडून कादंबिनीला म्हणाले, 'वहिनी, हे शोभतं का तुला? अग, तो पोर एकुलता एक वंशाचा दिवा आहे. त्याला का धरतेस? आम्ही सर्व तुझेच ना? परके का आहोत आम्ही? तू गेल्यापासून पोर किती वाळलाय बघ! सारखं 'काकी' काकी' करत असतो. आजारीच असतो. ह्या जगाचा एकदा निरोप घेतलायस ना? मग आता मायेचा पाश का तोडून टाकत नाहीस? तसं झालं की आम्ही तुझं व्यवस्थित क्रियाकर्म करू.'

आता मात्र कादंबिनीला सर्व असह्य झालं. ती कळवळून म्हणाली, 'मी मेले नाही हो! खरंच नाही. कसं पटवून देऊ? ही पहा, मी जिवंत आहे.' असं म्हणून तिथं पडलेल्या काशाच्या वाटीनं तिनं कपाळावर मारून घेतलं. तिच्या कपाळातून रक्ताची धार लागली.

शारदाशंकरबाबू दगडी पुतळ्यासारखे उभे होते. पोरगा घाबरून वडिलांना हाक मारत होता. आई आणि दाई बेशुद्ध पडल्या होत्या.

'अहो, मी मेले नाहीय. खरंच मेले नाहीय.' असं ओरडत कादंबिनी बाहेर आली. पायऱ्या उतरून ती अंत:पुराच्या पुष्करिणीकडे गेली. शारदाशंकरबाबूंना उडी मारल्याचा आवाज ऐकू आला.

त्या रात्री पाऊस कोसळत होता. सकाळीही तो थांबला नाही. दुपारीही त्याचा जोर कायम होता. कादंबिनीनं जीव देऊन शाबीत केलं की ती मेली नव्हती.

■

(जीबित ओ मृत)

महामाया

महामाया आणि राजीवलोचन– दोघंजण नदीकाठच्या पडक्या मंदिरात भेटले.

महामाया एक शब्दही बोलली नाही. तिनं आपल्या स्वाभाविक गंभीर नजरेनं राजीवकडे पाहिलं. आज त्या नजरेत एक जरबही होती. त्याचा अर्थ होता की आज मला इथं बोलवण्याचं धाडस तुला झालं तरी कसं! आतापर्यंत मी तुझं सगळं ऐकत आलेय. त्यामुळे तुझी धिटाई फारच वाढलीय.

आधीच राजीव महामायेला थोडा भीत होता. त्यातून तिच्या नजरेनं तो पारच गोंधळला– जे बोलायचं ठरवून तो आला होता त्यावर पाणी पडलं. पण ह्या भेटीमागचं काहीतरी कारण दाखवणं भाग होतं. म्हणून घाईघाईनं तो म्हणाला, 'मला वाटतं आपण पळून जाऊन लग्न करावं.'

राजीवला जे सांगायचं होतं ते त्यानं सांगून टाकलं. पण कसं सांगायचं हे मनाशी ठरवून तो आला होता. तसं काही सांगणं त्याला जमलं नाही. त्याचं सांगणं अगदीच नीरस, कोरडं आणि त्याचं त्यालासुद्धा विचित्र वाटलं. त्यामुळे तोही थोडा चाचरलाच. आणखी काही बोलून आपलं म्हणणं व्यवस्थित मांडण्याचं बळ त्याला उरलंच नाही. नदीकाठच्या पडक्या मंदिरात, भरदुपारी, महामायेला बोलावून हा मूर्ख माणूस म्हणाला काय तर– चल आपण पळून जाऊन लग्न करू या.

महामाया चांगल्या घरातली मुलगी होती. अजून तिचं लग्न झालं नव्हतं. वय असेल चोवीस. जसं वय तसंच सौंदर्य. जणू काही शरदाच्या उन्हात तळपणारी शुद्ध सोन्याची पुतळी– त्या उन्हासारखीच तेजस्वी आणि निश्चल. दिवसाच्या प्रकाशासारखीच तिची नजर स्वच्छ आणि निर्भय होती.

महामायेला वडील नव्हते. थोरला भाऊ होता. त्याचं नाव भवानीचरण. भवानीचरण चट्टोपाध्याय. भाऊ आणि बहीण दोघांचाही स्वभाव सारखाच होता. बोलणं कमी पण तेज असं की न बोलताच ते दुपारच्या उन्हाप्रमाणे समोरच्याला

भाजून काढत. भवानीचरणला लोक उगाचच घाबरत.

राजीव परप्रांतातला होता. इथल्या रेशमाच्या वखारीच्या मुख्य साहेबांनी त्याला आपल्याबरोबर आणलं होतं. राजीवचे वडील मुख्य साहेबांच्या हाताखाली होते. ते वारल्यावर त्यांच्या ह्या लहान मुलाच्या पालनपोषणाची जबाबदारी साहेबांनी उचलली होती आणि ते त्याला ह्या बामनहाटीत घेऊन आले होते. ह्या मुलाबरोबर त्याची एक आत्याही आली होती. हे भवानीचरणचे शेजारी होते. महामाया राजीवची बालपणापासूनची मैत्रीण होती. राजीवच्या आत्याचा महामायावर फार जीव होता.

राजीव एकोणीस वर्षांचा झाला तेव्हा आत्यानं त्याच्या लग्नाचा आग्रह धरला. पण राजीव लग्नाला अजिबात तयार झाला नाही. त्याची ही असामान्य बुद्धी आणि विचार पाहून साहेब फार खूष झाले. त्यांना वाटलं की त्यानं त्यांचाच आदर्श स्वत:समोर ठेवला आहे. ते स्वत: अविवाहित होते. मधल्या काळात आत्याचा मृत्यू झाला.

इकडे लग्नाचं वय उलटून गेल्यानं महामायेला अनुरूप, चांगल्या घराण्यातील मुलगा मिळत नव्हता. तिचं वय वाढतच होतं.

वाचकांना हे सांगायला हवं की विवाह जुळवून आणणं ज्याच्या हातात होतं त्यानं ह्या दोघांकडे अजूनपर्यंत लक्ष दिलं नव्हतं. पण प्रीतीचा भार ज्याच्यावर असतो त्यानं मात्र वेळ घालवला नव्हता. वृद्ध प्रजापती डुलकी घेत असताना मदन मात्र पूर्णपणे जागा होता.

मदनाचा प्रभाव वेगवेगळ्या माणसांवर वेगवेगळ्या प्रकारे पडतो. त्याच्या उत्तेजनामुळे राजीव आपल्या मनातलं बोलून दाखवायची संधी शोधत असे तर महामाया त्याला अशी संधी मिळू देत नसे. तिची गंभीर, शांत नजर राजीवच्या व्याकूळ हृदयात भीती निर्माण करत असे.

आज पुन्हा पुन्हा शपथ घालून त्यानं पडक्या मंदिरात तिला भेटण्याची संधी साधली होती. म्हणून त्यानं ठरवलं होतं की आज सर्व काही बोलून टाकायचं. मग मरेपर्यंत सुख तरी मिळेल नाहीतर जीवनभर मरण. आयुष्यातल्या अशा ह्या कसोटीच्या क्षणी राजीव केवळ एवढंच बोलून गेला की आपण लग्न करू या. आणि त्यानंतर उत्तर विसरलेल्या विद्यार्थ्याप्रमाणे गोंधळला, गप्प बसला. राजीव अशा रीतीनं प्रस्ताव मांडेल असं महामायेला वाटलं नव्हतं. म्हणून बराच वेळ तीही काही बोलली नाही.

दुपारच्या वेळी असे काही आवाज येत असतात की ते लक्षातही येत नाहीत. पण सगळीकडे सामसूम झाल्यावर हेच आवाज दुपारच्या औदासीन्यामुळे चटकन् लक्ष वेधून घेतात. वाऱ्यामुळे मंदिराचं मोडकं दार किरकिरत होतं. झरोक्यात बसून पारवा घुमत होता. मंदिराच्या परिसरातील सावरीवर सुतारपक्षी एकाच तालात ठक्

ठक् करत होता. पाचोळ्यातून सरडा सरसरत गेला. अचानक आलेल्या गरम वाऱ्यानं पानं सळसळली आणि नदीचं पाणी घाटाच्या तुटलेल्या पायरीवर आपटून खळाळलं. ह्या उदासीभरल्या आवाजांतच दूरवरून आलेले गुरख्याच्या गाण्याचे सूर मिसळत होते. राजीवला महामायेच्या तोंडाकडे पाहण्याचं धाडस नव्हतं म्हणून भिंतीवर रेलून तो थकलेल्या आणि स्वप्नाळू नजरेनं नदीकडे पाहत होता.

काही वेळानं राजीवनं नजर वळवून अतिशय काकुळतीनं महामायेकडे पाहिलं. महामाया नकारार्थी मान हालवत म्हणाली, 'नाही. ते जमणार नाही.'

तिच्या मानेच्या हालण्याबरोबरच राजीवची आशा धुळीला मिळाली. कारण त्याला माहीत होतं की महामायेची मान तिच्या मर्जीनुसारच हालते. दुसरं कुणीही तिला मान हालवण्यास भाग पाडू शकत नाही. अनेक पिढ्यांच्या रक्तातून वाहत वाहत घराण्याचा अभिमान महामायेपर्यंत येऊन पोहोचला होता. ती राजीवसारख्या अकुलीन ब्राह्मणाशी लग्न करणं शक्यच नव्हतं. प्रेम वेगळं आणि लग्न करणं वेगळं. ते काही असो, महामायेला कळून चुकलं की तिच्या अविचारी वागण्यामुळेच राजीवला असं विचारण्याचं धाडस झालं. लगेच ती जायला निघाली.

तिच्या हालचालीवरून राजीवला तिच्या मनाचा अंदाज आला. तो घाईघाईनं म्हणाला, 'मला उद्याच इथून निघावं लागणार आहे.'

महामायेनं ह्या बातमीचा तिच्यावर काहीच परिणाम झाला नाहीय, असा आव आणायचा प्रयत्न केला पण तिला ते जमलं नाही. उचलेला पाय मागे आला. तिनं विचारलंच, 'का?'

'माझ्या साहेबांची सोनापूरला बदली झालीय. ते मलाही बरोबर घेऊन जाताहेत.'

महामाया पुन्हा बऱ्याच वेळ गप्प बसली. तिनं विचार केला की त्यांच्या दोघांच्या आयुष्यांच्या दिशा वेगळ्या आहेत. एखाद्याला कायमचं नजरबंद करून नाही ठेवता येत. म्हणून ओठातल्या ओठातच ती पुटपुटली, 'अच्छा!' तिचा 'अच्छा' एखाद्या खोल निःश्वासासारखा वाटला.

एवढं बोलून महामाया जाण्यासाठी वळणार एवढ्यात राजीव चमकला. त्याच्या तोंडातून शब्द बाहेर पडला, 'चाट्युज्यमोशाई.'

महामायेनं वळून पाहिलं. भवानीचरण मंदिराकडेच येत होता. तिला कळून चुकलं की ती इथं आल्याचा सुगावा त्याला लागलाय. महामाया अडचणीत येणार ह्याचा अंदाज येताच राजीव मंदिराच्या प्राकाराच्या पडक्या भिंतीवरून उडी मारून पळून जायच्या प्रयत्नात होता. पण महामायेनं त्याचा हात घट्ट धरला आणि त्याला अडवलं. भवानीचरण आत आला. त्यानं फक्त एकदाच थंड नजरेनं त्या दोघांकडे पाहिलं.

महामाया शांतपणे राजीवला म्हणाली, 'राजीव, मी तुझ्याकडे येईन. वाट बघ.'

काही न बोलता भवानीचरण तिथून बाहेर पडला. महामायाही गुपचूप त्याच्या पाठोपाठ निघाली. आणि राजीव? जणू फाशीची शिक्षा ऐकल्याप्रमाणे हतबुद्ध होऊन पाहत राहिला.

त्याच रात्री भवानीचरणनं एक लाल चेलि[१] महामायाला आणून दिली. म्हणाला, 'ही नेसून ये.'

महामाया ती नेसून येताच भवानीचरण म्हणाला, 'माझ्याबरोबर चल.'

भवानीचरणचा हुकूमच नव्हे तर इशाराही कुणी डावलत नसे. महामायाही.

तो तिला घेऊन स्मशानाकडे निघाला. त्यांच्या घरापासून स्मशान काही फार दूर नव्हतं. तिथं गंगायात्री[२]साठींच्या एका खोलीत एक वृद्ध मृत्यूची वाट पाहत पडला होता. त्याच्या जवळ दोघं जाऊन उभे राहिले. त्या खोलीच्या कोपऱ्यात एक भटजी बसला होता. भवानीचरणनं त्याला खूण केली. तो लगेच शुभकार्य पार पाडायला सरसावला. ह्या मृत्युपंथाला लागलेल्या म्हाताऱ्याबरोबर आपलं लग्न होणार आहे हे कळायला महामायेला वेळ लागला नाही. तिनं अजिबात विरोध केला नाही. जवळच जळत असलेल्या दोन चितांच्या उजेडात, जवळ जवळ अंधार असलेल्या खोलीत, मरणकळांच्या आर्त ध्वनीसहित अस्पष्ट मंत्रोच्चारात महामायेचं लग्न लागलं.

लग्नाच्या दुसऱ्याच दिवशी महामाया विधवा झाली. पण ह्या गोष्टीचं महामायेला अजिबात दु:ख झालं नाही. महामायेच्या लग्नाच्या बातमीनं राजीवला जसा धक्का बसला होता तसा ह्या बातमीनं बसला नाही. उलट, त्याला आनंद झाला. पण त्याचा हा आनंद फार काळ टिकला नाही. त्याला कळलं की स्मशानात भयंकर धामधूम सुरू आहे. महामाया सती जाते आहे. ह्या बातमीनं त्याच्या पायांखालची जमीनच सरकली.

सर्वांत प्रथम त्याच्या मनात विचार आला की साहेबांना सर्व हकिकत सांगून त्यांच्या मदतीनं ही भयंकर गोष्ट बळाच्या जोरावर रोखावी. पण लगेच त्याच्या लक्षात आलं की साहेब आजच बदलीच्या गावी गेलेत... राजीवलाही ते बरोबर घेऊन जाणार होते. पण राजीवनं एक महिन्याची रजा घेतल्यानं तो मागे राहिला होता.

महामायेनं त्याला वाट बघायला सांगितलं होतं. तिचं म्हणणं डावलणं शक्यच नव्हतं. सध्या त्यानं महिन्याची रजा घेतली होती. गरज वाटल्यास तो रजा वाढवणार

---

१ चेलि : विशेष प्रसंगी नेसायचं रेशमी महावस्त्र.

२ गंगायात्री : पूर्वी बंगालमध्ये मरणोन्मुख माणसाला गंगेकाठी नेऊन ठेवत. त्यास गंगायात्री म्हणत.

होता आणि अगदीच नाइलाज झाला तर नोकरी सोडून भीक मागायचीही त्याची तयारी होती– काही झालं तरी महामायेची वाट पाहत तो थांबणार होता.

राजीव वेड्यासारखा करायला लागला. तो आत्महत्या किंवा असंच काही करण्याच्या बेतात असताना संध्याकाळच्या सुमाराला अचानक मुसळधार पावसाला सुरुवात झाली. त्याबरोबरच भयंकर वादळ. इतकं जोराचं की राजीवला वाटलं घर कोसळून पडेल आता. निसर्गातही त्याच्या मनातल्यासारखं भीषण थैमान माजल्याचं पाहिल्यावर राजीव थोडा शांत झाला. त्याला वाटलं की निसर्ग त्याच्या बाजूनं विरोध नोंदवतोय. जेवढ्या जोरात विरोध करावा असं त्याला वाटत होतं, पण प्रत्यक्षात तो करू शकत नव्हता, तेवढ्या जोरात निसर्गच जणू विरोध करत होता.

एवढ्यात दाराला कुणीतरी जोरात धक्का दिला. राजीवनं घाईघाईनं दार उघडलं. ओलीचिंब झालेली कुणीतरी घरात शिरली. तिनं आपल्या पदरानं तोंड झाकून घेतलं होतं. राजीवनं तिला लगेच ओळखलं. ती महामाया होती.

त्यानं कुतूहलानं विचारलं, 'तू काय चितेवरून उठून आलीस?'

महामाया म्हणाली, 'हो, मी तुझ्याकडे येईन, असं तुला कबूल केलं होतं. पण राजीव, मी ती पूर्वीची महामाया नव्हे. माझ्यात पूर्ण बदल झालाय. पण मनानं मात्र मी पूर्वीचीच आहे. आताच काय ते सांग. म्हणजे मी पुन्हा चितेवर बसायचं की नाही ते ठरवेन आणि तुला वचन द्यावं लागेल की तू माझा पदर दूर करून माझा चेहरा बघणार नाहीस म्हणून. तरच मी तुझ्यापाशी राहीन.'

मरणाच्या दारातून परत येणंच महत्त्वाचं. त्यापुढे बाकी सगळ्या गोष्टी अगदी तुच्छ. राजीवनं ताबडतोब उत्तर दिलं, 'तुझ्या मनाप्रमाणे राहा. मला सोडून गेलीस तर मी जगू शकणार नाही.'

महामाया म्हणाली, 'तर मग आताच्या आता तुझ्या साहेबांच्या गावी चल.'

घरातलं सर्व तसंच टाकून महामायेला घेऊन राजीव त्या वादळी पावसातूनच निघाला. वादळ एवढं जोराचं होतं की उभं राहता येत नव्हतं. दगड उडत येऊन थेंबाप्रामाणे अंगावर पडत होते. झाडं कोसळण्याची भीती असल्यानं दोघं रस्ता सोडून मोकळ्या माळावरून निघाले. मागून वारा त्यांना ढकलत होता. जणू त्या दोघांना मनुष्यवस्तीपासून दूर करून प्रलयाकडे ओढून नेत होता.

ही गोष्ट खोटीही नाही आणि अशक्य कोटीतलीही नाही. जेव्हा सतीची चाल अस्तित्वात होती तेव्हा अशा गोष्टी मधून मधून कानावर येत.

महामायेचे हातपाय बांधून तिला चितेवर बसवून चिता पेटवण्यात आली.

लाकडांनी पेटही घेतला. तेवढ्यात वादळाला आणि पावसाला सुरुवात झाली. जे अग्निसंस्कार करण्यासाठी जमले होते ते गंगायात्रींच्या खोल्यांत शिरले आणि त्यांनी दारं लावून घेतली. पावसामुळे चिता लगेच विझली. चितेच्या ज्वाळांत

महामायेच्या हातांना बांधलेली दोरी जळली. भाजल्यानं आग होत होती. पण त्याची पर्वा न करता तिनं आपल्या पायांची दोरी सोडली. त्या नंतर अर्धवट जळालेल्या कपड्यांनी आपलं अंग कसंबसं झाकत ती आधी आपल्या घरी आली. घरात कुणीच नव्हतं. सगळे स्मशानात गेले होते. महामायेनं दिवा लावला. कपडे बदलले आणि आरशात पाहिलं. मग डोकं आपटून घेतलं. पण त्यानंतर तिनं कसलासा विचार केला. पदरानं तोंड पूर्ण झाकून घेऊन ती जवळ असलेल्या राजीवच्या घरी गेली. त्यानंतर काय झालं ते वाचकांना माहीत आहेच.

महामाया घरात असूनही राजीव सुखी नव्हता. त्या दोघांत काही फार अंतर नव्हतं. फक्त एका पदराचं तर अंतर. पण तो पदर मरणाप्रमाणेच अविचल आणि मरणापेक्षा यातनामय होता. कारण मरणाच्या चिरविरहाला निराशा बोथट करते पण पदरामुळे आलेल्या विरहात एक आशा जिवंत होती आणि प्रत्येक क्षणी ती छळत होती.

आधीच महामायेचा स्वभाव अबोल, शांत होता. त्यात तोंडावर सतत पदर असल्यानं तो शांतपणा जास्तच त्रासदायक वाटायला लागला. ती जणू एका मृत्यूला स्वत:भोवती वेढून घेऊन राहत होती. हा अढळ मृत्यू राजीवला मिठीत घेऊन हळूहळू उद्ध्वस्त करत होता. राजीवनं पूर्वीच्या महामायेला गमावलं होतं. पण तिच्या बालपणीपासूनच्या सुंदर आठवणीही ह्या पदरामुळे, ती स्वत: जवळ असूनही, दूर राहत होत्या. राजीवला वाटायला लागलं की माणसा-माणसांत स्वभावामुळे अंतर असतंच– त्यातून महामायेसारखी माणसं जन्माला येतानाच कर्णासारखं कवच घेऊन जन्माला येतात. मात्र हिचा पुनर्जन्म झाल्यावर हिला आणखी एक कवच मिळालंय. सतत जवळ असूनही ती इतकी दूर आहे की आपण तिच्यापर्यंत पोहोचू शकत नाही. एका मायापटलाच्या आड राहून अतृप्त तहानलेल्या मनानंच सूक्ष्म पण अटळ रहस्याचा भेद तो करायला पाहत होता.

असा बराच काळ लोटला. ते दोघं एकत्र राहत असूनसुद्धा एकटे होते.

एका पावसाळ्यातील शुक्ल पक्षातील दशमीला ढगांना बाजूला सारून चंद्र डोकावला. झोपी गेलेल्या पृथ्वीच्या डोक्यापाशी चांदणी रात्र निश्चल बसली होती. तिला झोप नव्हती. त्या रात्री राजीवही जागा होता. तो खिडकीत बसला होता. ग्रीष्मानं तापलेल्या रानातून एक वास येत होता. रातकिड्यांची किरकिर शांततेचा भंग करत होती.

काळ्या दिसणाऱ्या झाडांच्या रांगेच्या टोकाला असलेलं तळं शुद्ध रुप्यासारखं चमकत होतं. अशा वेळी माणूस स्वच्छ विचार करू शकतो की नाही कोण जाणे! त्याचं मन मात्र कुठंतरी वाहवत जातं. रानासारखा वास त्यातून येतो. रातकिड्यांसारखी किरकिर ते करतं. राजीवच्या मनात काय आलं कोण जाणे! पण पूर्वीचे सर्व नियम

मोडले गेलेत असं त्याला जाणवलं. आजच्या पावसाळ्यातील रात्रीनं ढगांचा पडदा दूर फेकून दिला होता. आजची रात्र पूर्वीच्या महामायेप्रमाणे सुंदर, नि:स्तब्ध आणि गंभीर वाटत होती. त्याचे प्राण गोळा होऊन महामायेभोवती एकवटले.

स्वप्नात असल्याप्रमाणे तो उठला आणि महामायेच्या खोलीत आला. महामाया शांत झोपली होती.

राजीव तिच्या जवळ जाऊन उभा राहिला. त्यानं हळूच वाकून पाहिलं. महामायेच्या चेहऱ्यावर चांदण पडलं होतं. पण... अरेरे! तो ओळखीचा चेहरा कुठं गेला. चितेच्या निष्ठुर लवलवत्या जिभांनी महामायेच्या डाव्या गालाचं सौंदर्य चाटून आपल्या क्षुधेची खूण तिथं ठेवून दिली होती.

राजीवच्या तोंडून अस्फुट आवाज बाहेर पडला असावा. महामाया दचकून उठली. पाहते तर समोर राजीव. त्याच क्षणी पदर तोंडावर ओढून ती उठून उभी राहिली. राजीवला वज्रपात होणार ह्याची कल्पना आली. तिचे पाय धरत तो म्हणाला, 'मला क्षमा कर.'

महामाया काहीही बोलली नाही. तिनं एकदाही मागे वळून पाहिलं नाही. ती घरातून बाहेर पडली ती पुन्हा कधीही न परतण्यासाठी. ती कुणाला पुन्हा दिसली नाही. त्या क्षमा नसलेल्या कायमच्या निरोपाच्या नि:शब्द क्रोधानलानं राजीवच्या संपूर्ण जीवनावर एक मोठी भाजल्याची खूण मात्र सदासाठी ठेवली.

■

(महामाया

दान प्रतिदान

घरातल्या मोठ्या बाई जे बोलल्या ते मनाला लागणारं होतं आणि त्यामुळे जिच्यावर ह्या धारदार अस्त्राचा प्रयोग केला गेला तिची मानसपुतळी घायाळ होऊन तडफडायला लागली.

मोठ्या बाईंनी त्या दुर्दैवी स्त्रीच्या पतीला आपलं लक्ष्य बनवलं होतं. पण त्या दुर्दैवी स्त्रीचा पती– राधामुकुंद त्याचं नाव– मात्र तिथं जवळच बसला असूनही त्याच्यावर मोठ्या वहिनींच्या बोलण्याचा काही परिणाम झाला नव्हता. रात्रीचं जेवण उरकून पान खात तो गुडगुडी ओढत होता. वहिनींचं बोलणं कानावर पडूनही त्याच्या परिपाठात काही व्यत्यय आल्याचं दिसत नव्हतं. वहिनींच्या टाकून बोलण्यानं तो अजिबात विचलित झाला नव्हता. सवयीनुसार गुडगुडी ओढून तो झोपायला गेला होता.

पण असं वाटेल ते पचवायची शक्ती सगळ्यांकडे असेलच असं आपण म्हणू शकत नाही. रासमणी आज खोलीत येऊन आपल्या पतीशी इतकी विचित्र वागली की तिनं असं धाडस केलंच कसं ह्याचं नवल वाटावं! नेहमी ती शांतपणे खोलीत येऊन पतीचे पाय चेपायची. पण आज ती बांगड्यांचा आवाज करतच आत शिरली आणि राधामुकुंदकडे पाठ करून पलंगाच्या एका टोकाला झोपली. नुसती शांत झोपली नाही तर स्फुंदून स्फुंदून रडायला लागली.

राधामुकुंदनं तिच्याकडे लक्ष दिलं नाही. तोही कूस बदलून निद्रादेवीची आराधना करायला लागला. पण त्याच्या ह्या वागण्यानं रासमणी जास्तच भडकली. अखेर अतिशय हळुवारपणे राधामुकुंद रासमणीची समजूत घालत म्हणाला, 'उद्या मला लवकर उठून महत्त्वाच्या कामाला जायचंय. आता मला झोपायला हवंय. शांत झोप हवीय मला.'

पण त्याच्या बोलण्यामुळे रासमणीचे हुंदके थांबण्याऐवजी आणखीनच वाढले.

राधामुकुंदनं न राहून शेवटी विचारलंच, 'काय झालंय?'

रासमणीनं रडक्या सुरात उलट प्रश्न केला, 'ऐकलं नाहीत?'

'ऐकलं. पण वहिनी जे काही बोलल्या त्यातलं अक्षर-न्-अक्षर खरंच होतं. आपण दादाच्या अन्नावरच जगतोय ना? हे कपडेलत्ते, दागदागिने मी माझ्या वडिलांच्या पैशांनी आणलेत का? जो खायलाप्यायला घालतो तो दोन शब्द बोलला तर मनावर कशाला घ्यायचं!'

'असं खाणंपिणं काय कामाचं!'

'जगण्यासाठी.'

'त्यापेक्षा मरण बरं!'

'हो. पण ते येत नाही तोपर्यंत झोपायचा प्रयत्न कर. बरं वाटेल बघ!' असं म्हणून राधामुकुंद आपला उपदेश उदाहरणानं सिद्ध करण्याच्या प्रयत्नाला लागला.

राधामुकुंद आणि शशिभूषण सख्खे भाऊ नव्हते. खरं सांगायचं तर त्यांच्यात काही नातं नव्हतं. ते एका गावचे होते. पण त्यांचं एकमेकांवर सख्ख्या भावांपेक्षा जास्त प्रेम होतं. मोठ्या बाई व्रजसुंदरींना हे फार खटकायचं. त्यांचे पती शशिभूषण तिच्यात आणि रासमणीत कधी भेदभाव करत नसत. उलट एखाद्या वस्तूची जोडी मिळाली नाही तर ती वस्तू आपल्या धाकट्या भावजयीला देत. एवढंच नाही तर बहुतेक वेळा पत्नीचा सल्ला न मानता ते राधामुकुंदचा सल्ला मानत. शशिभूषण अतिशय अव्यवहारी होते. त्यामुळे घर आणि उद्योगधंदा ह्यांचा सर्व भार राधामुकुंदवरच पडत असे. त्यामुळे व्रजसुंदरीला सतत राधामुकुंदचा संशय यायचा. हा माणूस आतून आपल्या नवऱ्याला फसवतोय असा तिचा समज होता. ह्याला काही पुरावा मिळत नसल्यानं ती राधामुकुंदवर जास्तच चिडत असे. पुरावेही आपल्यावर अन्याय करताहेत आणि प्रतिपक्षाच्या बाजूनं उभं राहाताहेत असं तिला वाटायचं. म्हणून ती पुराव्यांवरही चिडायची. पुरावे नाहीत ह्या गोष्टीकडे दुर्लक्ष करून ती आपल्या संशयावर दुप्पट विश्वास ठेवायची. तिचा हा साठलेला राग मधून मधून ज्वालामुखीतील लाव्हाप्रमाणे कटू शब्दांत बाहेर पडायचा. ज्वालामुखीच्या स्फोटाबरोबर भूकंपाची शक्यता असतेच. ह्या घरालाही तसेच हादरे बसायचे.

त्या रात्री राधामुकुंदच्या झोपेत व्यत्यय आला की नाही कोण जाणे! पण दुसऱ्या दिवशी तो उतरलेल्या तोंडानंच शशिभूषण समोर जाऊन उभा राहिला. शशिभूषणांनी विचारलं, 'राधे, तुझं तोंड असं का रे? बरंबिरं नाही का?' त्यांच्या सुरात काळजी होती.

राधामुकुंद अगदी मवाळ सुरात हळूहळू सांगायला लागला, 'दादा, आता आम्ही इथं न राहिलेलंच बरं!' असं म्हणून त्यानं शशिभूषणांना कालचं वहिनींचं

बोलणं शांतपणे सांगितलं.

शशिभूषण हसले. म्हणाले, 'अरे, हे काय नवीन आहे! किती झालं तरी ती दुसऱ्या घरातून ह्या घरात आलेली. संधी मिळताच काही बोलली म्हणून घरच्या माणसानं घर सोडायचं? मलाही ती वाटेल ते बोलते. म्हणून मी हा संसार सोडून जायचं का? नाही ना?'

राधा म्हणाला, 'बायकांकडे लक्ष देत बसलं तर पुरुष म्हणून जन्माला येण्यात काय अर्थ! पण दादा, मला भीती वाटते ती ही की तुमच्या संसारात ह्यावरून भांडणं व्हायची.'

'अरे, पण तू निघून गेल्यावर ह्या घरात शांती येईल का?'

त्यानंतर आणखी काही बोलणं झालं नाही. राधामुकुंदनं एक सुस्कारा सोडला आणि तो तिथून निघून गेला. मात्र त्याचं मन काही हलकं झालं नाही.

इकडे मोठ्या बाईंचा राग दिवसागणिक वाढतच चालला होता. काही ना काही कारण काढून ती राधामुकुंदला घालून पाडून बोलायची. वारंवार शब्दसंधान करून रासमणीचं हृदय घायाळ करायची. अर्थात राधामुकुंद चूपचाप गुडगुडी ओढायचा आणि रासमणी रडायला लागली की डोळे मिटून घोरायला लागायचा. असं जरी असलं तरी वहिनींचं असं वागणं त्यालाही दिवसेंदिवस असह्य व्हायला लागलं असावं.

पण शशिभूषणांबरोबरचा त्याचा संबंध काही आजकालचा नव्हता. दोघं भाऊ सकाळीच पान्ताभात[१] खाऊन ताडपत्रं घेऊन बरोबर शाळेत जात, दोघं ठरवून मास्तरांना चकवून शाळेतून पळून जात आणि धनगरांच्या पोरांबरोबर खेळत, रात्री एकाच अंथरूणावर पडून अंधुक उजेडात मावशीनं सांगितलेल्या गोष्टी ऐकत, घरातल्यांना चुकवून रात्री कुठंतरी जात्रा[२] ऐकायला जात आणि सकाळी पकडले गेल्यावर दोघंही शिक्षा भोगत– तेव्हा व्रजसुंदरी आणि रासमणी कुठं होत्या! आयुष्यातनं ह्या दिवसांना एका दिवसात तोडून टाकून निघून जाता येईल! पण हा संबंध स्वार्थापुरता आहे, हे गाढ प्रेम म्हणजे अन्नासाठी केलेली चलाखी आहे, असा संशय किंवा त्याचा भास म्हणजे राधामुकुंदच्या दृष्टीनं विषापेक्षा भयंकर होतं. हे असंच होत राहिलं तर पुढं काय होईल हे सांगणं कठीण होतं. तेवढ्यात एक फार मोठा प्रसंग घडला.

ज्या काळातील ही गोष्ट त्या काळात एका निर्धारित दिवसाच्या सूर्यास्तापर्यंत

---

१ पान्ताभात – रात्रभर पाण्यात भिजवून ठेवलेला शिळा भात. हा न्याहरीला खात.
२ जात्रा – उघड्यावर, नेपथ्याशिवाय सादर होणारी संगीतिका.

सरकारचा सारा भरला नाही तर जमीनदाराची सर्व संपत्ती लिलावात निघायची.

एके दिवशी बातमी आली की शशिभूषणांचा एकमेव जमीनदारी परगणा– एनातूशाही– सारा न भरल्यामुळे लिलावात विकला गेला.

राधामुकुंद त्याच्या नेहमीच्या शांत स्वरात म्हणाला, 'माझंच चुकलं.'

शशिभूषण म्हणाले, 'तुझं काय चुकलं? तू तर सारा पाठवला होतास. वाटेत दरोडेखोरांनी सर्व लुटलं. त्याला तू काय करणार!'

चुकलं कुणाचं हे ठरवत बसून वेळ घालवण्यात अर्थ नव्हता. संसार चालवायचा होता. शशिभूषण पुढे होऊन काही करतील असा त्यांचा स्वभावही नव्हता आणि तसं त्यांचं शिक्षणही नव्हतं. ते जणू क्षणात घाटाच्या निसरड्या पायरीवरून घसरून खोल पाण्यात पडले.

प्रथम त्यांनी पत्नीचे दागिने गहाण टाकायचं ठरवलं. पण राधामुकुंदनं एक पैशानं भरलेली थैली त्यांच्या पुढे ठेवून त्यांना ह्या गोष्टीपासून परावृत्त केलं. त्यानं आधीच रासमणीचे दागिने गहाण ठेवून पैसे गोळा केले होते.

आता त्या घरात एकच महत्त्वाचा बदल झाला. मोठ्या बाई चांगल्या दिवसांत ज्याला घरातून घालवायला निघाल्या होत्या त्यालाच आता अगतिकपणे धरून बसल्या होत्या. अशा वेळी दोन भावांपैकी कुणावर जास्त अवलंबून राहणं फायद्याचं आहे हे समजायला त्यांना वेळ लागला नाही. राधामुकुंदवरच्या रागाचं आता नामोनिशाण राहिलं नव्हतं.

राधामुकुंदनं आधीपासूनच स्वतंत्रपणे कामधंदा करण्याची तयारी केली होतीच. जवळच्याच एका शहरात त्यानं मुखत्यारी सुरू केली. त्या काळी मुखत्यारीत आतापेक्षा जास्त पैसा मिळत असे. हुशार आणि दक्ष असलेल्या राधामुकुंदचा जम बसायला अजिबात वेळ लागला नाही. हळूहळू त्या जिल्ह्यातील बहुतेक सर्वच बड्या जमीनदारांचं काम त्याच्याकडेच आलं.

आता रासमणीची स्थिती पूर्वीच्यापेक्षा अगदी उलट होती. शशिभूषण आणि व्रजसुंदरी सध्या तिच्या पतीच्या अन्नावर जगत होते. त्याबद्दल तिनं कधी स्पष्टपणे शेखी मिरवली की नाही ते माहीत नाही. मात्र फक्त एकदाच कोणत्यातरी गोष्टीबद्दल मोठ्या दिमाखात मोठ्या बाईंना विरोध केला. फक्त एकदाच. लगेचच ती पूर्वीपेक्षा जास्त नम्रतेनं वागायला लागली. कारण ही गोष्ट राधामुकुंदच्या कानावर जाताच त्यानं त्याच रात्री काय केलं कोण जाणे! पण रासमणीचं तोंड बंद झालं. ती व्रजसुंदरीच्या दासीसारखी वागायला लागली. असं ऐकिवात आलंय की राधामुकुंदनं त्याच रात्री तिला माहेरी पाठवून दिलं आणि आठवडाभर तिचं तोंडसुद्धा पाह्यलं नाही. शेवटी व्रजसुंदरीच मध्ये पडली. दिराला तिनं समजावलं, 'अरे बाबा, ती

परवा-परवा आलीय ह्या घरात. आपलं नातं किती जुनं आणि किती प्रेमाचं आहे ते तिला कसं कळणार! लहान आहे ती. माफ कर तिला.' अखेर व्रजसुंदरीमुळेच पती-पत्नीतलं भांडण मिटलं.

राधामुकुंद सर्व पैसा व्रजसुंदरीच्या हातात द्यायचा. रासमणीला हातखर्चासाठी लागणारा पैसा रीतीप्रमाणे मिळायचा किंवा व्रजसुंदरीकडून मागून घ्यावा लागायचा. आता मोठ्या बाईंची स्थिती पूर्वीपेक्षा चांगलीच होती. कारण पूर्वी शशिभूषण वेगवेगळ्या कारणानं आणि कधी कधी लहान भावजय म्हणून व्रजसुंदरीला डावलून रासमणीलाच अधिक देत असत.

शशिभूषणांच्या चेहेऱ्यावर नेहमीप्रमाणे प्रसन्न हास्य असलं तरी आजारामुळे आतल्या आत त्यांचं शरीर खंगत चाललं होतं. दुसऱ्या कुणाच्याही हे लक्षात आलं नाही. मात्र दादाच्या चेहेऱ्याकडे पाहताच राधामुकुंदची झोप उडाली. अनेक वेळा रात्री रासमणीला जाग आली की दिसायचं राधामुकुंद उसासे सोडत ह्या कुशीवरून त्या कुशीवर नुसता तळमळतोय.

राधामुकुंद वरचेवर शशिभूषणना सांगायचा, 'दादा, कसलीही काळजी करू नकोस. तुझी वडलोपार्जित मालमत्ता मी परत मिळवीनच. अगदी लवकरच,'

खरं तर फार दिवस लागलेही नाहीत. शशिभूषणांची मालमत्ता ज्यानं घेतली होती तो व्यापारी होता. जमीनदारीच्या व्यवहारात अगदी नवखा होता. प्रतिष्ठेसाठी त्यानं ती मालमत्ता खरेदी केली होती. पण सारा भरताना त्याच्या खिशातूनच पैसा जात होता. त्या मालमत्तेतून त्याला एका पैशाचाही फायदा मिळत नव्हता. राधामुकुंद वर्षातून एक दोनदा दंडुकेधारी लोक घेऊन त्या व्यापाऱ्याला लुटायचा आणि सारा गोळा करून आणायचा. जमीनदारीतील रयतेलाही खालच्या जातीचा नवीन मालक पसंत नव्हताच. ती रयत राधामुकुंदच्या आज्ञेत होती. त्याच्या सांगण्याप्रमाणेच सर्व वागायचे आणि नवीन मालकाला त्रास द्यायचे.

अखेर तो व्यापारी वैतागला. कोर्टकचेरीचाही काही फायदा होईना. तेव्हा त्यानं अगदी कमी किमतीत ती सर्व मालमत्ता राधामुकुंदलाच विकून टाकली.

मालमत्ता परत मिळवायला फार दिवस लागले नाहीत असं जरी वाटलं तरी बघता बघता दहा वर्ष उलटली होती. दहा वर्षांपूर्वी शशिभूषण प्रौढतेच्या आरंभकालात होते. पण ह्या दहा वर्षांत मनात कोंडून राहिलेल्या अस्वस्थतेच्या वाफेवर चालणाऱ्या वाहनावर स्वार होऊन अतिशय वेगानं वृद्धत्वाच्या मध्यावर येऊन पोहोचले होतो. त्यांची वडलोपार्जित मालमत्ता परत मिळाली तेव्हा का कोण जाणे पण ते फारसे खूष झाले नाहीत. फार दिवस वापरात न ठेवल्यामुळे हृदयवीणा जणू खिळखिळी झाली होती. पुन्हा पुन्हा तिच्या तारा ताणल्या तरी त्या सैल पडत होत्या. त्यातून आता पहिल्यासारखे सूर निघत नव्हते.

गावातल्या लोकांना मात्र खूप आनंद झाला. गावजेवण घालावं म्हणून ते शशिभूषणांच्या मागे लागले. शशिभूषणनी राधामुकुंदला विचारलं, 'काय करायचं, बाबा?'

राधामुकुंद म्हणाला, 'करायलाच हवं. आनंदाचा दिवस साजरा करायलाच हवा.'

असं जेवण गावात बऱ्याच दिवसांत झालं नव्हतंच. गावातील आबाल-वृद्ध जेवून गेले. ब्राह्मणांना दक्षिणा मिळाली. गरिबांना पैसे आणि कपडे वाटण्यात आले. सगळे तोंड भरून आशीर्वाद देऊन गेले.

थंडीची सुरुवात होती. गावाचं हवामान बरं नव्हतं. त्यातून तीन-चार दिवस शशिभूषणांना बरेच श्रम पडले. त्यांचं खाणंपिणंही अनियमित झालं. आधीच शरीर दुबळं झालं होतं. त्याला हे सगळं सोसणं शक्यच नव्हतं. त्यांनी अंथरूणच धरलं. तब्येतीच्या बऱ्याच तक्रारी होत्याच. त्यातच कंप सुटून ताप भरला. वैद्य मान हालवत म्हणाले, 'आजार फारच बळावलाय.'

दोन प्रहर रात्र उलटल्यावर राधामुकुंदनं सर्वांना शशिभूषणच्या खोलीतून बाहेर जायला सांगितलं. मग शशिभूषणांना विचारलं, 'दादा, तुझ्या मागे पैसाआडका कुणाला किती द्यायचा, कुणाला आणखी काय द्यायचं ते सांग.'

शशिभूषण म्हणाले, 'अरे, माझं आहेच काय द्यायला?'

'सगळं तर तुझं आहे, दादा!''

'एके काळी होतं. आता नाही.'

राधामुकुंद बराच वेळ काही बोलला नाही. बसल्या बसल्या अथंरुणावरची चादर हातांनी सरळ करायला लागला. शशिभूषणांना श्वास घेणंही आता कठीण झालं.

तेव्हा राधामुकुंदनं शशिभूषणांचे पाय धरले. म्हणाला, 'दादा, मी फार मोठं पाप केलंय. आताच सांगू दे मला. नाहीतर उशीर होईल.'

शशिभूषण काहीच बोलले नाहीत.

राधामुकुंद बोलतच राहिला. नेहमीप्रमाणेच शांतपणे, हळूहळू. फक्त मधून मधून तो निःश्वास सोडत होता. 'दादा, मला सगळं नीट नाही सांगता येणार. माझ्या मनातलं एक त्या देवाला माहीत आणि ह्या जगात तुला. दुसऱ्या कुणाला नाही समजायचं. लहानपणापासून मनानं आपण एकच होतो. फक्त शरीरं दोन. नाही म्हणायला आपल्या दोघांत एक फरक होता– तू श्रीमंत होतास तर मी गरीब. जेव्हा ह्या लहानशा फरकामुळे तुझ्या-माझ्यात वितुष्ट येतंय असं दिसलं तेव्हा मीच हा फरक मिटवून टाकला. मी सारा लुटला आणि तुझी जमीनदारी लिलावात काढली.'

शशिभूषणांच्या चेहेऱ्यावर एवढंसुद्धा आश्चर्य नव्हतं. उलट हळूच हसून ते कसंबसं म्हणाले, 'बाबा, चांगलं केलंस. पण ज्या हेतूनं केलंस तो पूर्ण झाला का? तुझ्याजवळ काही राहिलं? हरी! हरी!!' त्यांच्या चेहेऱ्यावर प्रसन्न हास्य होतं आणि डोळ्यात दोन अश्रुबिंदू.

राधामुकुंद त्यांच्या पायावर डोकं टेकवून विचारायला लागला, 'दादा, मला क्षमा केलीस ना?'

शशिभूषणांनी त्याला जवळ बोलावलं आणि त्याचे हात आपल्या हातात घेत ते म्हणाले, 'बाबा, अरे, ही गोष्ट मला केव्हाच कळली होती. तू ज्यांना बरोबर घेऊन हा लूटमारीचा कट केलास ना, त्यांनीच मला हे सगळं सांगितलं होतं. मी तेव्हाच तुला क्षमा केली.'

राधामुकुंदनं शरमून तोंड झाकून घेतलं आणि रडायला लागला.

बऱ्याच वेळानं म्हणाला, 'दादा, क्षमा केलीयस ना? मग तुझी संपत्ती तू घे. रागानं नाकारू नकोस.'

पण शशिभूषण काही बोलू शकले नाहीत. त्यांची वाचा गेली होती. राधामुकुंदकडे अनिमिष दृष्टीनं पाहात त्यांनी उजवा हात उचलला. त्याचा अर्थ काय होता सांगता येत नाही. कदाचित राधामुकुंदलाच कळला असेल.

■

(दान प्रतिदान)

समाप्ती

अपूर्वकृष्ण बी.ए. होऊन कोलकात्याहून आपल्या गावी परत येत होता.

गावची नदी अगदी लहान होती. पावसाळ्यानंतर ती जवळजवळ कोरडीच पडायची. पण आता श्रावण संपत आला असल्यानं तुडुंब भरून वाहत होती. गावाची वेस आणि कळकीचं बेट ह्यांचं चुंबन घेऊन जणू ती पुढे निघाली होती.

बरेच दिवस सतत पाऊस पडत होता. आज मात्र आकाश निरभ्र होऊन ऊन पडलं होतं.

नावेतून येणाऱ्या अपूर्वकृष्णच्या मनात उमटलेलं चित्र कुणी पाहतं तर त्याला नव्या वर्षेनं काठोकाठ भरून वाहणारी अपूर्वची मानसनदी उन्हात चमकताना आणि वाऱ्यानं सळसळताना दिसली असती.

नाव व्यवस्थित घाटाला लागली. नदीकाठावरून अपूर्वच्या घराची पक्की गच्ची झाडांतून दिसत असे. आपण येणार असल्याचं त्यानं घरी कळवलं नसल्यानं घाटावर त्याला न्यायला कुणी आलं नव्हतं. नावाडी त्याची बॅग उचलायला लागताच अपूर्वनं त्याला अडवलं आणि स्वतःच बॅग उचलून घेऊन अतिशय उत्साहानंच घाईघाईनं तो नावेतून उतरला.

पण नदीकाठची जमीन चिखलामुळे निसरडी झाली होती. त्यामुळे अपूर्व बॅगेसकट चिखलात पडला. तो पडताक्षणीच कुठूनतरी गोड आवाजातलं हसणं त्याच्या कानावर पडलं. त्या हसण्याच्या आवाजानं जवळच्या पिंपळावरचे पक्षी दचकून इकडे तिकडे पाहायला लागले.

अपूर्व ओशाळला. तो घाईघाईनं उठला. स्वतःला सावरून त्यानं इकडे तिकडे पाहिलं. महाजनांच्या होडीतून विटा उतरवून कुणीतरी काठावर रचून ठेवल्या होत्या. त्यावर एक मुलगी मजेत बसली होती. अपूर्वला चिखलात पडलेलं पाहून हसून हसून तिची मुरकुंडी वळली होती.

अपूर्वनं तिला ओळखलं. त्यांच्या नव्या शेजाऱ्यांची मुलगी- मृण्मयी होती ती. दूरवरच्या एका मोठ्या नदीकाठी त्यांचं घर होतं. पुरात घर गेल्यानं दोन-तीन वर्षांपूर्वीच ते ह्या गावात राहायला आले होते.

ह्या मुलीची हूड म्हणून सर्वत्र कीर्ती होती. गावातील पुरुष तिला प्रेमानं 'पगली' म्हणत. पण गावातल्या बायका तिच्या खोडकर स्वभावामुळे तिच्याकडे नेहमी संशयानं पाहात. त्यांना तिची भीतीही वाटत असे. आपल्या बरोबरच्या मुलींकडे ती ढुंकूनही पाहत नसे. गावातल्या मुलांबरोबरच ती खेळत असे. लहान मुलांच्यातही ही 'बर्गी'* होती म्हणा ना!

वडिलांच्या लाडामुळे ती फारच द्वाड झाली होती. ह्या गोष्टीची तक्रार तिची आई आपल्या ओळखीच्या लोकांजवळ नेहमीच करत असे. वडिलांचा तिच्यावर अतिशय जीव होता. तिच्या डोळ्यांत पाणी दिसलं तर ते कासावीस होत. ह्यासाठीच घरापासून दूर राहणाऱ्या नवऱ्याला वाईट वाटू नये म्हणून मृण्मयीची आईही तिला कधी रडवत नसे.

मृण्मयी सावळी होती. तिचे कुरळे केस पाठीवर रुळत. तिच्या वागण्यात लहान मुलाची निरागसता होती. लाजणं-मुरडणं तिला ठाऊक नव्हतं. तिच्या काळ्या टपोऱ्या डोळ्यात लाज किंवा भीती नावालासुद्धा नव्हती. ती बऱ्यापैकी उंच, निरोगी होती. बांधा सुदृढ, दणकट. पण तिच्या वयाचा विचार कधीच कुणाच्याही मनात येतं नसे. आणि जर कधी काळी आलाच तर एवढ्या मोठ्या मुलीचं अजून लग्न कसं केलं नाही असं म्हणून लोक तिच्या आईवडिलांनाच नावं ठेवत.

गावच्या घाटाला एखाद्या अनोळखी जमीनदाराचं जहाज लागलं तर गावातील लोकांची धावपळ व्हायची. घाटावरच्या स्त्रियांच्या मुखरंगभूमीवर नासाग्रापर्यंत यवनिका पतन होत असे. पण मृण्मयी एखाद्या नागड्याउघड्या पोराला कडेवर घेऊन आपले कुरळे, भुरभुरणारे केस उडवत घाटावर हजर व्हायची. जिथं व्याध नाही, संकट नाही अशा प्रदेशातील हरिणीच्या शावकासारखी निर्भय होऊन ती कुतूहलानं सर्व निरखायची. नंतर आपल्या सवंगड्यांना जे पाहिले ते खुलवून सांगायची.

आपला अपूर्व ह्या आधी सुटीत गावी आला असताना त्यानं ह्या निडर मुलीला दोन-चार वेळा पाहिलं होतं आणि वेळी अवेळी हिचा विचार त्याच्या मनात डोकावून गेला होता. जगात आपण इतके चेहेरे पाहतो पण एखादा चेहरा कारण नसताना मनात ठसून जातो. नुसत्या देखणेपणामुळेच असा चेहरा लक्षात राहतो असं नव्हे. त्यात आणखी काही विशेष असतं. बहुधा हे वैशिष्ट्य म्हणजे निर्मळता असते.

---

* बर्गी : पूर्वी चौथाई वसूल करण्यासाठी मराठे शिपाई बंगालमध्ये घुसत व लूटमार करत. त्यांना बंगाली 'बर्गी' म्हणत. त्यावरून बर्गी म्हणजे बंडखोर, गुंड.

बहुतेक चेहेरे आपल्यातील मनुष्यप्रकृतीला यथार्थपणे व्यक्त करू शकत नाहीत. त्यांच्यात ती पारदर्शकता नसते. पण जो चेहेरा आपल्या अंतरातल्या गुहेत वास करणाऱ्या रहस्यमय माणसाला सहजपणे बाहेर आणून दाखवू शकतो तो हजारात उठून दिसतो आणि क्षणभरात समोरच्या मनावर ठसा उमटवून जातो. ह्या मुलीच्या चेहेऱ्यावर आणि डोळ्यांत एक चंचल, स्वच्छंद स्त्री-स्वभाव, बेछूट, अचपळ अरण्यमृगाप्रमाणे सतत दिसत असे, खेळत असे. त्यामुळेच हा चैतन्यानं मुसमुसणारा चेहेरा एकदा पाहिला की विसरणं शक्य होत नसे.

वाचकांना हे सांगायलाच हवं की मृण्मयीचं खट्याळपणे हसणं कितीही गोड असलं तरी बिचाऱ्या अपूर्वला ते बोचलंच. त्यानं ताबडतोब आपली बॅग नावाड्याकडे दिली आणि लाजेनं लाल झालेल्या तोंडानं तो घराकडे वळला.

सर्वच गोष्टी छान जमून आल्या होत्या. नदीचा तीर, झाडाची सावली, पाखरांचं गाणं, सकाळचं ऊन, वीस वर्षांचं वय, अर्थात विटा काही शोभिवंत नव्हत्या. पण त्यावर बसलेल्या व्यक्तीनं त्या विशोभित आसनाला काही औरच शोभा आणली होती. अरेरे, अशा सुंदर दृश्यात पहिल्या पावलालाच काव्याचं रूपांतर फार्समध्ये व्हावं ह्याला नियतीच्या थट्टेपेक्षा दुसरं काय म्हणायचं बरं!

त्या विटांच्या आसनावरून येणारं हसू ऐकत, चिखलानं भरलेले कपडे कसेबसे आवरत, चिखलानं बरबटलेली बॅग घेऊन, झाडांच्या सावलीतून अपूर्व घरी येऊन पोहोचला.

मुलाला असं अचानक आलेलं पाहून विधवा आईच्या आनंदाला पारावार राहिला नाही. तिनं ताबडतोब दूध, दही, रुई मासा आणायला माणसं पाठवली. शेजाऱ्यांचीही गडबड उडाली.

जेवणखाण उरकल्यानंतर अपूर्वच्या आईनं त्याच्या लग्नाची गोष्ट काढली. अपूर्व लग्नाला तयार होता. तो त्यासाठीच आला होता. कारण मुली आधीपासूनच सांगून आल्या होत्या. पण मुलगा आधुनिक जमान्यातला. बी.ए. झाल्याशिवाय लग्न करायचं नाही, असा त्याचा हट्ट होता. आई ह्याच दिवसाची वाट पाहत बसली होती. तेव्हा आता कोणतीच सबब सांगण्यात अर्थ नव्हता. अपूर्व म्हणाला, 'आधी मुलगी तर पाहू दे. मग नक्की ठरवू.'

आई म्हणाली, 'मुलगी पाहिलीय. त्याची काळजी करण्याचं तुला कारण नाही.'

पण अपूर्वला स्वतः मुलगी पाह्यची होती. तो म्हणाला, 'मुलगी स्वतः पाहिल्याशिवाय मी लग्न करणार नाही.'

अशी मुलखावेगळी गोष्ट त्याच्या आईनं कधी ऐकली नव्हती. तरी तिनं होकार दिला.

दिवा मालवून अपूर्व बिछान्यावर आडवा झाला. पावसाचा आवाज सोडला तर सर्व कसं शांत होतं. ह्या नि:स्तब्धतेतही लांबून एक हसण्याचा गोड आवाज त्याच्या कानात घुमत होता. त्यामुळे त्याला एकटेपणा जाणवत होता. झोप येत नव्हती. सकाळी पाय निसटून जी फजिती झाली होती, ती कसंही करून निस्तरणं भाग होतं. त्या मुलीला काय माहीत की अपूर्वकृष्ण बरेच वर्ष कोलकात्याला राहिलाय, त्यानं उच्च शिक्षण घेतलंय. चुकून पाय घसरून चिखलात पडला म्हणून काय झालं! टिंगल करण्यासारखा काही तो गावंढळ मुलगा नाही!

दुसऱ्याच दिवशी अपूर्वला मुलगी पाहायला जायचं होतं. मुलीचं घर जवळच त्यांच्या वाडीतच होतं. मुलगी पाहायला जाताना अपूर्वनं विशेष थाटमाट केला होता. धोतर आणि चादर[१] तर होतीच, शिवाय रेशमी चपकन झब्बा[२], डोक्यावर गोल पगडी, पॉलिश केलेले चकचकीत बूट आणि हातात रेशमी कापडाची छत्री असा जामानिमा करून तो सकाळीच निघाला.

भावी सासुरवाडीत त्यानं पाऊल टाकताच त्याच्या स्वागताची धांदल उडाली. अखेर धडधडत्या छातीनं मुलगी येऊन मुलाच्या समोर गुडघ्यात मान घालून बसली. घरच्या बायकांनी मुलीला झाडून झटकून रोगण माखलं होतं, तिच्या खोप्याला एक जरीची फीत बांधली होती आणि एका तलम कपड्यात तिला जणू गुंडाळून टाकलं होतं. तिला धीर यावा म्हणून एक दासी तिच्या मागे उभी होती. त्या मुलीचा एक धाकटा भाऊ, आपल्या घरात घुसलेल्या ह्या अनोळखी माणसाची पगडी, घड्याळाची साखळी आणि नुकतीच फुटलेली मिशी निरखून पाहत होता. अपूर्वनं काही वेळ मिशीवर ताव दिला आणि मग विचारलं, 'काय शिकता?' कपडे आणि दागिने ह्यांनी झाकून टाकलेल्या त्या लाजऱ्या शिळेकडून काहीच उत्तर आलं नाही. दोन-तीन वेळा प्रश्न विचारल्यावर आणि मागे उभ्या असलेल्या दासीनं पाठीवर थापट्या मारून बोलण्यासाठी इशारा केल्यावर एका दमात उत्तर आलं, 'चारुपाठाचा दुसरा भाग, व्याकरणसाराचा पहिला भाग, भूगोलविवरण, पाटी गणित, भारतवर्षाचा इतिहास.' –एवढ्यात बाहेर धपधप आवाज झाला आणि दुसऱ्याच क्षणी पाठीवरचे केस उडवत, धापा टाकत मृण्मयी आत आली. अपूर्वकडे तिनं पाहिलंसुद्धा नाही. मुलीच्या धाकट्या भावाचा– राखालचा हात धरून ती त्याला ओढायला लागली. राखाल तेव्हा घरी आलेल्या नव्या माणसाचं निरीक्षण करण्यात दंग होता. तो उठायला अजिबात तयार होईना. दासीनं शक्य तितक्या गोड आवाजात मृण्मयीला तंबी दिली. अपूर्वकृष्ण शक्य तितका गंभीरपणे डोक्यावरच्या पगडीसह मान ताठ

---

१. चादर : अंगावर पांघरावयाचे लांब-रुंद वस्त्र.

२. चपकन झब्बा किंवा चपकन : एक प्रकारचा अंगरखा.

करून रुबाबात बसला होता आणि छातीवरच्या घड्याळाच्या साखळीशी खेळत होता. शेवटी आपल्या सवंगड्याला आपल्याबरोबर नेता येत नाही असं दिसताच मृण्मयीनं त्याच्या पाठीत एक जोराचा दणका घातला. जाता जाता मुलीचा घुंगट सारून ती पळाली. दासी जोरात ओरडली. बहिणीच्या डोक्यावरचा पदर एकदम ओढला गेल्याचं पाहताच राखालला खदखदून हसू आलं. स्वतःच्या पाठीवर बसलेल्या दणक्याचं त्याला काहीच वाटलं नाही कारण अशी देवाण-घेवाण त्यांच्यात नेहमीच चालायची. पूर्वीसुद्धा एकदा राखालनं मृण्मयीच्या पाठीवर रुळणाऱ्या केसावर मागून येऊन हळूच कात्री चालवली होती. तेव्हा मृण्मयी भयंकर चिडली होती आणि राखालच्या हातातून कात्री घेऊन तिनं आपले केस कचाकच कापून टाकले होते. तिचे ते कापलेले कुरळे केस काळ्या द्राक्षांच्या घडासारखे दिसत होते. त्या दोघांत एकमेकांना जिरवायची चढाओढ नेहमीच चालायची.

त्यानंतर ती मुकाट्यानं चाललेली वधूपरीक्षा लवकरच संपली. मुटकुळं करून बसलेली मुलगी पुन्हा ताठ उभी राहिली आणि दासीबरोबर आत निघून गेली. अपूर्व देखील मिशांवर हात फिरवत गंभीरपणाचा आव आणत उठला. दारापाशी जाऊन पाहतो तर त्याचे पॉलिश केलेले नवे बूट जागेवर नव्हते. बरीच शोधाशोध करूनही ते सापडले नाहीत.

घरातील सर्व भयंकर चिडले आणि चोराला शिव्याशाप द्यायला लागले. अखेर नाइलाजानं घरातल्या वडीलमाणसाचे जुने जोडे घालून अपूर्व निघाला. ते जोडे त्याला सैल होत असल्यानं धोतर, चादर, चपकन सांभाळत गावातल्या चिखलातून सावधपणे चालणं त्याला भाग होतं.

तळ्याच्या जवळून जाणाऱ्या निर्जन रस्त्यावर पुन्हा त्याला तो उंच टिपेतील हसण्याचा स्वर ऐकू आला. जणू काही झाडाझुडुपांआडून थट्टेखोर वनदेवीला अपूर्वच्या त्या विचित्र जोड्यांकडे पाहून हसू आवरत नव्हतं. अपूर्वनं ओशाळून इकडे तिकडे पाह्यलं. तेवढ्यात झाडीतून बेडर चोर बाहेर आला आणि त्याच्यापुढे त्याचे नवे जोडे ठेवून पळून जायला लागला. अपूर्वनं पटकन पुढे होऊन त्या चोराला दोन्ही हातांनी पकडलं.

मृण्मयीनं हिसकाहिसक करून त्याच्या हातातून सुटण्याचा प्रयत्न केला. पण तिला ते जमलं नाही. झाडांच्या फांद्यातून आलेलं ऊन तिच्या कुरळ्या केसांनी वेढलेल्या गोल, हसऱ्या, खट्याळ चेहेऱ्यावर पडलं होतं. सूर्याच्या किरणात चमकणाऱ्या निर्मळ, चंचल नदीचा ठाव घेण्यासाठी जसा एखादा कुतूहलानं रोखून पाहतो, तसंच अपूर्वनं तिच्या वर उचलल्या गेलेल्या चेहेऱ्याकडे आणि विजेसारख्या तळपणाऱ्या डोळ्यांत डोकावून पाहिलं आणि आपल्या मनातला हेतू पूर्ण होण्याआधीच हाताची पकड सैल करून तिला सोडून दिलं. त्यानं रागाच्या भरात तिला दोन फटके

मारले असते तरी तिला आश्चर्य वाटलं नसतं. मात्र ह्या निर्जन रस्त्यावर त्यानं न बोलता दिलेल्या ह्या शिक्षेचा तिला उलगडा झाला नाही.

सतत नृत्यात मग्न असलेल्या निसर्गदेवतेच्या नूपुरांच्या किणकिणाटासारख्या चंचल हास्यानं सगळं आकाश व्यापलं. अपूर्व विचारात बुडल्यामुळे अगदी धीम्या पावलांनी घरी परतला.

त्या दिवशी काही ना काही सबबी सांगून अपूर्वनं आईला अंत:पुरात जाऊन भेटायचं टाळलं. त्याला कुणीतरी जेवायला बोलावलं होतं. तो तेथूनच जेवून आला. अपूर्वसारखा एक सुशिक्षित, गंभीर आणि भावनाशील माणूस एका सामान्य, अशिक्षित मुलीला आपल्या आंतरिक महानतेचा परिचय करून देण्यासाठी एवढा अधीर का झाला होता हे कळणं खरोखरच कठीण होतं. तिच्यासमोर गेलेली प्रतिष्ठा पुन्हा प्रस्थापित करण्यासाठी तो आतुर नव्हता का झाला? खेड्यातल्या त्या अवखळ मुलीनं त्याला एक सामान्य माणूस समजलं तर बिघडलं कुठं? एक क्षणभर त्याला हसून लगेच त्याला दुर्लक्षून ती राखालसारख्या लहान, निष्पाप मुलाबरोबर खेळायला पाहत असेल तर त्यात अपूर्वचं काय नुकसान होणार होतं? तो 'विश्वदीप' नावाच्या मासिकातून पुस्तक-परीक्षण करतो, त्याच्या ट्रंकेत इसेन्स, बूट, रुबीचा कॅम्फर, रंगीत नोटपेपर, 'हार्मोनियम-शिक्षण' ह्या सगळ्याबरोबरच एक सबंध पुस्तक, रात्रीतून उदय पावणाऱ्या उषेप्रमाणे, प्रकाशनाची वाट बघतेय हे तिला दाखवून देण्याची गरजच काय होती? पण माणसाचं मन कळणं फारच अवघड! आणि ह्या अवखळ खेडवळ मुलीपुढे श्री. अपूर्वकृष्ण राय, बी.ए. ह्यांना आपला पराभव मान्य करणं शक्य नव्हतं.

संध्याकाळी तो घरी परत येताच आईनं त्याला विचारलं, 'काय रे अपू, मुलगी कशी वाटली? पसंत आहे का?'

अपूर्व जरा वरमून म्हणाला, 'मुली पाहिल्या, आई. त्यातली एक पसंत आहे.'

आईनं आश्चर्यानं विचारलं, 'म्हणजे? तू मुली तरी किती पाहिल्यास?'

बऱ्याच वेळ खोदून खोदून विचारल्यावर शेजारच्या शरदची मृण्मयी अपूर्वला पसंत असल्याचं स्पष्ट झालं. एवढ्या शिकलेल्या मुलाची हीच का पसंती!

सुरुवातीला अपूर्व खूप लाजत होता. पण आईनं जोरदार विरोध करताच लाज सोडून तो बोलून गेला. 'मृण्मयीखेरीज दुसऱ्या कुणाशीच मी लग्न करणार नाही.' बाकीच्या निर्जीव बाहुल्यांशी लग्नाचा विचार करताच त्याला लग्नच नको असं वाटायला लागलं. दोन-तीन दिवस उभयपक्षात रुसवे-फुगवे, जागरणं, उपवास वगैरे झाल्यावर अपूर्वचा विजय झाला. अपूर्वच्या आईनं आपल्या मनाची समजूत घातली की मृण्मयी बालिश आहे, तिच्या आईला तिला शिस्त लावणं जमलं नाही,

पण ती आपल्या घरात आली की तिचा स्वभाव आपोआप बदलेल. हळूहळू मृण्मयी दिसायला सुंदर असल्याचंही तिच्या लक्षात आलं. मात्र तिचे तोकडे केस डोळ्यांसमोर येताच अपूर्वच्या आईचा विरस झाला. तरीसुद्धा चापूनचोपून तेल लावून केस घट्ट बांधले तर ही उणीव झाकली जाईल असं तिला वाटलं.

शेजाऱ्यापाजाऱ्यांनी अपूर्वच्या ह्या पसंतीला 'अपूर्व पसंती' म्हणून नावं ठेवली. 'पगली' मृण्मयीवर सगळ्यांचाच जीव होता. पण म्हणून तिला सून करून घ्यायला कुणी तयार नव्हतं.

मृण्मयीचे वडील ईशान मजुमदार ह्यांना योग्य वेळी कळवण्यात आलं. ते एका जहाज कंपनीत कारकून होते. दूरच्या एका लहानशा गावच्या धक्क्यावर पत्र्याच्या शेडमध्ये बसून माल चढवण्या-उतरवण्याचं काम ते करत. तिकीटंही देत.

मृण्मयीला मागणी आल्याचं ऐकून त्यांचे डोळे वाहायलाच लागले. त्यात आनंद किती होता आणि दुःख किती होतं हे सांगणं कठीणच!

मुलीच्या लग्नासाठी रजेचा अर्ज त्यांनी हेड-ऑफिसकडे पाठवला. साहेबाच्या दृष्टीनं रजेसाठी हे कारण पुरेसं नसावं. त्यानं रजा मंजूर केली नाही. तेव्हा पूजेच्या वेळी एक आठवडा सुटी मिळण्याचा संभव असल्यानं तोपर्यंत थांबावं असं त्यांनी गावी कळवलं. पण अपूर्वच्या आईचं म्हणणं पडलं की ह्या महिन्यातलाच मुहूर्त लाभतोय. तेव्हा आणखी उशीर करण्यात अर्थ नाही.

दोन्ही पक्षांनी आपली मागणी मान्य केली नाही हे पाहून मृण्मयीच्या वडिलांना वाईट वाटलं. पण अखेर नाइलाजानं, कोणताही विरोध न दर्शवता त्यांनी आपलं काम करायला सुरुवात केली.

लग्न ठरताच मृण्मयीच्या आईनं आणि आजूबाजूच्या वयस्कर बायकांनी मृण्मयीला सासरी कसं वागायचं ह्याचे धडे देण्यास सुरुवात केली. खेळाची ओढ, धावणं, मोठमोठ्यानं हसणं, मुलांबरोबर बोलणं, भूक लागेल तेव्हा वेळी अवेळी खाणं बरं नाही, असंच त्या सर्वजणी तिला सारखं सारखं समजावून सांगू लागल्या. थोडक्यात, लग्न म्हणजे एक भयंकर गोष्ट आहे हे मृण्मयीला पटवून देण्यात त्या पूर्ण यशस्वी झाल्या. मृण्मयीच्या मनात शंका आली की तिला आजीवन जन्मठेप आणि नंतर फाशी अशी शिक्षा फर्मावण्यात आली असावी.

त्यामुळे खट्याळ खेचराप्रमाणे मान हिसडून मृण्मयीनं सांगून टाकलं की तिला लग्नच करायचं नाही.

तरीही तिला लग्न करावंच लागलं.

त्यानंतर तिचं शिक्षण सुरू झालं. एकाच रात्रीत मृण्मयीचं जग अपूर्वच्या आईच्या अंतःपुरात बंदिस्त झालं.

सासूबाई तिला सुधारण्याच्या मागे लागल्या. त्या कडकपणेच म्हणाल्या, ‘हे बघ मुली, तू आता काही लहान राहिली नाहीस. आमच्या घरात ढालगजपणा खपायचा नाही.’

सासूबाई ज्या उद्देशानं हे म्हणाल्या होत्या तो मृण्मयीच्या लक्षात आला नाही. तिनं विचार केला की इथं असं वागणं चालत नसेल तर दुसरीकडे कुठंतरी जायला हवं. दुपारी ती घरात दिसली नाही. कुठं गेली म्हणून शोधाशोध सुरू झाली. अखेर विश्वासघातकी राखालनं तिची लपून बसण्याची जागा दाखवली. ती वडाखाली पडलेल्या राधाकान्ताच्या मोडक्या रथात जाऊन बसली होती.

सासूनं, आईनं, एवढंच नव्हे तर शेजारपाजारच्या बायकांनी तिच्यावर कशी आगपाखड केली असेल ह्याची कल्पना वाचकांना सहज करता येईल.

रात्री आभाळ भरून आलं आणि पावसाची भुरभुर सुरू झाली. अपूर्वकृष्ण पलंगावरच हळूच मृण्मयीजवळ सरकला आणि अगदी हळू आवाजात तिच्या कानात पुटपुटला, ‘मी तुला आवडत नाही. हो ना?’

मृण्मयीनं रागानंच सांगून टाकलं, ‘नाही. तुम्ही मला मुळीच आवडत नाही अन् कधीच आवडणार नाही.’ तिनं आपला संपूर्ण राग अपूर्ववर काढला.

अपूर्वनं खिन्नपणे विचारलं, ‘असं का? मी तुझं काय वाईट केलंय?’

मृण्मयीनं विचारलं, ‘तुम्ही माझ्याशी लग्न का केलंत?’

ह्या आरोपाला समाधानकारक कैफियत देणं कसं शक्य आहे! अपूर्वनं मनातल्या मनात ठरवलं की कसंही करून ह्या अनावर मनाला वश करायचंच.

मृण्मयीची बंडखोरी ओळखून दुसऱ्या दिवशी तिच्या सासूनं तिला खोलीत कोंडून ठेवलं. नव्यानंच पिंजऱ्यात कोंडलेल्या पाखराप्रमाणे तिनं बरीच धडपड केली. पण पळून जायला वाट न सापडल्यानं ती भयंकर संतापली. तिनं चादर दातात धरून फाडली. मग जमिनीवर उपडी पडून रडायला लागली. रडता रडता मनातल्या मनात ती तिच्या वडिलांना हाका मारत होती.

ह्याच वेळी कुणीतरी हळूच तिच्या जवळ येऊन बसलं. त्यानं अगदी प्रेमळपणे तिचे कपाळावर आलेले केस अलगद मागे सारले. मृण्मयीनं हात झिडकारला. अपूर्व तिच्या कानात पुटपुटला, ‘मी हळूच कुणाला नकळत दार उघडलंय. चल. आपण परसात पळून जाऊ या.’

मृण्मयीनं रागारागानं जोरात मान हलवली आणि रडतच तिनं नकार दिला. अपूर्वनं तिची हनुवटी धरून तिचं डोकं वर उचलायचा प्रयत्न करत म्हटलं, ‘बघ तर एकदा कोण आलंय ते!’

जमिनीवर लोळण घेऊन रडणाऱ्या मृण्मयीकडे अगतिकपणे पाहत राखाल दारातच उभा होता. मृण्मयीनं न पाहताच अपूर्वचा हात झटकून टाकला. अपूर्वनं

विचारलं, 'राखाल तुझ्याबरोबर खेळायला आलाय. जाणारेस खेळायला?' ती चिडूनच म्हणाली, 'नाही.'

एकंदरीत प्रकरण काही ठीक दिसत नाही असं पाहून राखालनंही तिथून काढता पाय घेतला. अपूर्व काही न बोलता तिथंच बसून राहिला. रडून रडून थकल्यामुळे मृण्मयीचा डोळा लागताच, अपूर्व पाय न वाजवता बाहेर आला आणि त्यानं बाहेरून दाराला कडी घातली.

ह्या प्रसंगाच्या दुसऱ्या दिवशी मृण्मयीला तिच्या वडिलांचं पत्र आलं. त्यांच्या लाडक्या मुलीच्या लग्नाला येता आलं नाही म्हणून त्यांना खूप वाईट वाटल्याचं कळवलं होतं आणि अर्थातच नव-दंपतीला शुभाशीर्वाद दिले होते.

मृण्मयी सासूबाईंना म्हणाली, 'मला बाबांकडे जायचंय.' तिच्या ह्या अकस्मात हट्टामुळे सासू रागावली. म्हणाली, 'हिचा बाप कुठं राहतो त्याचा पत्ता नाही. आणि म्हणे बापाकडे जायचंय! जळला मेला हट्ट!' ती काहीच न बोलता तिथून निघून गेली. तिनं खोलीत जाऊन खोलीचं दार लावून घेतलं. मग अगदी हताश झालेला माणूस देवाची जशी प्रार्थना करेल तशी ती म्हणाली, 'बाबा, तुम्हीच मला इथून घेऊन जा. इथं माझं कुणीच नाही. मी इथं राहिले तर जगणार नाही.'

मध्यरात्री नवऱ्याला गाढ झोप लागलीय असं पाहून मृण्मयी हळूच दार उघडून बाहेर पडली. थोडं आभाळ आलं असलं तरी चांदण्या रात्री रस्ता दिसण्याइतका उजेड होता. वडिलांकडे कसं जायचं हे तिला माहीत नव्हतं. पण 'रनर'* ज्या वाटेनं येऊन पत्रं देऊन जातात त्या वाटेनं गेल्यास जगात हवं तिथं जाता येतं, अशी तिला खात्री होती. ती रनरच्याच वाटेनं निघाली. चालता चालता ती थकली. रात्रही सरली. वनात पक्षी फडफड करून किलबिल करू पाहत होते, पण त्यांना वेळेचा नीट अंदाज न आल्यानं घुटमळत होते. त्यावेळी ती नदीकाठच्या एका मोठ्या बाजारासारख्या ठिकाणी येऊन पोहोचली. आता पुढे कुठं जावं म्हणून ती विचार करत असताना तिला ओळखीचा 'झुम-झुम' असा आवाज आला. पत्रांनी भरलेली थैली घेऊन रनर धापा टाकत तिथं आला. मृण्मयी घाईघाईनं त्याच्यापाशी गेली आणि काकुळतीनं म्हणाली, 'मला माझ्या बाबांकडे कुशीगंजला जायचंय. मला तुमच्याबरोबर न्या ना!' रनर म्हणाला, 'कुशीगंज कुठं आहे ते मला माहीत नाही.' असं म्हणून त्यानं घाटाला नाव बांधून झोपलेल्या नावाड्याला उठवलं. नाव निघून गेली. त्याला ह्या मुलीवर दया दाखवायला किंवा तिची विचारपूस करायला वेळ नव्हता.

पाहता पाहता बाजार गजबजला. मृण्मयीनं घाटावरच्या एका नावाड्याला विचारलं, 'मला कुशीगंजला घेऊन जाणार का?' त्या नावाड्यानं काही उत्तर

---

* रनर : पूर्वीचे पोस्टमन. हे धावत धावत जाऊन टपाल वाटप करत.

देण्याआधीच त्याच्या जवळच्या नावेतून कुणीतरी विचारलं, 'कोण रे? मिनू मा, तू इकडे कुठं?' मिनू उतावीळपणे म्हणाली, 'कोण वनमाळी ना! मला कुशीगंजला बाबांकडे जायचंय. मला घेऊन चल तुझ्या नावेतून.'

वनमाळी मृण्मयीच्या गावचा नावाडी होता. तो ह्या अवखळ मुलीला चांगला ओळखत होता. त्यानं विचारलं, 'बाबांकडे जायचंय? बरं, बरं! चल. मी नेतो तुला.'

मृण्मयीला घेऊन वनमाळी निघाला. पण आभाळ भरून आलं आणि मुसळधार पावसाला सुरुवात झाली. भाद्रपदात नदी तुडुंब भरून वाहत होती. नाव डोलायला लागली. मृण्मयीचे डोळे मिटायला लागले. पदर पसरून ती गाढ झोपली. नदीच्या पाळण्यात निसर्गाच्या तान्ह्या बाळासारखी ही अवखळ मुलगी निवांत झोपी गेली.

ती जागी होऊन पाहते तर ती तिच्या सासरी होती. तिला जागी झालेली पाहताच मोलकरणीनं बडबड करायला सुरुवात केली. मोलकरणीचा आवाज ऐकून सासू तिथं आली आणि तिनं घर डोक्यावर घेतलं. मृण्मयी डोळे फाडफाडून त्यांच्याकडे पाहत होती. अखेर सासू जेव्हा तिच्या वडिलांचा उद्धार करायला लागली तेव्हा ती उठून शेजारच्या खोलीत गेली आणि तिनं दार लावून घेतलं.

अपूर्वला ओशाळवाणं झालं. तरी तो आईला म्हणाला, 'मा, तिला दोन-एक दिवस माहेरी पाठवलं तर काय हरकत आहे?'

आईनं मुलाची 'न भूतो न भविष्यति' अशी हजेरी घेतली आणि इतक्या चांगल्या मुली सांगून आल्या असताना ह्या कपाळकरंट्या, ढालगज मुलीला घरात आणल्याबद्दल लाखोली वाहिली.

त्या दिवशी सबंध दिवस बाहेर वादळ आणि पाऊस ह्यांनी थैमान घातलं होतं आणि घरातही चांगलंच तुफान माजलं होतं.

दुसऱ्या दिवशी मध्यरात्री अपूर्वनं मृण्मयीला झोपेतून हळूच उठवलं आणि विचारलं, 'मृण्मयी, तुला तुझ्या बाबांकडे जायचंय?'

'हो. जायचंय.' त्याचा हात आवेगानं धरत काहीशा आश्चर्यानं तिनं उत्तर दिलं. अपूर्व कुजबुजला, 'चल तर. आपण दोघं हळूच पळून जाऊ या. मी घाटावर नाव ठरवून आलोय.'

मृण्मयीनं अत्यंत कृतज्ञतेनं एकदा नवऱ्याकडे पाहिलं. मग ती घाईघाईनं उठली आणि कपडे बदलून तयार झाली. आईनं काळजी करू नये म्हणून अपूर्वनं आईला एक चिठ्ठी लिहून ठेवली आणि ते दोघं बाहेर पडले.

त्या अंधाऱ्या रात्री, निर्जन, निःस्तब्ध वाटेवर प्रथमच स्वेच्छेनं, आधारासाठी तिनं आपल्या नवऱ्याचा हात धरला. तिच्या मनातला आनंद त्या कोमल स्पर्शातून त्याच्या रोमारोमांत पसरला.

नाव निघाली. आनंदानं हुरळून गेली असूनसुद्धा मृण्मयीला झोप लागली. दुसऱ्या दिवशी किती स्वातंत्र्य! किती आनंद! दोन्ही काठाला किती गावं, किती बाजार! शेतंच शेतं. कितीतरी नावा! ती लहानसहान गोष्टींबद्दलही अपूर्वला प्रश्न विचारून भंडावून सोडत होती. त्या होडीत काय आहे? ही नाव कुठं चाललीय? ती कुठून येतेय? हे कुठलं गाव? असे सर्व प्रश्न. ह्या प्रश्नांची उत्तरं त्याच्या कॉलेजच्या पुस्तकांत नव्हती आणि कोलकात्यात राहणाऱ्या मुलाला माहिती असण्याचं कारणही नव्हतं. अपूर्व तिच्या प्रश्नाला बेधडक उत्तरं देत होता. त्याची उत्तरं ऐकून त्याच्या मित्रांना लाज वाटली असती. कारण बऱ्याचशा उत्तरात सत्याचा अंशही नव्हता. त्यानं तिळानं भरलेल्या होडीला आळशीनं भरलेली होडी म्हटलं. पाचबेडे गावाला रायनगर ठरवलं. मुन्सफाच्या कोर्टाला जमीनदाराची कचेरी केलं. ही सगळी चुकीची उत्तरं त्यानं निःसंकोचपणे दिली. पण ह्या चुकीच्या उत्तरानं त्याच्यावर विश्वास ठेवणारीचं मात्र पूर्ण समाधान झालं.

दुसऱ्या दिवशी संध्याकाळी ते कुशीगंजला पोहोचले. पत्र्याच्या घरात, धुरकटलेली चौकोनी काच असलेल्या कंदिलाच्या अंधुक प्रकाशात एका छोट्याशा डेस्कवर चामड्याच्या बांधणीची भलीमोठी चोपडी उघडून, स्टुलावर बसून हिशेब लिहिण्यात ईशानबाबू गर्क होते. ते उघडेच बसले होते. इतक्यात ते नवविवाहित जोडपं तिथं पोहोचलं. मृण्मयीनं 'बाबा' म्हणून हाक मारली. त्या घरानं अशी हाक ह्यापूर्वी कधीच ऐकली नव्हती.

ईशानबाबूंचे डोळे वाहायला लागले. काय करावं, कसं बोलावं ते काहीच त्यांना सुचेना. त्यांची मुलगी आणि जावई म्हणजे साम्राज्याची युवराणी व युवराज, त्यांना ह्या तागाच्या पोत्यांच्या पसाऱ्यात कुठं बसवावं तेच त्यांना समजेना. त्यांच्यायोग्य बैठक कशी करावी ह्या काळजीनं ते भांबावून गेले.

शिवाय जेवणाचं काय करावं ही चिंता होतीच. ते होते एक दरिद्री कारकून. स्वतःच्या हातानंच डाळभात करून खात. पण आजच्या आनंदाच्या प्रसंगी काय करायचं? ह्या दोघांना खायला तरी काय घालायचं? मृण्मयी म्हणाली, 'बाबा, आज आपण सगळे मिळून स्वयंपाक करू या.' तिच्या म्हणण्याला अपूर्वनं अतिशय उत्साहानं प्रतिसाद दिला.

त्या घरात जागा, मनुष्यबळ, अन्न ह्यांचा अभाव होता. पण एखादं लहानसं छिद्र मिळताच पाण्याचा फवारा चौपट वेगानं उडतो तसंच गरिबीच्या छोट्या मुखातून आनंदाचा फवारा उडत होता.

असेच तीन दिवस उलटले. दोन वेळा नियमितपणे स्टीमर येऊन घाटाला लागायचं– मग किती लोक, किती आवाज! संध्याकाळी नदीकाठ अगदी निर्जन व्हायचा. तेव्हा किती मोकळेपणा! आणि ही तिघं इकडून तिकडून साधनसामग्री

गोळा करून रांधत. त्यात किती गडबड गोंधळ! एक पदार्थ करायला जावा तर दुसरंच काहीतरी व्हायचं. त्यानंतर हातातल्या बांगड्या खुळखुळवत मृण्मयीचं वाढणं. त्यात किती माया! सासरे जावई बरोबर जेवत. मृण्मयीच्या गृहिणीपणात हजारो चुका होत. मग ते दोघं तिची थट्टा करत. त्यावरून ती त्यांच्याशी भांडत असे. कधीकधी रुसतही असे. अखेर अपूर्वनं जाहीर केलं की आता परत फिरायलाच हवं. आणखी काही दिवस राहण्यासाठी काकुळतीनं मृण्मयीनं सांगून पाहिलं. पण ईशानबाबूंनी ठामपणे नकार दिला.

निरोप देताना मुलीला जवळ घेऊन तिच्या डोक्यावरून हात फिरवत भरल्या गळ्यानं ईशानबाबूंनी मुलीला उपदेश केला, 'पोरी, चांगला संसार कर. घराचं नाव काढ. कुणीही माझ्या मिनूला नावं ठेवता कामा नये.'

मृण्मयीनं रडत रडतच वडिलांचा निरोप घेतला आणि ती नवऱ्याबरोबर परत निघाली आणि त्या लहानशा खोपटात ईशानबाबू मालाचं वजन करत दिवस घालवत राहिले. आता त्यांना ते घर आणखीनच खायला उठलं.

दोन अपराधी घरी परतले. आई काहीच बोलली नाही. तिचा चेहरा अत्यंत गंभीर होता. तिनं त्या दोघांना दोषही दिला नाही. त्यामुळे त्यांना आपल्या वागणुकीचं प्रायश्चित्त घ्यायची संधी मिळाली नाही. हा मुका राग-रुसवा सर्व घरादारावरच एखाद्या लोखंडी गोळ्यासारखा घट्ट बसला.

अखेर अपूर्वलाच राहावलं नाही. तो आईला म्हणाला, 'आई, कॉलेज सुरू झालंय. आता मला कायद्याचा अभ्यास करायला जायला हवं.' आईनं अगदी उदासपणे विचारलं, 'सूनबाईचं काय करणारेस?'

'ती इथंच राहील.'

'नको बाबा! इथं नको. तुम्ही तिला तुमच्याबरोबर घेऊन जावं.'

ती अपूर्वला अहो जाहो कधीच करत नसे.

अपूर्वही रागातच म्हणाला, 'ठीक आहे.'

कोलकात्याला जायची तयारी सुरू झाली. जायच्या आदल्या दिवशी रात्री अपूर्व आपल्या खोलीत येऊन पाहतो तर मृण्मयी रडत होती. ते पाहून त्याला खूप वाईट वाटलं. उदास होऊनच त्यानं विचारलं, 'मृण्मयी, तुला माझ्याबरोबर कोलकात्याला यावंसं वाटत नाही का?'

मृण्मयी म्हणाली, 'नाही.'

'तुला मी आवडत नाही?'

ह्या त्याच्या प्रश्नाचं उत्तर त्याला मिळालं नाही. खरं तर एखाद्या प्रश्नाचं उत्तर पुष्कळ वेळा सोपं असतं. पण कधी कधी अशी वेळ येते की, मनोविश्लेषणाचा

बिकट प्रश्न उद्भवतो. अर्थात अशा प्रश्नाच्या उत्तराची एखाद्या कोवळ्या मुलीकडून अपेक्षा करणं चूकच होतं. अपूर्वनं विचारलं, 'राखालला सोडून जाताना कससंच होतंय का?' मृण्मयीनं ह्या प्रश्नाला मात्र अगदी सहजपणे होकार दिला.

बी.ए. पास झालेल्या ह्या सुविद्य तरुणाच्या मनात राखालविषयी सूक्ष्म पण तीव्र मत्सर निर्माण झाला. तो म्हणाला, 'मी आता लवकर इकडे परत येणार नाही.' ह्यावरही मृण्मयी काही बोलली नाही.

'दोन वर्ष किंवा त्याहीपेक्षा जास्त दिवस लागतील कदाचित.'

मृण्मयी हुकमी स्वरात म्हणाली, 'तुम्ही परत येताना राखालसाठी तीन पात्यांचा रॉजर्सचा चाकू घेऊन या.'

अपूर्व आडवा झाला होता. तो अर्धवट उठून बसला. त्यानं विचारलं, 'म्हणजे तू इथंच राहणार आहेस वाटतं?'

मृण्मयीनं उत्तर दिलं, 'हो, मी आईकडे जाऊन राहीन.'

अपूर्व एक सुस्कारा सोडून म्हणाला, 'ठीक आहे. राहा तू इथंच. तू मला इथं परत येण्यासाठी पत्र पाठवल्यावरच मी येईन. तोपर्यंत नाही. आता खूश ना?'

ह्या प्रश्नाचं उत्तर देण्याची मृण्मयीला गरज वाटली नाही. ती झोपून गेली; पण अपूर्वला मात्र झोप येईना. उशी पाठीशी घेऊन तो बसून राहिला.

रात्री बऱ्याच उशिरा चंद्र वर आला. त्याचा प्रकाश बिछान्यावर पडला. अपूर्वनं त्या प्रकाशात मृण्मयीकडे निरखून पाहिलं. पाहता पाहता त्याच्या मनात आलं की राजकन्येला जणू जादूगारानं जादूच्या रुप्याच्या काठीच्या स्पर्शानं बेशुद्ध करून झोपवून ठेवलंय. फक्त एकदाच सोन्याची काठी मिळाली तर तिच्या स्पर्शानं मी हिला भानावर आणेन आणि मग हाराची अदलाबदल करून म्हणजेच लग्न करून मी हिला घेऊन जाईन. रुप्याची काठी म्हणजे हसू आणि सोन्याची काठी म्हणजे आसू.

पहाटेच अपूर्वनं मृण्मयीला उठवलं. म्हणाला, 'मृण्मयी, माझी निघायची वेळ झाली. चल. तुला तुझ्या आईकडे पोहोचवून देतो.'

मृण्मयी उठताच तिचे दोन्ही हात आपल्या हातात घेत अपूर्व म्हणाला, 'माझं एक मागणं आहे तुझ्याकडे. मी तुला पुष्कळ वेळा सांभाळून घेतलंय. जाताना त्याचं बक्षीस मला देशील?'

'काय?' मृण्मयीनं आश्चर्यानं विचारलं.

'तू मनापासून प्रेमानं एक चुंबन दे.'

अपूर्वचं हे मागणं आणि गंभीर चेहरा पाहून मृण्मयी हसत सुटली. मग हसू आवरून तिनं चुंबनासाठी ओठ पुढे केले. पण जवळ जाताच तिला ते शक्य झालं नाही. तिला खळखळून हसू आलं. असं दोन वेळा घडताच तोंडावर पदर घेऊन ती

हसायला लागली. अपूर्वनं तिचे कान धरून तिला गोड शिक्षा दिली.

अपूर्वचा 'पण' फार अवघड होता. जबरदस्तीनं कुणाकडून काही काढून घेणं त्याला कमीपणाचं वाटायचं. त्याला देवाला देतात त्याप्रमाणे त्याची प्रतिष्ठा राखून खुशीनं दिलेलं हवं असायचं. स्वत: ओरबाडून घेणं त्याला आवडत नसे.

नंतर मात्र मृण्मयी हसली नाही. पहाटेच्या अंधुक उजेडात, निर्जन रस्त्यावरून तिला तिच्या घरापाशी सोडून अपूर्व परत आला आणि आईला म्हणाला, 'मी विचार केला. मृण्मयीला कोलकात्याला नेलं तर ती एकटी पडेल. माझाही अभ्यास होणार नाही. तू तर तिला इथं ठेवायला तयार नाहीस. म्हणून तिला तिच्या माहेरी पोहोचवून दिलं.'

रागात आणि रुसण्यातच आईचा मुलानं निरोप घेतला.

माहेरी मृण्मयीचं मन लागेना. सगळंच कसं पार बदलून गेलं होतं. वेळ जाता जात नव्हता. काय करावं, कुठं जावं, कुणाशी खेळावं– तिला काहीच समजेना.

तिला अचानक वाटायला लागलं की गावच निर्मनुष्य झालंय. जणू मध्यान्हीचं सूर्यग्रहण. तिला कळेना की आज कोलकात्याला जाण्यासाठी जीव तळमळतोय. मग काल काय झालं होतं? जीवनाचा जो अंश सोडण्यासाठी काल जे मन एवढं उतावीळ झालं होतं, त्याचा स्वादच संपूर्ण बदलून गेलाय, ह्याची कल्पना तिला काल रात्रीपर्यंत नव्हती. पिकलेल्या पानाप्रमाणे तिनं आपला भूतकाळ स्वखुशीनं सहज फेकून दिला.

असं म्हणतात की अत्यंत निपुण शस्त्रकार अशी धारदार तलवार तयार करतो की त्या तलवारीच्या वारानं माणसाचे दोन तुकडे झाले तरी कळत नाही. त्या माणसाला हलवलं की दोन तुकडे दोन बाजूला पडतात तेव्हाच वार झाल्याचं लक्षात येतं. विधात्याची तलवारही अशीच धारदार होती. कधी तिनं ह्या अवखळ मुलीच्या, बालपण आणि यौवन ह्यांच्यामध्ये वार केला ते कळलंच नाही. आज धक्का बसताच बालपण यौवनापासून वेगळं होऊन पडलं आणि मृण्मयी चकित, व्यथित होऊन नुसती पाहत राहिली.

माहेरची तिची खोली आता तिला आपली वाटेना. तिला वाटलं की तिथं राहणारी आता उरलीच नाहीय. आता तिच्या मनात आठवणी घोळत होत्या त्या एका वेगळ्या घराच्या, वेगळ्या शेजघराच्या, वेगळ्या शय्येच्या.

मृण्मयी आता कुणाला घराबाहेर दिसेना. तिचं हसणंही ऐकू येईना. आता तिला राखाल भीत असे. खेळण्याची गोष्ट तर तिच्या मनातही येत नसे.

मृण्मयी आईला म्हणाली, 'मा, मला सासरी पोहोचवून दे.'

इकडे घरातून कोलकात्याला जाताना मुलाचं उतरलेलं तोंड आठवून अपूर्वच्या

आईला भरून येत असे. मुलानं रागानं बायकोलाही माहेरी पोहोचवलं, हे तिच्या मनाला फार लागलं.

एके दिवशी, उतरलेल्या तोंडानं, डोक्यावर पदर घेऊन मृण्मयी सासरी आली. ती सासूच्या पाया पडताच, सासूनं तिला छातीशी धरलं. तिचे डोळे भरून आले होते. त्याच क्षणी दोघींनी एकमेकींना स्वीकारलं. सासूनं सुनेकडे निरखून पाहिलं. तिला धक्काच बसला. ही मृण्मयी पूर्वीची मृण्मयी नव्हती. असा आणि एवढा बदल साधारणपणे होत नाही. असा मोठा बदल होण्यासाठी मोठ्या सामर्थ्याची आवश्यकता असते.

मृण्मयीमधील दोष हळूहळू काढून टाकायचे, तिला सुधारायचं असे बेत सासूबाईंना आखले होते. पण कुठल्या एका अदृश्य शक्तीनं, एक झटपट उपाय योजून मृण्मयीला जणू नवाच जन्म दिला होता.

सासूनं सुनेला ओळखलं आणि सुनेनं सासूला. फांद्यांचा झाडाशी जो संबंध तोच आता ह्या सासू-सुनेचा होता हे घरगाड्यावरून स्पष्ट झालं.

गंभीर, स्नेहमय आणि विशाल अशा स्त्रीत्वानं मृण्मयीचं मन आणि देह व्यापून टाकलं. हे स्त्रीत्व आता तिला व्यथितही करायला लागलं. आषाढातल्या पाण्यानं भरलेल्या ढगांसारखं तिचं हृदयही आसवांनी परिपूर्ण भरलं. त्यात एक रुसवाही होता. ह्या रुसण्यामुळे तिच्या काळ्याभोर दाट पापण्या आणखीनच दाट झाल्या. ती आपल्याशी म्हणायला लागली, 'मी मला ओळखलं नाही म्हणून तुम्हीही मला ओळखलं नाही. असं कसं? का नाही दिलीत मला शिक्षा? आपल्या मनाप्रमाणे वागायला मला का नाही भाग पाडलंत? मी एक जळ्ळी चांडाळणीसारखी वागले. कोलकात्याला जायला तयार झाले नाही. पण तुम्ही का नाही मला ओढून नेलंत? का ऐकलंत माझं? का माझ्या म्हणण्याप्रमाणे वागलात? माझा हट्ट का सहन केलात?'

एके दिवशी, तळ्याकाठच्या एकांत वाटेवर अपूर्वनं तिला पकडलं होतं. आणि काही न बोलता तो तिच्याकडे नुसता पाहत राहिला होता. ते तळं, ती झाडाची सावली, ती वाट, ते सकाळचं ऊन आणि भावनांनी ओथंबलेली खोल नजर तिला आठवली आणि त्या क्षणीच त्या सर्वांचा अर्थ तिच्या लक्षात आला. त्यानंतर अपूर्व इथून जाण्यापूर्वीचं, त्याच्या ओठापर्यंत जाऊन परत फिरलेलं चुंबन तिला आठवलं. मृगजळाकडे झेप घेणाऱ्या तहानलेल्या पाखरासारखं ते अर्धवट राहिलेलं चुंबन भूतकाळाकडे धाव घेऊ लागलं. त्याची तहान मिटणं कसं शक्य होतं! आता पुन्हा पुन्हा तिच्या मनात यायचं, 'अरेरे, त्या वेळी जर असं केलं असतं... त्या प्रश्नाचं उत्तर जर असं दिलं असतं... तेव्हा जर असं झालं असतं...'

मृण्मयीनं आपल्याला नीट ओळखलं नाही, म्हणून अपूर्वला राग आला होता.

आता मृण्मयी बसल्या बसल्या विचार करीत होती, 'त्यांनी माझ्याबद्दल काय समज करून घेतला असेल? त्यांना माझ्याबद्दल काय वाटत असेल?' अपूर्व तिला एक द्वाड, अवखळ, अविचारी, निर्बुद्ध मुलगी समजला होता, हृदयातून पाझरणाऱ्या अमृतधारांनी पूर्णपणे प्रेमाची तहान भागवायला समर्थ असणारी रमणी नव्हे, हे लक्षात येताच ती लज्जित झाली, तिला पश्चात्ताप झाला, ती स्वत:च स्वत:चा धिक्कार करायला लागली. चुंबनाच्या आणि प्रेमाच्या ऋणाची परतफेड अपूर्वच्या उशीवर व्हायला लागली. असेच काही दिवस गेले.

'तू पत्र पाठवल्याशिवाय मी परत येणार नाही,' असं अपूर्व सांगून गेला होता. मृण्मयीला ह्याची आठवण झाली. एक दिवस आपल्या खोलीचं दार बंद करून ती पत्र लिहायला बसली. सोनेरी किनार असलेलं रंगीत कागदांचं पॅड अपूर्वनं तिला दिलं होतं. ते तिनं काढलं आणि काय लिहावं ह्याचा ती विचार करायला लागली. तिला खूप कष्ट पडले. ओळी वाकड्या तिकड्या झाल्या. शाईनं बोटं बरबटली. अक्षरं लहान-मोठी झाली. वरती काहीच मायना न लिहिता तिनं एकदम लिहून टाकलं, 'तुम्ही मला पत्र का लिहीत नाही? तुम्ही कसे आहात? घरी या.' आणखी काय सांगायला पाहिजे ते तिला कळेना. महत्त्वाची गोष्ट सांगून झाली असली तरी चार लोकात मनातली गोष्ट जरा वाढवून सांगणं आवश्यक असतं, ही गोष्ट मृण्मयीच्याही लक्षात आली. म्हणून आणखी थोडा विचार करून तिनं पुढे लिहिलं, 'तुम्ही मला पत्र लिहा आणि तुम्ही कसे आहात ते कळवा. घरी या. आई खुशाल आहेत. बिशु, पुंटीही ठीक आहेत. कालच आपल्या गाईला वासरू झालं.' एवढं लिहून तिनं पत्र संपवलं. घडी घालून एका लिफाफ्यात घातलं. प्रत्येक अक्षरावर एक टिंब देऊन मोठ्या प्रेमानं लिहिलं– श्री. बाबू अपूर्वकृष्ण राय. प्रेम कितीही असो पण ओळी सरळ नव्हत्या, अक्षर सुवाच्य नव्हतं आणि लेखन शुद्ध नव्हतं.

लिफाफ्यावर नावाव्यतिरिक्त आणखी काही लिहायचं असतं ह्याची मृण्मयीला कल्पनाच नव्हती. सासूबाईंच्या किंवा घरातील इतर कुणाच्या नजरेस पडू नये म्हणून तिनं ते पत्र एका विश्वासू दासीच्या हाती पोस्टात पाठवून दिलं.

ह्या पत्राचा काहीच उपयोग झाला नाही, अपूर्व काही घरी आला नाही, हे सांगायला नकोच.

सुटीतही अपूर्व घरी आला नाही, हे आईच्या लक्षात आलं. तिला वाटलं की अजून त्याचा तिच्यावरचा राग गेला नाही.

मृण्मयीचीही खात्री पटली की अपूर्व तिच्यावर रागावला आहे. त्यामुळे आपल्या पत्राची आठवण होताच तिला मेल्याहून मेल्यासारखं व्हायचं. ते पत्र अगदीच अपुरं होतं, त्यात काही मजकूर नव्हताच, मनातल्या भावना त्यात लिहिल्या गेल्या नव्हत्या, ते वाचून अपूर्व तिला अजूनच पोरकट समजला असेल आणि मनातल्या

मनात त्यानं तिची थट्टा केली असेल, असं मनात येताच ती अगदी कासावीस व्हायची. ती दासीला पुन्हा पुन्हा विचारायची, 'ते पत्र तू खरंच पेटीत टाकलंस का?' दासीही अगदी ठामपणे उत्तर द्यायची, 'हो तर! मी स्वत:च्या हातानं टाकलं ना! बाबूंना तर ते केव्हाच मिळालं असेल.'

अखेर सासूबाईंनी मृण्मयीला विचारलं, 'सूनबाई, अपू बरेच दिवसांत आला नाही. म्हणून मीच कोलकात्याला जाऊन त्याला बघून यावं म्हणते. तू येशील माझ्याबरोबर?' मृण्मयीनं होकारार्थी मान हलवली आणि आपल्या खोलीत येऊन तिनं खोलीचं दार लावलं. मग बिछान्यावर पडून, उशी छातीशी धरून, हसून तिनं मनातल्या आनंदाला वाट मोकळी करून दिली. त्या नंतर मात्र ती गंभीर झाली. तिचं मन विषण्ण झालं. अनेक शंकाकुशंकांनी तिच्या मनात गर्दी केली. तिला रडू कोसळलं.

अपूर्वला काही न कळवताच पश्चात्ताप झालेल्या त्या दोघी अपूर्वकडे प्रसन्नतेची भिक्षा मागायला कोलकात्याला निघाल्या. कोलकात्याला त्या अपूच्या बहिणीकडे उतरल्या.

त्याच दिवशी, मृण्मयीच्या पत्राची वाट पाहून निराश झालेला अपूर्व स्वत:ची प्रतिज्ञा मोडून मृण्मयीला पत्र लिहायला बसला होता. पण पत्र काही मनासारखं जमत नव्हतं. आपलं तिच्यावरचं प्रेम आणि राग दोन्हीही व्यक्त करणारा मायना तो शोधत होता. पण तसा मायना न सापडल्यानं मातृभाषेवरचा त्याचा विश्वास आणखीनच उडत चालला होता. नेमक्या ह्याच क्षणी त्याला त्याच्या मेहुण्याची चिठी मिळाली, 'आई आल्यात. तेव्हा लवकर या. रात्री इथंच जेवायला राहा. बाकी सर्व क्षेम.' शेवटचं वाक्य वाचून अपूर्वच्या मनात शंकेचं काहूर माजलं. तो ताबडतोब बहिणीच्या घरी गेला.

आईला पाहताच अपूर्वनं विचारलं, 'आई, सर्व ठीक आहे ना?' 'हो. अगदी ठीक.' आईनं उत्तर दिलं. मग त्या पुढे म्हणाल्या, 'अरे, सुटीतही घरी आला नाहीस म्हणून तुला न्यायला आले मी.' 'एवढ्यासाठी कशाला त्रास घेतलास! कायद्याचा अभ्यास म्हणजे...' वगैरे वगैरे. जेवताना बहिणीनं विचारलं, 'दादा, येताना वहिनीला का नाही बरोबर आणलंस?' अपूर्व गंभीरपणे म्हणाला, 'कायद्याचा अभ्यास....' इत्यादी इत्यादी.

मेहुणे हसून म्हणाले, 'सगळ्या खोट्या सबबी! आपल्या भीतीनं आणलं नाही हे खरं!'

बहीण म्हणाली, 'आम्ही भयंकरच की नाही! आम्हाला पाहून त्या पोरीची घाबरगुंडी उडाली असती वाटतं!'

अशा प्रकारे थट्टामस्करी चालली होती. पण अपूर्व मनातून अतिशय खिन्न

झाला होता. त्याला काहीच रुचत नव्हतं. त्याच्या मनात येत होतं की आईबरोबर मृण्मयीही अनायसे कोलकात्याला येऊ शकली असती. कदाचित आईनं तसं विचारलंही असेल. पण तीच तयार झाली नसेल. ह्याबद्दल आईला काही विचारण्यास त्याला संकोच वाटला. मानवाचं जीवन आणि जगाची रचना ह्यात अथपासून इतिपर्यंत घोटाळाच आहे, असं त्याला वाटलं.

त्यांचं जेवण उरकतं ना उकरतं तोच जोराचा वारा सुटला आणि मुसळधार पावसाला सुरुवात झाली.

बहीण म्हणाली, 'दादा, आज इथंच राहा.'

'नाही. मला जायला हवं. काम आहे.'

मेहुणे म्हणाले, 'रात्रीचं एवढं कसलं काम? इथं राहिलात म्हणून कोण विचारणार आहे तुम्हाला? एवढी काळजी कसली?'

बराच आग्रह झाल्यावर अगदी नाखुशीनंच अपूर्व तिथं राहायला कबूल झाला.

बहीण म्हणाली, 'दादा, तू थकलायस. आता उशीर करू नकोस. जा. झोप जा.'

अपूर्वलाही तेच हवं होतं. खोलीत अंधारात एकटं पडलेलं बरं! कुणाच्या प्रश्नांना आणखी उत्तरं द्यायला नकोत.

खोलीच्या दारात येऊन पाहतो तर काळोख. बहीण म्हणाली, 'वाऱ्यानं दिवा गेला वाटतं! आणू का दिवा लावून, दादा?'

अपूर्व म्हणाला, 'नको. काही गरज नाही. मला रात्री दिवा लागत नाही.'

बहीण निघून जाताच अतिशय जपून तो पलंगापाशी आला. तो पलंगावर बसणार तोच बांगड्यांचा नाजूक किणकिणाट झाला आणि दोन नाजूक हातांची घट्ट मिठी त्याच्या गळ्याभोवती पडली. फुलाच्या पाकळीसारखे कोमल ओठ डाकूंसारखे अचानक त्याच्या ओठांजवळ येऊन आसवांनी भिजलेलं चुंबन घेऊ लागले तेव्हा प्रथम तो चकित झाला पण नंतर त्याच्या लक्षात आलं की फार दिवसांपूर्वीच्या हसण्यामुळे अर्धवट राहिलेल्या प्रयत्नाची समाप्ती आज आसवांच्या धारांत झाली होती.

■

(समाप्ति)

शिक्षा

दुखिराम आणि छिदाम रुई हे दोघं भाऊ हातात विळे घेऊन वेठबिगारीसाठी घराबाहेर पडले तेव्हाच त्यांच्या दोघांच्या बायकांत बाचाबाची सुरू झाली होती. पण कानावर पडणाऱ्या नेहमीच्या आवाजांप्रमाणे या आरडाओरडीची आजूबाजूच्या माणसांना चांगलीच सवय झाली होती. जोरजोरात ओरडणं ऐकू आलं की लोक आपापसात एवढंच म्हणायचे, 'अरे, जुंपलं वाटतं!' आजही काही वेगळं घडलं नव्हतं. सकाळी सूर्य पूर्वेलाच का उगवतो, असं कुणी विचारतं का? तसंच या विणकरांच्या घरात भांडण का चाललंय, याचंही कुणाला कुतूहल वाटलं नव्हतं.

अर्थातच, या भांडणाचा त्रास शेजाऱ्यांपेक्षा त्या दोघा भावांनाच जास्त व्हायचा. पण ते दोघंही त्याकडे संपूर्ण दुर्लक्ष करत. जणू काही ते दोघं भाऊ एका एक्क्यातून या संसारवाटेवरून प्रवासास निघाले होते. त्यांच्या एक्क्याच्या दोन्ही चाकांना स्प्रिंग नसल्यानं ती सतत खडखडत चालणार हे त्यांनी गृहितच धरलं होतं. उलट घरात आवाज नसला, सामसूम असली की काहीतरी भयंकर घडणार की काय, अशी भीती त्या दोघांना वाटायची.

आता जी गोष्ट सांगतोय त्याची सुरुवात सकाळच्या भांडणानं झाली. दोघं भाऊ दिवसभर राबून थकलेल्या देहानं घरी परतले तेव्हा घरात अगदी सामसूम होती. बाहेरही कोंदटलं होतं. दुपारी जोराची सर पडून गेली होती. आभाळ भरून आलं होतं. वारा अजिबात पडला होता. पावसानं घराच्या आजूबाजूला रान माजलं होतं. त्यातून आणि तागाच्या शेतातून एक ओलसर, कोंदट वास भरून राहिला होता. गोठ्यामागच्या डबक्यातून बेडकांचं ओरडणं ऐकू येत होतं. संध्याकाळचं निःस्तब्ध वातावरण रातकिड्यांच्या किरकिराटानं भरून गेलं होतं.

पद्मा पलीकडूनच वाहत होती. पावसाळ्याचे दिवस. त्यातून आभाळ भरून

आलेलं आणि किर्र संध्याकाळची वेळ. त्यामुळे पद्मा अतिशय भयंकर दिसत होती. काठावरच्या बऱ्याच शेतातील कापणी होऊन धान्य घरात येऊन पडलं होतं. पुरामुळे नदीकाठ वाहून गेला होता. त्यामुळे आंबा-फणसाच्या मुळ्या उघड्या पडल्या होत्या. जणू काही अगतिक होऊन ती झाडं आपल्या बोटांनी काहीतरी घट्ट पकडून आधार घेऊ पाहत होती.

त्या दिवशी दुखिरामला आणि छिदामला गावातल्या जमीनदाराच्या कचेरीत राबावं लागलं होतं. पलीकडच्या काठावर पावसाळी भात पिकलं होतं. पावसात नदीचा चर पाण्यानं भरल्यास सर्व पीक वाहून जायची भीती होती. पूर येण्याआधीच पिकाची कापणी करणं भाग होतं. म्हणून गावातील काही लोक स्वत:च्या शेतांत गेले होते तर काही दुसऱ्याच्या शेतात मजुरी करायला. त्यामुळे वेठबिगारी करण्यासाठी जमीनदाराच्या हत्यारबंद चपराशानं या दोन भावांना जबरदस्तीनं कामावर ओढून नेलं होतं. कचेरीचं छत गळत होतं. ते दुरुस्त करायचं होतं. शिवाय काही झापाही करायच्या होत्या. त्यांना सबंध दिवस राबावं लागलं. दुपारी जेवायलासुद्धा घरी येता आलं नाही. तिथंच त्यांना थोडं खायला मिळालं. मधून मधून पावसात भिजावं लागलं. ठरल्याप्रमाणे मजुरी तर मिळाली नाहीच, उलट निष्कारण शिव्या खायला लागल्या. ही वरची कमाई म्हणायची!

पाणी आणि चिखल तुडवत संध्याकाळी दोघं घरी येऊन पाहतात तर धाकट्याची बायको चंदरा पदर पसरून जमिनीवरच झोपली होती. आजच्या या ढगाळलेल्या दिवसासारखीच तिची मन:स्थिती होती. दुपारी भरपूर रडून भेकून तिन्हीसांजेला ती दमून झोपली होती आणि मोठ्याची बायको राधा गाल फुगवून ओसरीत बसली होती. तिचं दीड वर्षाचं पोर रडत होतं. दोघं भाऊ घराच्या अंगणात आले तेव्हा ते पोरही रडून रडून दमून झोपलं होतं.

भुकेल्या दुखिरामला दम निघाला नाही. तो बायकोला म्हणाला, 'वाढ.'

दारूच्या पोत्यावर ठिणगी पडताच स्फोट व्हावा तशी मोठी आकाशपाताळ एक करत मोठ्यानं किंचाळली, 'वाढ काय वाढ! तू काय तांदूळ देऊन गेला होतास का? का मी मिळवून आणायला पाहिजे होते!'

दिवसभर काबाडकष्ट. शिवाय शिव्या. पोटात भुकेचा डोंब उसळलेला. घर असं उदास. दिवटीसुद्धा लावलेली नाही. घरात अन्नाचा कण नाही. आणि बायकोचं हे असं टाकून बोलणं! विशेषत: तिच्या शेवटच्या वाक्यातला गर्भित अर्थ त्याला चांगलाच झोंबला. एखाद्या वाघासारखा चवताळून तो गरजला, 'काय म्हणालीस!' त्याचा तोल सुटला आणि काही एक विचार न करता त्यानं विळ्याचा घाव तिच्या डोक्यावरच घातला. राधा तिच्या धाकट्या जावेपाशी कोसळली. घाव इतका जबरदस्त होता की तिनं पाणीसुद्धा मागितलं नाही.

चंदराचं लुगडं रक्तानं भिजलं. ती 'काय झालं हो' म्हणत किंचाळायला लागली. छिदामनं तिचं तोंड दाबून धरलं. दुखिरामनं विळा फेकला आणि हतबुद्ध होऊन तो धपकन खालीच बसला. पोर घाबरून उठलं आणि मोठ्यामोठ्यानं रडायला लागलं.

बाहेर सगळं शांत होतं. धनगर गुरं घेऊन रानातून घराकडे परतत होते. जे नदीपलीकडच्या शेतात कापणी करायला गेले होते ते कामाच्या मोबदल्यात मिळालेल्या दोन-चार भाताच्या पेंढ्या घेऊन, पाच-सातच्या गटानं छोट्या होडक्यातून घरी परतले होते.

चक्रवर्तींच्या घरातला रामलोचनकाका पोस्टात पत्रं टाकून आला होता आणि निश्चिंतपणे हुक्का ओढत बसला होता. अचानक त्याला आठवण झाली की आपल्या पोटभाडेकरूचं– दुखिरामचं– बरंच भाडं थकलं आहे. आज काही देतो म्हणून त्यानं कबूल केलं होतं. एव्हाना दुखि कामावरून घरी परत आला असेल असा विचार करून चादर खांद्यावर टाकून, छत्री घेऊन तो बाहेर पडला.

विणकराच्या घरात शिरताच रामलोचनकाकाच्या अंगावर काटा उभा राहिला. घरात दिवा लागला नव्हता. अंधारात दोन-तीन आकृती अस्पष्ट दिसत होत्या. ओसरीच्या कोपऱ्यातून दबलेले हुंदके ऐकू येत होते आणि 'मा', 'मा' म्हणून रडणाऱ्या पोराचं तोंड छिदाम दाबून धरत होता.

रामलोचनकाकानं भीतभीतच विचारलं, 'दुखि, आहेस का रे?'

दुखिराम आतापर्यंत एखाद्या दगडाच्या मूर्तीसारखा निश्चल बसला होता. त्याला हाक मारताच एखाद्या लहान मुलासारखं तो मोठ्यानं रडायला लागला.

छिदाम घाईघाईनं पायऱ्या उतरून अंगणात चक्रवर्तीपाशी आला. रामलोचननं विचारलं, 'बायकांचं भांडण झालंय वाटतं? आज दिवसभर ओरडत होत्या खऱ्या!'

छिदाम पुरता गोंधळून गेला होता. त्याला काही सुचत नव्हतं. नाना विचार त्याच्या डोक्यात थैमान घालत होते. अखेर त्यानं ठरवलं होतं की मध्यरात्री प्रेताची कुठंतरी वासलात लावायची. अशा वेळी रामलोचनकाका येईल, असं त्याच्या ध्यानीमनीही नव्हतं. त्याला पटकन काय बोलावं ते समजलं नाही. तो बोलून गेला, 'हो, आज फार मोठं भांडण झालंय.'

ओसरीकडे येता येता रामलोचननं विचारलं, 'त्याकरिता हा दुखि रडतोय कशाला?' आता काही बिंग फुटल्याशिवाय राहत नाही हे छिदामच्या लक्षात आलं. तो बोलून बसला, 'भांडण झालं. धाकटीनं मोठीच्या डोक्यात विळा मारला.' एका संकटातून दुसरं उद्भवेल याची त्याला सहजासहजी जाणीव झाली नाही. या भयंकर प्रसंगातून कसं पार पडायचं एवढीच काळजी त्याला सतावत होती. खोटं बोलण्यामुळे

भीषण प्रसंग उभा राहील याची त्याला मुळीच कल्पना आली नाही. रामलोचननं विचारल्यावर जे सुचलं ते त्यानं सांगितलं. मागचापुढचा विचार केला नाही.

रामलोचननं चपापून विचारलं, 'आं? काय सांगतोयस? मेली तर नाही ती?'

'मेलीच.' असं म्हणून छिदामनं रामलोचनकाकाचे पाय धरले.

आता रामलोचनला तिथून पळही काढता येईना. त्याच्या मनात आलं, 'रामा! रामा! तिन्हीसांजेला ही काय बला उपटली! कोर्टात साक्ष देता देता जीव मेटाकुटीला यायचा!' पण छिदाम काही केल्या पाय सोडेना. तो म्हणायला लागला, 'दादाठाकूर, हिला कसं वाचवू आता?'

गावातील कोर्टकचेरीच्या वेळी सल्ला देण्याच्या कामी रामलोचन दर्दी समजला जायचा. क्षणभर विचार करून तो म्हणाला, 'हे बघ. एक करता येईल. तू असाच ठाण्यावर जा आणि सांग की तुझ्या मोठ्या भावानं कामावरून येताच जेवायला वाढायला सांगितलं. पण जेवण तयार नव्हतं. म्हणून रागाच्या भरात त्यानं त्याच्या बायकोच्या डोक्यात विळा घातला. असं सांगितलंस तर ही पोर नक्की वाचेल.'

छिदामचा घसा कोरडा पडला. तो म्हणाला, 'ठाकूर, बायको गेली तर दुसरी बायको मिळेल. पण भाऊ फाशी गेला तर दुसरा भाऊ मिळणार नाही.' आता तो असं म्हणत असला तरी आपल्या बायकोवर आरोप करताना त्यानं असा विचार केला नव्हता. घाईघाईनं तो नको ते बोलून गेला होता आणि आता आपल्या मनाचीच समजूत घालत होता, आपली बाजू न्याय्य असल्याचं भासवत होता.

रामलोचनला त्याचं बोलणं तर्कसंगत वाटलं. तो म्हणाला, 'मग जसं घडलं तसं सांग. सगळ्यांना वाचवणं शक्य नाही.' असं सांगून रामलोचन तिथून निसटला. 'विणकराच्या चंदरानं संतापून मोठ्या जावेच्या डोक्यात विळा घातला.' ही बातमी हां हां म्हणता गावभर झाली.

बांध फुटला की गावात नदीचं पाणी शिरायला वेळ लागत नाही, तसंच बातमी पसरताच पोलीस हजर व्हायलाही वेळ लागला नाही. अपराधी आणि निरपराधी दोघंही अस्वस्थ झाले.

छिदामनं विचार केला की जो रस्ता एकदा धरलाय त्याच रस्त्यानं जायला हवं. त्यानं रामलोचनला जे सांगितलं होतं तेच गावात सर्वांच्या तोंडी झालं होतं. आता वेगळं काही सांगितलं तर न जाणो आणखी काही विचित्र होऊन बसायचं. त्याचं त्यालाच काही समजेनासं झालं होतं. जे सांगून बसलोय त्याच्या जोडीलाच काही गोष्टी जोडून बायकोचा कसाबसा बचाव केला म्हणजे मिळवलं!

चंदरानं स्वत:च अपराध केल्याचं कबूल करावं, असा आग्रह छिदामनं धरला. त्यामुळे चंदरा बिचारी घाबरून गेली. छिदाम तिला आश्वस्त करत म्हणाला,

'घाबरायचं कारण नाही. मी सांगतोय तसंच कर. आम्ही तुला सोडवू.'

बायकोला धीर दिला खरा, पण त्याचा घसा कोरडा पडला होता आणि चेहरा पांढराफटक.

चंदराचं वय सतरा-अठरापेक्षा जास्त नव्हतं. चेहरा गोल आणि गुबगुबीत होता. ती ठेंगणीठुसकी होती. बांधा अटकर. निरोगी. त्यामुळे तिच्या हालचालीतून एक सौंदर्य प्रकर्षानं जाणवायचं. एखाद्या नुकत्याच तयार केलेल्या नावेसारखं होतं तिचं शरीर– लहानखुरं पण रेखीव. सहजतेनं हालचाल करणारं, कुठंही एवढाही थुलथुलीतपणा नसलेलं. जगातल्या प्रत्येक गोष्टीचं तिला कौतुक आणि कुतूहल वाटायचं. चारचौघींशी गप्पा मारायला तिला आवडायचं. कमरेवर घडा घेऊन घाटावर जाता-येताना दोन बोटांनी घुंगट धरून त्याच्या फटीतून जे काही पाहण्यासारखं असेल ते ती आपल्या दोन काळ्याभोर, चंचल पण तेजस्वी डोळ्यांनी टिपून घेत असे.

मोठी जाऊ तिच्या अगदी विरुद्ध स्वभावाची होती. अगदी वेंधळी, गबाळी, ढिलीढाली. डोक्यावरचा पदर असो वा कडेवरचं मूल किंवा घरकाम– काहीच तिला सांभाळता यायचं नाही. ती फारसं काही काम करत नसे तरीही तिला कधी फुरसत मिळत नसे. धाकटी तिला जास्त काही बोलत नसे; पण मध्येच कधीतरी गोड शब्दांत नांगी मारत असे. मग मात्र मोठी वैतागायची आणि आरडाओरड, आदळआपट करून सगळं गाव डोक्यावर घ्यायची.

या नवरा-बायकोच्या स्वभावातही एक साम्य होते. दुखिराम जाडजूड, दुहेरी हाडापेराचा, उंच, नाक बसकं. डोळे समोरचं पाहत असूनही काही न पाहणारे. अगदी भोळा तेवढाच भयंकर. बलदंड तेवढाच निरुपद्रवी. अशी माणसं जगात विरळाच.

आणि छिदाम होता काळ्या दगडातून काळजीपूर्वक खोदून काढलेल्या शिल्पासारखा. अंगावर एवढीही चरबी नव्हती. कुठंही एवढासुद्धा भोंगळपणा नव्हता. त्याच्या प्रत्येक अवयवात शक्ती आणि नैपुण्य यांच्या संयोगातून आलेली परिपूर्णता होती. नदीच्या उंच काठावरून उडी मारायची असो, ताज मारून होडी चालवायची असो, कळकीवर चढून निवडक कामट्या कापायच्या असोत– त्याच्या सगळ्याच कामात अतिशय नीटनेटकेपणा असे, एक सहजता असे. आपले काळेभोर लांब केस तेल लावून तो उलटे वळवत असे. ते मानेवर रुळत. कपडे आणि जामानिमा याची तो विशेष काळजी घेत असे.

गावातल्या स्त्रियांच्या रूपाकडे छिदाम पाहत नसे असे नाही. आपण त्यांच्या नजरेत भरावं म्हणून तो स्वत:कडे भरपूर लक्ष देत असला, तरी त्याचा आपल्या बायकोवर फार जीव होता. दोघं भांडत आणि पुन्हा गोडीगुलाबीनं राहत. या बाबतीत

कुणीच कुणाला हार जात नसे. त्या दोघांचं नातं जास्त घट्ट व्हायचं आणखी एक कारण होतं. चंट, चंचल चंदराचा छिदामला विश्वास वाटत नसे आणि सर्वत्र नजर असलेल्या आपल्या नवऱ्याला घट्ट बांधून ठेवलं नाही तर तो हातातून निसटेल, असं चंदराला वाटत असे.

प्रस्तुत घटना घडण्यापूर्वी काही दिवसांपासून दोघांचं चांगलंच बिनसलं होतं. आपला नवरा मधून मधून कुठंतरी जातो, एवढंच नाही तर दोन-दोन, तीन-तीन दिवस घरी येत नाही आणि येतो तेव्हा काही कमावून आणत नाही, हे काही बरं लक्षण नाही असं पाहून चंदरा वायचळल्यासारखी वागायला लागली होती. वेळी अवेळी घाटावर जायची. गावभर भिरभिरत राहायची आणि काशी मजुमदारच्या मधल्या मुलाची तोंड भरून तारीफ करायची.

तिच्या अशा वागण्यामुळे छिदाम बिथरला, बेचैन झाला. कामातही त्याचं लक्ष लागेना. एके दिवशी त्यानं भावजयीवरच तोंड सोडलं. तीही हातवारे करत भांडायला लागली. चंदराच्या मेलेल्या बापाचा उद्धार करायलाही तिनं कमी केलं नाही. म्हणाली, 'वादळापुढे धावणारी ही सटवी! तिला मी काय सांभाळणार? एके दिवशी घराचं नाव नाही घालवलं तर माझं नाव बदलेन हो!'

चंदरा पलीकडच्या खोलीत होती. ती आत येऊन अगदी शांतपणे म्हणाली, 'दीदी, तुम्ही कशाला काळजी करता उगीच!'

झालं! एवढ्यावरून दोघी जावात चांगलीच जुंपली.

छिदाम डोळे वटारत ओरडला, 'पुन्हा कधी घाटावर एकटी गेलीस तर याद राख. हाडं खिळखिळी करेन.'

'बरं होईल. सुटेन तरी एकदाची.' असं म्हणून चंदरा बाहेर जायला निघाली. छिदामनं एका झटक्यात तिचे केस धरले आणि तिला फरपटत आणून घरात कोंडलं. संध्याकाळी कामावरून परत येऊन पाहतो तर घराचं दार सताड उघडं आणि चंदराचा कुठं पत्ता नाही. ती तीन गावापलीकडे तिच्या मामाच्या घरी गेली होती.

छिदामनं बरीच मनधरणी करून तिला कसंबसं घरी आणलं. मग मात्र त्यानं तिच्यापुढे हार खाल्ली. ओंजळभर पारा जसा ओंजळीत राहू शकत नाही तशी ही एवढीशी बायको मुठीत राहणं शक्य नाही हे त्याला कळून चुकलं. दहा बोटांच्या फटीतून ही निसटेल याबद्दल त्याला खात्री पटली.

या प्रसंगानंतर त्यानं तिच्यावर कधी जबरदस्ती केली नाही. पण मनातून तो सैरभैर झाला होता. या चंट बाईवर त्याचा विश्वास राहिला नव्हता. तरीही त्याचं मन तिच्याकडे ओढ घेत होतं. त्यामुळे त्याचं प्रेम एका वेदनेत रूपांतरित झालं. त्याला वाटायला लागलं की ही मेली तर बरं! आपण निश्चिंतपणे जगू. माणसाला

माणसाचा जेवढा आकस वाटतो तेवढा यमाचासुद्धा वाटत नाही.

अशा वेळीच घरात हे संकट उभं राहिलं.

नवऱ्यानं जेव्हा अपराधाचं ओझं स्वत:च्या खांद्यावर घ्यायचा तिला आग्रह केला, तेव्हा ती अवाकच झाली. तिच्या काळ्याभोर डोळ्यांतून ठिणग्या उडायला लागल्या आणि त्याची झळ तिच्या नवऱ्याला लागली. तिचं शरीर आणि मन हळूहळू आकुंचन पावून या नवरारूपी राक्षसाच्या तावडीतून सुटण्यासाठी धडपडायला लागलं. तिचं मन बंड करून उठलं.

छिदाम तिला धीर देत म्हणाला, 'घाबरायचं कारण नाही.' पोलीस आणि मॅजिस्ट्रेट यांच्याजवळ काय काय कसं कसं सांगायचं ते तिला तो पुन्हा पुन्हा समजावून सांगायला लागला. त्याची ती लंबीचवडी बडबड तिच्या कानात शिरली नाही. ती लाकडाच्या मूर्तीसारखी निश्चल बसून राहिली.

सगळ्या बाबतीतच दुखिराम छिदामवर अवलंबून असे. त्यामुळे चंदरावर आरोप करण्यास सांगताच दुखिरामनं विचारलं, 'अरे, मग तिचं काय होईल रे?' 'तिचा बचाव मी करेन.' छिदामनं उत्तर दिलं. जाडाजुडा दुखिराम या उत्तरानं निश्चिंत झाला.

छिदामनं बायकोला शिकवलं होतं की असं सांग की जाऊ विळी घेऊन मला मारायला धावली म्हणनू मी तिला विळा घेऊन अडवायला गेले. या झटापटीत तिला चुकून घाव बसला.

ही सगळी रामलोचनकाकाची शिकवण होती. त्यानं त्यासाठी पुरावेही तयार केले होते आणि वर्णन कसं करायचं ते तपशीलवार छिदामला शिकवलं होतं.

पोलीस आले. चौकशी सुरू झाली. चंदरानं आपल्या मोठ्या जावेचा खून केला आहे ही गोष्ट आता गावातल्या तमाम लोकांच्या मनावर पक्की बिंबली होती. सगळ्या साक्षीदारांच्या जबानीतून असंच शाबीत झालं. चंद्राला विचारलं तेव्हा तिनं गुन्ह्याची कबुली दिली.

ती म्हणाली, 'हो. मीच खून केला.'

'का केलास खून?'

'आमच्या दोघींचं पटत नव्हतं.'

'भांडण झालं होतं का?'

'नाही.'

'अगोदर ती तुला मारायला धावली का?'

'नाही.'

'तुला काही त्रास दिला होता का?'

'नाही.'

चंदराची ही जबानी ऐकून सगळेच थक्क झाले.

छिदाम तर अगदी बेचैन झाला. तो म्हणाला, 'ती बरोबर सांगत नाहीये. वहिनीच पहिल्यांदा...'

पोलिसानं त्याला दरडावून गप्प बसवलं. तिची रीतसर उलटतपासणी घेतली गेली. पुन्हा पुन्हा विचारल्यावरही तिनं तेच एक उत्तर दिलं. मोठी जाऊ प्रथम तिला मारायला धावली होती हे तिनं मुळीच कबूल केलं नाही.

अशी हट्टी बाई कधी कुणी पाहिली नसेल! ती स्वत:च फाशीच्या तख्ताकडे निघाली होती. तिला अडवणं कुणालाच शक्य नव्हतं. कसला हा अतिरेकी राग! चंदरा मनातल्या मनात नवऱ्याला उद्देशून म्हणत होती, 'मी तुम्हाला सोडून या तरुण वयात फासाला वरतेय. माझं अखेरचं नातं आता फासाच्या दोराशी.'

एक निष्पाप, चंट, चौकस, सामान्य स्त्री बंदिनी होऊन रोजच्या ओळखीच्या रस्त्यानं, रथतलावरून, बाजारातून, घाटावरून, मजुमदारांच्या वाड्यावरून, पोस्टऑफिसच्या आणि शाळेच्या पिछाडीनं, सगळ्या ओळखीच्या लोकांच्या समोरून, कलंक माथ्यावर घेऊन, घर कायमचं सोडून गेली. गावातल्या पोरांचं एक टोळकं तिच्या मागून चाललं होतं. गावातल्या बायका, तिच्या सख्या, मैत्रिणी कुणी घुंगटाच्या फटीतून , कुणी दाराआडून तर कुणी झाडामागून पोलिसांच्या पहाऱ्यात चाललेल्या चंदराला पाहत होत्या. तिला असं जाताना पाहून कुणी शरमिंद्या झाल्या. काहींना तिचा तिरस्कार वाटला तर काहींच्या अंगावर भीतीनं काटा आला.

डेप्युटि मॅजिस्ट्रेटसमोरही चंदरानं गुन्हा कबूल केला. खुनाच्या वेळी मोठ्या जावेनं तिला काही त्रास दिला होता, असं अजिबात सिद्ध झालं नाही.

पण त्याच दिवशी साक्षीच्यावेळी छिदाम हात जोडून रडत येऊन सांगायला लागला, 'माफ करा हुजूर, माझ्या बायकोनं काहीही अपराध केला नाहीये.'

डेप्युटि मॅजिस्ट्रेटनं त्याला धमकावलं आणि त्याला शांत करण्यासाठी प्रश्न विचारायला सुरुवात केली. त्यानं घडलेली हकीकत जशीच्या तशी सांगितली. डेप्युटि मॅजिस्ट्रेटनं त्याच्यावर विश्वास ठेवला नाही. कारण मुख्य आणि विश्वासू साक्षीदार रामलोचन होता आणि तो तर सांगत होता की खून झाल्यानंतर लगेचच तो छिदामकडे गेला होता. छिदामनं त्याला सर्व खरी हकीकत सांगितली होती आणि त्याचे पाय धरून आपल्या बायकोला यातून सोडविण्यासाठी काहीतरी उपाय शोधून काढण्याची विनंती केली होती. ''मी त्याला काहीच बरा-वाईट सल्ला दिला नाही. तेव्हा तो मला विचारायला लागला की माझ्या मोठ्या भावानं जेवण वाढायला सांगितलं तेव्हा वहिनीनं नकार दिला म्हणून संतापून माझ्या भावानं वहिनीवर वार केला असं सांगितलं तर माझी बायको सुटेल का? मी म्हटलं, 'हरामखोरा,

खबरदार! कोर्टात एक शब्दसुद्धा खोटं बोलू नकोस. त्यासारखं महापाप दुसरं नाही.' '' वगैरे वगैरे.

चंदराला वाचविण्यासाठी रामलोचननं बनाव रचला होता. पण चंदरा हटवादीपणा करायला लागली आणि आपला हेका सोडीना तेव्हा त्यानं विचार केला की खोटी साक्ष देण्याचं पाप का करा! त्यापेक्षा जे माहीत आहे ते सांगून मोकळं व्हावं. त्यानं तसंच केलं, उलट तिखटमीठ लावून सांगायला कमी केलं नाही.

डेप्युटि मॅजिस्ट्रेटनं खटला सेशन कमिट केला.

मधल्या काळात हसणं-रडणं, गप्पाटप्पा, बाजारहाट वगैरे व्यवहार नेहमीप्रमाणे सुरू होते. जग काही थांबलं नव्हतं. मागच्या वर्षासारखाच याही वर्षी पाऊस चांगला पडत होता.

आरोपी आणि साक्षीदार पोलीस कोर्टात हजर झाले. समोरच्या मुन्सफाच्या कोर्टात अनेकजण आपला खटला उभा राहायची वाट पाहत होते. स्वयंपाकघराच्या मागच्या बाजूच्या डबक्याच्या भागीदारीसंबंधी काहीतरी वाद होता. तो दावा दाखल करण्यासाठी कोलकात्याहून एक वकील आला होता. वादीच्या बाजूचे एकोणचाळीस साक्षीदारही कोर्टात हजर होते. आपल्या पै-पैशासाठी फिर्याद करून त्याचाच विचार करण्यात शेकडो लोक व्यग्र होते. आपल्या समस्येपेक्षा महत्त्वाचं असं जगात काही नाही अशी त्यांची धारणा होती. छिदाम जगातील या नित्याच्या गडबड-गोंधळाकडे खिडकीतून एकटक पाहत होता. त्याला हे सगळं एखाद्या स्वप्नासारखं भासत होतं. कोर्टाच्या आवारातील एका वडाच्या झाडावरून कोकिळा ओरडत होती. तिचा मात्र कोर्टकचेरीशी काही संबंध नव्हता.

चंदरा जज्जना म्हणाली, 'साहेब, एकच गोष्ट पुन्हा पुन्हा किती वेळा सांगू?'

जज्ज तिला समजावणीच्या सुरात म्हणाले, 'मुली, तू ज्या गुन्ह्याची कबुली देते आहेस त्याबद्दलच्या शिक्षेची तुला कल्पना आहे का?'

'नाही.'

'या गुन्ह्याची शिक्षा आहे फाशी.'

'अहो साहेब, पाया पडते तुमच्या! तीच शिक्षा द्या ना! तुम्हाला वाटेल तसं करा. आता मला अगदी सहन होत नाही हो!'

छिदामला कोर्टात हजर करताच चंदरानं तोंड फिरवलं. जज्ज म्हणाले, 'साक्षीदाराकडे पाहून सांग. हा तुझा कोण लागतो?'

चंदरानं दोन्ही हातांनी तोंड झाकून घेत उत्तर दिलं, 'तो माझा नवरा आहे.'

'तो तुझ्यावर प्रेम करत नाही?' पुन्हा प्रश्न.

'हं! खूप करतो.'

'तू त्याच्यावर प्रेम करत नाहीस?'

'खूप करते.'

छिदामला जेव्हा जज्जनं विचारलं तेव्हा त्यानं उत्तर दिलं, 'मीच खून केला.'

'का?'

'जेवायला वाढ म्हणून सांगितलं तेव्हा वहिनीनं वाढलं नाही.'

दुखिराम साक्ष द्यायला आला आणि मूर्च्छा येऊन पडला. तो शुद्धीवर आल्यावर म्हणाला, 'साहेब, खून मी केला.'

'का?'

'जेवायला वाढ म्हणून सांगितल्यावर वाढलं नाही म्हणून.'

बऱ्याचवेळ उलट-तपासणी घेतल्यावर व इतर साक्षीदारांची जबानी ऐकल्यावर जज्जसाहेबांच्या लक्षात आलं की घरातल्या बाईला फाशीच्या कलंकापासून वाचविण्यासाठी हे दोघं भाऊ गुन्हा स्वत: केल्याचं सांगत आहेत. पण चंदरा मात्र पोलिसांपासून सेशन कोर्टापर्यंत सतत एकच जबाब देत आली होती. तिच्या बोलण्यात एवढासुद्धा फरक नव्हता. दोन वकील तिला फासापासून वाचविण्यासाठी आपणहून पुढे झाले. पण अखेर त्यांना तिच्यापुढे हार खावी लागली.

ज्या दिवशी ही लहानगी, काळीसावळी, ठेंगणीठुसकी, गोल गुबगुबीत चेहऱ्याची मुलगी आपली बाहुली माहेरीच ठेवून सासरी आली त्या शुभमुहूर्ताला आजच्या दिवसाची कल्पना कुणी करू शकलं असतं? तिचा बाप मरताना निश्चिंत होता कारण आपल्या मुलीला त्यानं पार केलं होतं.

तुरुंगात फाशीपूर्वी दयाळू सिव्हिल सर्जननं चंदराला विचारलं, 'कुणाला भेटायचंय तुला?'

'एकदा आईला भेटायचंय.'

डॉक्टरनं विचारलं, 'तुझा नवरा तुला भेटायला आलाय. त्याला बोलावू?'

चंदरानं उत्तर दिलं, 'मरण!'

■

(शास्ति)

वही

उमाला लिहिता यायला लागल्यापासून सगळेच अगदी हैराण झाले होते. घरातील प्रत्येक भिंतीवर कोळशानं वेड्यावाकड्या अक्षरांत तिनं लिहून ठेवलं होतं– 'पाणी पडे, पान हाले.'

तिच्या आजीच्या उशीखाली 'हरिदासाची गुप्तकथा' हे पुस्तक ठेवलेलं होतं. ते उमाच्या हाती लागलं. लगेच तिनं प्रत्येक पानावर मोठ्या मोठ्या अक्षरांत पेन्सिलीनं लिहून ठेवलं– 'काळं पाणी लाल फूल.'

घरात सतत लागणाऱ्या पंचांगातील तिथी मोठ्या अक्षराखाली झाकून गेल्या होत्या.

तिच्या वडिलांच्या रोजच्या हिशेबाच्या चोपडीत तिनं लिहून ठेवलं होतं– 'जो शिकतो तोच घोडागाडीत बसतो.'

अशा प्रकारे ती जी साहित्याची आराधना करत होती, तिला अजूनपर्यंत तरी काही अडथळा आला नव्हता. पण एके दिवशी एक दुर्घटना घडली.

उमाचा थोरला भाऊ गोविंदलाल हा दिसायला अगदी साधा, निरुपद्रवी. तो वर्तमानपत्रांत लिहायचा. त्याच्या बोलण्यावरून त्याच्या नातेवाईकांना, परिचितांना किंवा शेजाऱ्यांना तो फार विवेकी, विचारी आहे, असं मुळीच वाटायचं नाही. तो खरोखरच विचार वगैरे करीत नसे. 'विचारी' म्हणून त्याला बदनाम करण्यात अर्थ नव्हताच. तरीही तो लिहायचा आणि बंगाली वाचकांतील बहुतेक वाचकांच्या मताशी त्याचं मतैक्य व्हायचं.

शरीरशास्त्रासंबंधी युरोपातील शास्त्रज्ञांचे काही चुकीचे समज होते. त्यांचं खंडन गोविंदलालनं आपल्या एका लेखात केलं होतं. त्यासाठी काही तर्कसंगत पुरावे न देता त्यानं फक्त खुमासदार भाषा वापरून तो लक्षवेधक केला होता.

एके दिवशी दुपारी सगळीकडे सामसूम असताना उमानं आपल्या दादाची

लेखणी आणि शाई घेतली आणि या लेखावर मोठ्या अक्षरांत लिहून ठेवलं– 'गोपाळ फार गुणी मुलगा आहे. त्याला जे द्यावे ते तो खातो.'

'गोपाळ' या नावाचा उल्लेख करून उमानं गोविंदलालच्या कुणा वाचकाला 'लक्ष्य' बनवलं होतं असं वाटत नाही. पण तिचा दादा भयंकर संतापला. आधी त्यानं तिला बदडलं आणि मग तिच्याकडचा पेन्सिलीचा एक तुकडा, शाईनं बरबटलेली टोक तुटलेली लेखणी, तिनं मोठ्या कष्टानं जमवलेली इतर लेखनसामग्री जप्त केली. एवढी मोठी शिक्षा होण्याइतका कोणता अपराध आपल्या हातून घडलाय हे त्या पोरीला मुळीच समजलं नाही. खोलीच्या कोपऱ्यात बसून ती रडायला लागली.

उमाला अशी शिक्षा केल्यानंतर थोड्या वेळानं गोविंदलालला थोडा पश्चात्ताप झाला. त्यानं उमाची जप्त केलेली सामग्री तर तिला परत दिलीच, त्याशिवाय एक सुंदर बांधणीची वहीही तिला दिली आणि तिला खूश करण्याचा प्रयत्न केला.

तेव्हा उमाचं वय होतं सात. वही मिळताच उमा खूश झाली. ती वही सोडतच नसे. रात्री ती वही उशीखाली ठेवायची आणि दिवसभर ती तिच्याजवळ असायची.

आखूड केसांची एवढीशी वेणी घालून, मोलकरणीबरोबर ती जेव्हा गावातल्या 'बालिका विद्यालया'त जायची तेव्हा गावातील इतर मुली तिच्याकडे आश्चर्यानं पाहायच्या. काहींना तिच्यासारखं शाळेत जावंसं वाटायचं तर काहींना तिचा द्वेष वाटायचा.

पहिल्या वर्षी खूप कष्ट घेऊन तिनं वहीत लिहिलं– 'सगळे पक्षी आवाज करतात. रात्र सरली.' आपल्या खोलीच्या जमिनीवर बसून ती मोठ्यानं हेल काढून वाचायची आणि लिहायची. असं करत करत तिनं वहीत बऱ्याच गद्य-पद्यांचा संग्रह केला होता.

दुसऱ्या वर्षी मधून मधून तिची स्वत:ची वाक्यं दिसायला लागली. वाक्यं अगदी लहान पण अर्थपूर्ण असायची. त्याला उपोद्घात किंवा उपसंहार नसे. एखाददुसरं उदाहरण देता येईल.

'कथामाले'त वाघ आणि बगळ्याची गोष्ट होती. ती वहीत उतरवल्यावर त्याखाली तिनं एक वाक्य लिहिलं होतं. ते कथामालेत नव्हतं. वंगसाहित्यात कुठंही ते यापूर्वी आढळलं नव्हतं. ते वाक्य होतं– यशीवर मी खूप प्रेम करते.

मी आता एक प्रेमकथा सांगतोय असं समजू नका. यशी हा कुणी दहा-बारा वर्षांचा जवळ राहणारा मुलगा नव्हे. उमाच्या घरच्या एका जुन्या दासीचं नाव होतं यशोदा. यशोदाचं यशी.

पण या वाक्यावरून यशीबद्दल उमाला काय वाटतं याचा अंदाज कुणी बांधू नये. तिचं खरंखुरं मत जाणून घेऊ इच्छिणाऱ्याला याच वहीत चार-दोन पान

उलटल्यानंतर वरील मताच्या नेमकं उलट मत व्यक्त केलेलं दिसून आल्यास नवल वाटण्याचं कारण नव्हतं.

हेच एकमेव उदाहरण होतं असं नव्हे. त्या वहीत पदोपदी अशी परस्परविरोधी विधानं केलेली होती. एका ठिकाणी लिहिलं होतं– हरीशी जन्माची कट्टी. (हरी म्हणजे हरिचरण नव्हे तर उमाच्या वर्गातली हरिदासी.) पण थोडं पुढे असं वाक्य होतं की त्यावरून हरिदासी तिची जिवश्चकंठश्च मैत्रीण असावी असंच वाटावं.

ह्याच्याच पुढच्या वर्षी म्हणजे उमा नऊ वर्षांची होताच एके दिवशी सकाळीच तिच्या दारासमोर सनई वाजायला लागली. उमाचं लग्न. नवरदेवाचं नाव होतं प्यारीमोहन. तो गोविंदलालचा सहकारी लेखक होता. त्याचं वय जास्त नव्हतं. थोडंफार शिकलेलाही होता. पण त्याचे विचार मात्र जुनेच होते. म्हणून आजुबाजूचे लोक त्याची वाहवा करत. गोविंदलाल त्याचं अनुकरण करायचा प्रयत्न करायचा. पण त्याला ते फारसं जमत नसे.

उमा बनारसी साडी नेसून आणि डोक्यावरून पदर ओढून घेऊन रडत रडत सासरी गेली. जाताना आईनं उपदेश केला, 'पोरी, सासूचं ऐक. घरकामात मदत कर. नुसतं लिहीत किंवा वाचत बसू नकोस.'

गोविंदलालनं बजावलं, 'हे बघ, तिथं भिंतीबिंतीवर गिचमिड काही लिहायचं नाही. तिथं असं काही चालणार नाही. आणि प्यारीमोहनच्या लेखावर काही लिहिलंस तर खबरदार!'

उमाची घाबरगुंडी उडाली. छातीत धडधडायला लागलं. तिला कळून चुकलं की ती जिथं जातेय तिथं क्षमा नाही. तिथली माणसं कशाला दोष समजतात, कशाला अपराध समजतात ते बरीच बोलणी खाऊन शिकून घ्यायला लागणार.

सनई वाजत होती. पण बनारसी साडी नेसून दागदागिने घालून सजलेल्या त्या एवढ्याशा पोरीच्या चिमुकल्या हृदयात काय होत आहे हे समजून घेणारं एक तरी माणूस त्या एवढ्या गर्दीत होतं की नाही कोण जाणे!

यशीही उमाबरोबर गेली. ती उमाबरोबर तिच्या सासरी काही दिवस राहणार होती आणि उमाचं सर्व स्थिरस्थावर झाल्यावर परत येणार होती. असंच ठरलं होतं.

ममताळू यशीनं बराच विचार करून उमाची ती वहीही बरोबर घेतली होती. ही वही तिच्या माहेरचाच एक भाग होती. तिच्या अत्यल्प जन्मगृहवासाचं प्रेमाचं स्मृतिचिन्ह होतं. पितामातेच्या सहवासाचा संक्षिप्त इतिहास– वेड्यावाकड्या अक्षरात लिहिलेला. तिच्या या अकाली गृहिणीपदामध्ये बालस्वभावानुसार एक प्रेमळ गोड स्वातंत्र्याचा स्वाद.

सासरी गेल्यावर सुरुवातीचे काही दिवस उमानं आपल्या वहीत काहीच लिहिलं नाही. तिला वेळही मिळाला नाही. काही दिवसांनंतर यशी परत आली.

यशी ज्या दिवशी घरी परत गेली त्या दिवशी दुपारी उमानं आपल्या खोलीचं दार बंद केलं. आपल्या पत्र्याच्या पेटीतून वही काढली आणि रडत रडतच लिहिलं– यशी घरी गेली. मलाही आईकडे जायचंय.

हल्ली ती 'चारुपाठ' आणि 'बोधोदय' यामधील धड्यांची नकल आपल्या वहीत करत नसे. तेवढा वेळही तिला मिळायचा नाही आणि इच्छाही नसायची. त्यामुळे ती स्वतः जी वाक्यं लिहायची ती एका पाठोपाठ एक यायची. त्यामध्ये अंतर नसायचं. वरच्या वाक्याच्या पुढेच तिनं लिहिलं होतं– दादानं एकदा मला घरी नेलं तर पुन्हा कधीच मी त्यानं लिहिलेलं खराब करणार नाही.

उमाच्या वडिलांना ती अधूनमधून घरी यावी असं वाटायचं. ते तिला आणायला पाहायचे. पण गोविंदलाल प्यारीमोहनच्या नादी लागून त्यांना अडवायचा.

गोविंदलाल वडिलांना म्हणायचा, 'हे उमाचं पतिभक्ती शिकायचं वय आहे. तिला तिच्या सासरहून माहेरी आणल्यास उगाचच तिचं मन विचलित होईल.' या विषयावर त्यानं उपहासात्मक उपदेश करणारा एक लेख लिहिला. त्याच्या मताशी सहमत असणाऱ्या वाचकांनी त्यातील वादातीत सत्य एकदम मान्य केलं.

इतर लोकांकडून उमाच्या कानावर ही गोष्ट जाताच तिनं आपल्या वहीत लिहिलं– दादा तुझ्या पाया पडते, मला घरी ने. मग मी तुझ्यावर पुन्हा कधी रागावणार नाही.

एकदा आपल्या खोलीचं दार लावून उमा असंच काहीतरी लिहीत होती. तेव्हा तिची नणंद तिलकमंजरीला आपलं कुतूहल आवरून धरता आलं नाही. आपली वहिनी मधून मधून दार बंद करून काय करते हे पाहण्यासाठी तिनं दाराला असलेल्या भोकातून हळूच पाहिलं. तेव्हा ती लिहीत असल्याचं पाहून ती थक्कच झाली. कारण त्यांच्या घराच्या अंतःपुरात अशा रीतीनं कधीच सरस्वतीचं आगमन झालं नव्हतं.

तिलकमंजरीपेक्षा लहान कनकमंजरी. तीही हळूच डोकावून गेली. सर्वांत धाकटी अनंगमंजरी. तीही चवड्यावर उभं राहून कसंबसं आतलं रहस्य पाहून गेली.

उमाला लिहिता लिहिता बाहेर ओळखीचे आवाज आणि खिदळणं ऐकू आलं. काय झालंय ते ताबडतोब तिच्या लक्षात आलं. तिनं घाईघाईनं वही ट्रंकेत लपवली आणि लाजून तिनं आपलं तोंड उशीत लपवलं.

प्यारीमोहनला हे कळताच तो काळजीत पडला. शिकणं सुरू झालं की घरात नाटक-कादंबऱ्या येणार आणि संसाराकडे पूर्ण दुर्लक्ष होणार!

बराच विचार केल्यावर तो ह्या निर्णयावर आला की स्त्रीशक्ती आणि पुरुषशक्ती यांच्या मिलनातून पवित्र अशा दांपत्यशक्तीचा उदय होतो. पण स्त्रीनं शिक्षण घेतल्यास स्त्रीशक्ती पराभूत होते आणि फक्त पुरुषशक्तीच निर्माण होते. पुरुषशक्तीचा

पुरुषशक्तीशी आघात होऊन अशी प्रलयशक्ती निर्माण होते की त्यामुळे दांपत्यशक्ती विनाशशक्तीत विलीन होते आणि स्त्री विधवा होते. आतापर्यंत या मताला, कुणीही विरोध करू शकलं नव्हतं.

प्यारीमोहन संध्याकाळी घरी आला. त्यानं उमाला बोलावून तिची चांगलीच कानउघाडणी केली. अखेर उपहासानं तो म्हणाला, 'घरातल्या बाईनं कानावर लेखणी अडकवून ऑफिसला जावं अशी ऑर्डरच काढायला पाहिजे आता.'

उमाला तो काय म्हणतोय ते नीटसं कळलं नाही. प्यारीमोहनचे लेख तिनं कधीच वाचले नसल्यानं तिच्यात विनोदबुद्धी जन्मली नव्हती. ती अतिशय शरमिंदी झाली. पृथ्वी आपल्याला पोटात घेईल तर बरं असंच तिला मनातून वाटलं.

त्यानंतर बरेच दिवस तिनं काहीच लिहिलं नाही. पण एके दिवशी शरद ऋतूत सकाळच्या वेळी एक भिकारीण एक 'आगमनी गीत'* गात त्यांच्या दाराशी आली. उमा खिडकीच्या गजाला धरून उभी होती. एक तर शरद ऋतूतील सकाळ, त्यातून हे असं गाणं– लहानपणच्या सगळ्या गोष्टी तिला आठवल्या. तिच्याच्यानं राहवलं नाही.

उमाला गाता येत नव्हतं. पण लिहायला शिकताना तिला अशी सवय लागली होती की गाणं ऐकताच ती ते लिहून घ्यायची आणि आपली गाण्याची हौस गाणं लिहून भागवून घ्यायची. ती भिकारीण गात होती–

नगरवासी म्हणतात, 'अहो, उमाच्या आई,
तुमची गेलेली चांदणी आली हो बाई ।
ऐकून वाणी धावे राणी वेड्यापरी
कुठं उमा? कुठं पोर माझी?
पुसत डोळे म्हणे राणी, आली ग आली उमा माझी ।
येग पोरी ये एकवार बाई,
ये ना ग आईच्या मिठीत बाई ।
पसरी ती हात, उमा पडे गळ्यात,
रुसून म्हणे ती राणीला–
म्हणतेस पोर मग आलीस का न्यायला!

उमालाही राग आला. तिचे डोळे भरून आले. तिनं त्या भिकारणीला हळूच आत बोलावून घेतलं आणि दार बंद करून चुका करत करत ती ते गाणं लिहून घ्यायला लागली.

तिच्या तिघी नणंदांनी ते हळूच पाहिलं. त्या टाळ्या वाजवून चिडवायला

---

* आगमनी गीत – उमा किंवा दुर्गा पूजेच्या वेळी येते त्यावेळी म्हणायचं गाणं.

लागल्या, 'वहिनी, तू काय करतेस ते आम्ही सगळं पाहिलं बरं का!'

तेव्हा घाईघाईनं दार उघडून उमा बाहेर आली. ती काकुळतीनं त्यांना म्हणाली, 'अगं माझ्या बायांनो, कुणाला सांगू नका ग! तुमच्या पाया पडते. पुन्हा असं करणार नाही. पुन्हा कधी लिहिणार नाही.'

तिलकमंजरीचा तिच्या वहीवर डोळा आहे हे लक्षात येताच तिनं धावत जाऊन वही उचलली आणि आपल्या छातीशी घट्ट धरून ठेवली. नणंदांनी वहीसाठी तिच्याशी बरीच झटापट केली. पण वही काढून घेणं त्यांना जमलं नाही, तेव्हा अनंगानं तिच्या दादाला बोलावून आणलं.

प्यारीमोहन गंभीर चेहरा करून पलंगावर बसला. मग गरजला, 'आण ती वही इकडे.' त्याच्या हुकुमाचं पालन होत नाही असं दिसताच आवाजाची पट्टी थोडी खाली आणून म्हणाला, 'दे.'

त्या पोरीनं अतिशय काकुळतीनं नवऱ्याकडे पाहिलं. वही तिनं तशीच छातीशी घट्ट धरून ठेवली होती. प्यारीमोहन वही हिसकावून घेण्याच्या बेतात आहे असं दिसताच तिनं ती खाली फेकली आणि दोन्ही हातानं तोंड झाकून जमिनीवर लोळण घेतली.

प्यारीमोहननं वही उचलली आणि तिनं लिहिलेलं तो मोठ्यानं वाचायला लागला. उमा अतिशय शरमिंदी झाली. तिघी नणंदांची हसून हसून पुरेवाट झाली.

त्यानंतर उमाला पुन्हा कधीच तिची वही परत मिळाली नाही. प्यारीमोहनचीही 'सूक्ष्मतत्त्वकंटकित' विविध लेखांनी परिपूर्ण अशी एक चोपडी होती. ती काढून घेऊन फाडून टाकून माणसांच्या हिताचं काम करणारं मात्र कुणीच नव्हतं.

■

(खाता)

ऊन-सावली

आदल्या दिवशी पाऊस पडला होता. आज पावसानंतरच्या सकाळी कोवळं ऊन आणि विरळ ढग हळव्या भाताच्या पिकावर आपापला कुंचला आळीपाळीनं फिरवत होते. त्यांचे मोठे कुंचले फिरल्यामुळे विस्तृत दृश्यपट कधी उजळून निघत होता तर कधी अंधुक धूसर दिसत होता.

आकाशाच्या रंगभूमीवर ऊन आणि सावली हे दोघंच आपापला अभिनय करत असताना, जगाच्या रंगभूमीवर किती ठिकाणी किती नाटकं चालली होती त्याला गणतीच नव्हती.

एका लहानशा जीवननाट्याचा पडदा आम्ही उघडताच समोर दिसलं ते गावच्या रस्त्याकाठचं एक घर. त्या घराच्या समोरच्या खोलीचं बांधकाम पक्कं होतं. ह्या खोलीच्या दोन्ही बाजूंनी जुन्या, तुटक्या फुटक्या विटांची भिंत होती. त्या भिंतीच्या आत काही खोल्या होत्या. त्या मातीनं लिंपलेल्या होत्या. रस्त्याच्या बाजूला गजांची खिडकी होती. त्या खिडकीतून एक तरुण दिसत होता. तो एका खाटेवर उघडाच बसला होता. डाव्या हातातला पंखा हालवत तो उकाडा आणि डास दोघांनाही हाकलत होता आणि उजव्या हातातलं पुस्तक वाचण्यात गढून गेला होता.

बाहेरच्या रस्त्यावर पट्ट्यापट्ट्यांची साडी नेसलेली एक मुलगी ओच्यात जांभळं घेऊन, एकेक खात ह्या खिडकीसमोरून येरझारा घालत होती. तिच्या चेहेऱ्यावरील भावावरून स्पष्ट दिसत होतं की ती खिडकीजवळ बसलेल्या तरुणाला चांगलं ओळखत होती आणि कसंही करून त्या तरुणाचं लक्ष आपल्याकडे वेधून घेऊन त्याला दाखवून देऊ पाहत होती की ती जांभळं खाण्यात गुंग आहे, ती त्याला हिशेबातच धरत नाहीय.

दुर्दैवाची गोष्ट म्हणजे त्या तरुणाची दृष्टी अधू होती. त्यामुळे ती करीत

असलेली उपेक्षा, दोघांतील अंतरामुळे त्याच्या लक्षातच येत नव्हती. त्या मुलीलाही हे माहीत होतं. म्हणून बराच वेळ येरझारा घातल्यावर मौन उपेक्षेऐवजी जांभळाच्या बियांचा उपयोग करायला तिनं सुरुवात केली. आंधळ्यापाशी आपल्या राग-रुसण्याची शुद्धता राखणं फारच अवघड!

जेव्हा दोन-चार बिया एका मागोमाग एक अशा खिडकीच्या गजावर आपटून ठण् असा आवाज झाला तेव्हा त्या तरुणानं मान वर करून पाहिलं. त्या खट्याळ मुलीच्या ते लक्षात आलं. तेव्हा अधिक लक्ष देऊन ती ओच्यातील जांभळं निवडायला लागली. त्या तरुणानं डोळे बारीक करून, कपाळाला आठ्या घालून निरखून पाहिलं. तेव्हा कुठं त्याला तिची ओळख पटली. पुस्तक बाजूला ठेवून तो खिडकीत येऊन उभा राहिला आणि त्यानं तिला हाक मारली, 'गिरिबाला!'

गिरिबालेनं त्या तरुणाकडे संपूर्ण दुर्लक्ष केलं. ओच्यातली जांभळं निवडण्यात ती गुंग असल्याचं तिनं भासवलं. एकेक पाऊल मोजून टाकत ती चालायला लागली.

ते पाहून त्या अधू दृष्टीच्या तरुणाला कळून चुकलं की नकळत घडलेल्या अपराधाची शिक्षा देणं चाललंय. तो घाईघाईनं बाहेर येऊन म्हणाला, 'का ग, आज मला जांभळं दिली नाहीस?'

गिरिबालेनं त्याचा प्रश्न ऐकून न ऐकल्यासारखं केलं आणि बरीच पारख केल्यावर एक जांभूळ निवडून ती निश्चिंतपणे खायला लागली.

ती जांभळं गिरिबालेच्या बागेतली होती आणि त्या तरुणाचा रतीब ठरलेला होता. पण का कोण जाणे, आज गिरिबाला ही गोष्ट पार विसरून गेली होती. आज तिनं सगळी जांभळं स्वत:साठीच आणली होती असंच तिच्या वागण्यावरून दिसत होतं. मात्र स्वत:च्या बागेतली जांभळं दुसऱ्याच्या दारासमोर ऐटीत खाण्याच्या कारणाचा उलगडा काही त्याला झाला नाही. म्हणून त्या तरुणानं जवळ येऊन तिचा हात धरला. प्रथम तिनं हात हिसडून निघून जाण्याचा प्रयत्न केला. त्या नंतर तिनं रडायला सुरुवात केली आणि ओच्यातली जांभळं फेकून देऊन ती धावत निघून गेली.

सकाळचं लहरी ऊन आणि तरंगणारे ढग दुपारी शांत व श्रांत झाले होते. पांढरे ढग आकाशाच्या कडेला रचून ठेवल्यासारखे दिसत होते. आणि मलूल झालेलं ऊन झाडांच्या पानांवर, तळ्यातल्या पाण्यावर, पावसानं भिजलेल्या प्रत्येक गोष्टीवर चमकत होतं. तीच मुलगी पुन्हा त्या घराच्या खिडकीच्या समोर दिसत होती आणि घरात तो तरुण बसला होता. फरक एवढाच होता की मुलीच्या ओच्यात जांभळं नव्हती आणि त्या तरुणाच्या हातात पुस्तक नव्हतं. ह्या फरकापेक्षा फार मोठे आणि गूढ असेही काही फरक होते.

ह्या वेळी ती मुलगी तिथं येऊन इकडे तिकडे का फिरत होती हे सांगणं कठीण होतं. कारण काहीही असो, आत बसलेल्या माणसाशी बोलायचा तिचा बेत नसावा हे तिच्या वागण्यावरून स्पष्ट दिसत होतं. उलट सकाळी फेकून दिलेल्या जांभळांपैकी काहींना दुपारपर्यंत कोंब फुटलेत का हेच पाहायला ती आली असावी असंच वाटत होतं.

त्या जांभळांना कोंब न फुटण्याची जी अनेक कारणं होती त्यातील एक महत्त्वाचं कारण होतं की फेकून दिलेल्या जांभळांची रास त्या तरुणाच्या पुढ्यात होती. ती मुलगी वाकून कुठलातरी काल्पनिक पदार्थ शोधण्यात गुंतली होती आणि तो तरुण मात्र हसू आवरून गंभीरतेचा आव आणून एक एक जांभूळ निवडून मजेत खात होता. जेव्हा एक-दोन बिया तिच्या पायापाशी आणि एखादी तिच्या पायावरच येऊन पडली तेव्हा गिरिबालेला समजून चुकलं की तो तिच्या रुसव्याचा बदला घेतोय. पण हे काय बरोबर होतं? जेव्हा आपल्या छोट्याशा हृदयातला सर्व मानअभिमान विसरून ती शरणागती पत्करायची संधी शोधत होती, तेव्हा तिच्या मार्गात अडथळा आणणं म्हणजे केवढा दुष्टपणा! तिला त्यानं पकडावं म्हणून ती तिथं आली होती ही गोष्ट उघड होताच लाजेनं लाल होऊन ती तिथून पळून जायला पाहत असतानाच त्यानं बाहेर येऊन तिचा हात पकडला होता.

सकाळप्रमाणेच तिनं हात हिसडून पळून जायचा प्रयत्न केला. पण ह्या वेळेस ती रडली मात्र नाही. उलट लाजेनं मान खाली घालून, तिचा हात पकडणाऱ्याच्याच पाठीमागे तोंड लपवून हसायला लागली. आपण केवळ बाह्य आकर्षणाला भुलून फसलो, पराभूत झालो असं भासवत तिनं लोखंडी गज असलेल्या खिडकीच्या तुरुंगात कैदी म्हणून पाऊल टाकलं.

आकाशातील ऊन-सावलीचा खेळ जसा सामान्य तसाच पृथ्वीवरील ह्या दोन जिवांचा खेळ सामान्य होता, क्षणभंगुर होता. पण खरं पाहिलं तर ऊन-सावलीचा खेळ सामान्य वाटला तरी सामान्य नसतो. किंबहुना तो खेळच नसतो, खेळासारखा वाटतो मात्र– तशीच ह्या दोन अनामिक माणसांच्या जीवनातील पावसाळी दिवसातली, काही काम नसतानाची घटना, जगात घडणाऱ्या शेकडो घटनांच्या तुलनेत अगदीच नगण्य वाटत असली तरी तशी ती नव्हती. जी चिरंतन, विराट नियती गंभीरपणे अनंत काळापासून युगांच्या गाठी मारत आली आहे, तिनंच ह्या मुलीच्या सकाळ–दुपारच्या हसण्या-रडण्यात जीवनाला व्यापून टाकणारं सुखदु:खाचं बीज रोवलं होतं. तरीसुद्धा ह्या मुलीच्या ह्या अकारण रागाला काही अर्थ नव्हता. फक्त पाहणाऱ्यांनाच असं वाटलं असेल असं नाही तर ह्या नाटकातलं मुख्य पात्र म्हणजे तो तरुण त्यालाही असंच वाटलं. ही मुलगी कधी रागावते, कधी प्रेमानं वागते, कधी रोजचा रतीब घालते तर कधी अचानक बंद करते ह्याचं कारण शोधणं खरंच

फार अवघड नव्हतं का! एखाद्या दिवशी ती तिच्यापाशी असलेले सर्व नैपुण्य, कल्पना, भावना एकवटून त्या तरुणाला संतुष्ट करायला पाहायची तर कधी अचानक तिच्यातील क्षुल्लक शक्ती, कठोरपणा पणाला लावून त्याला दुखवायचा, घायाळ करायचा प्रयत्न करायची. तो दुखावला गेला नाही असं तिला वाटलं तर तिचा खोडसाळपणा दुप्पट व्हायचा. पण तो दुखावला गेला की तिचा कठोरपणा पश्चात्तापाच्या आसवात विरघळून स्नेहाच्या धारांत वाहून जायचा.

ह्या ऊन-सावलीच्या क्षुल्लक खेळाचा सुरुवातीचा इतिहास पुढे संक्षेपानं सांगत आहे.

त्या गावातील सर्वजण भांडणतंटे, कुचाळक्या, उसाची शेती, खोटे दावे आणि तागाचा कारभार ह्यांत गुंतलेले असत. साहित्य आणि कल्पनाविलास वगैरेची चर्चा चालायची ती फक्त शशिभूषण आणि गिरिबाला ह्यांच्यात.

ह्या दोघांनाही ह्यात फार रस होता असं नाही. कारण गिरिबाला होती दहा वर्षांची आणि शशिभूषण नुकताच एम.ए.बी.एल. झाला होता. ती दोघं शेजारी रहात होती इतकंच.

गिरिबालेचे वडील हरकुमार. एके काळी ह्या गावची मक्तेदारी त्यांच्याकडे होती. पण दुर्दैवानं हलाखीची स्थिती वाट्याला आल्यावर त्यांनी सर्व विकून टाकलं आणि गावाबाहेरच्या एका जमीनदाराचे नायब म्हणून ते नोकरी करायला लागले. त्याच्या परगण्याचीच मुतालिकी त्यांना मिळाल्यामुळे आपलं गाव सोडून बाहेर जाण्याची गरज त्यांना पडली नव्हती इतकंच!

शशिभूषण एम.ए. होताच. शिवाय त्यानं कायद्याची परीक्षाही दिली होती. तरीसुद्धा तो काही उद्योग करत नव्हता. लोकांत मिसळणं किंवा सभेत दोन शब्द बोलणं त्याला जमत नसे. दृष्टी अधू असल्यानं ओळखीच्या लोकांकडेही तो आठ्या घालून पाहायचा. त्यामुळे लोकांचा गैरसमज व्हायचा. ते त्याला उद्धट, शिष्ट समजायचे.

कोलकात्याच्या लोकांत आपल्या मनाप्रमाणे एकटं राहणं चालून जाण्यासारखं होतं. पण खेडेगावात असं राहणं म्हणजे उद्धटपणा, गर्विष्ठपणा. शशिभूषणच्या वडिलांनी बरेच प्रयत्न केले व अखेर हार पत्करून ह्या कुचकामी मुलाला गावात त्यांची जी थोडीफार मालमत्ता होती ती सांभाळण्यासाठी पाठवलं. तो गावात येताच गावकऱ्यांनी त्याला बराच त्रास दिला, त्याची टिंगलटवाळी केली आणि अपमानही केला. ह्याचं एक कारण म्हणजे तो लग्न करायला तयार नव्हता. मुलीला स्थळं पाहण्यानं बेजार झालेले आईबाप शशिभूषणच्या ह्या निर्णयाला त्याचा टोकाचा अहंकार समजत. त्यामुळे त्याला क्षमा करण्यास ते अजिबात तयार नव्हते.

जसजसा गावकऱ्यांचा त्रास वाढायला लागला तसतसा शशिभूषण आपल्या गुहेतून बाहेरच पडेनासा झाला. घरातल्या एका कोपऱ्यातील खाटेवर भली मोठी इंग्रजी पुस्तकं घेऊन तो बसून राहायचा. मनाला येईल ते पुस्तक वाचत बसायचा. हेच तर त्याचं काम होतं– मालमत्तेचं रक्षण कसं करावं ते नको का माहीत असायला?

पूर्वीच्या हकिकतीवरून आपल्याला कल्पना आली असेलच की गावातल्या माणसांशी त्याचा जो काही संपर्क होता तो फक्त गिरिबालेमार्फत.

गिरिबालेचे भाऊ शाळेत जात आणि घरी आल्यावर आपल्या अडाणी बहिणीला कधी पृथ्वीचा आकार कसा आहे ते विचारत तर कधी विचारत की पृथ्वी मोठी का सूर्य? ती जेव्हा चुकीचं उत्तर द्यायची तेव्हा तिचा अडाणीपणा लक्षात आणून देऊन ते तिची चूक सुधारायचे. सूर्य पृथ्वीपेक्षा मोठा आहे, ह्या मताला काही आधार दाखवता येत नसल्यानं ते खरं वाटत नसे आणि तशी शंका गिरिबालेनं बोलून दाखवल्यास तिचे भाऊ म्हणत, 'अहा रे! अगं, आमच्या पुस्तकात लिहिलंय आणि तुझं आपलं....'

छापील पुस्तकातच असं लिहिलंय म्हटल्यावर गिरिबाला निरुत्तर व्हायची. आता आणखी पुराव्याची आवश्यकताच काय?

पण मनातून तिलाही आपल्या भावांसारखी पुस्तकं वाचाविशी वाटायची. कधी कधी ती आपल्या खोलीत एखादं पुस्तक घेऊन भराभर पानं उलटत काहीतरी बडबडायची. जणू ती घडा घडा वाचतेच आहे. छापलेली छोटी छोटी काळी अक्षरं, कुठल्यातरी रहस्यमय शाळेच्या सिंहद्वारावर, ईकार, एकार खांद्यावर घेऊन गटागटानं पहारा देत उभी असत. तिच्या कोणत्याही प्रश्नाला ती उत्तर देत नसत. 'कथामाले'तील वाघ, कोल्हा, घोडा, गाढव तिचं कुतूहल शमवत नसत. 'आख्यान-मंजिरी' मौनव्रत धारण करून नुसतीच तिच्याकडे पाहत राहत असे.

तिनं तिला शिकवण्यासाठी तिच्या भावांना सांगून पाहिलं. पण त्यांनी तिच्या म्हणण्याकडे अजिबात लक्ष दिलं नाही. तिचा एकमात्र आधार होता शशिभूषण.

सुरुवातीला 'कथामाला' आणि 'आख्यानमंजिरी'प्रमाणे शशिभूषणही तिला गूढ वाटायचा. रस्त्याकडच्या एका खोलीच्या गजांच्या खिडकीत तो एकटाच पुस्तकांच्या पसाऱ्यात बसलेला असायचा. गजांना धरून गिरिबाला पुस्तक वाचण्यात गढून गेलेल्या शशिभूषणला पाहत राहायची आणि त्याच्या पुस्तकांच्या संख्येवरून हा आपल्या भावांपेक्षा खूपच जास्त शिकलाय ह्याची तिला खात्री पटायची. ह्याहून आश्चर्यकारक गोष्ट तिला माहीतच नव्हती. 'कथामाले'सारखी महत्त्वाची पुस्तकं शशिभूषणनं नक्कीच वाचली असतील, ह्याबद्दल तिला अजिबात शंका नव्हती. म्हणूनच, शशिभूषण पुस्तकांची पानं उलटवत असताना ती तिथं उभी असूनही त्याच्या ज्ञानाचा अंदाज तिला बांधता यायचा नाही.

अखेर अधू दृष्टीच्या शशिभूषणच्या नजरेस ही कुतूहलानं त्याला निरखणारी मुलगी पडली. एकदा एक सुंदर बांधणीचं पुस्तक उघडून तो तिला म्हणाला, 'गिरिबाला, चित्रं पाहायची आहेत? ये.' त्याच क्षणी गिरिबाला तिथून पळून गेली.

पण दुसऱ्या दिवशी पुन्हा धाऱ्याधाऱ्यांची साडी नेसून ती त्या खिडकीच्या गजांना धरून उभी राहिली आणि अतिशय गंभारपणे मन लावून पुस्तक वाचण्यात गढून गेलेल्या शशिभूषणचं निरीक्षण करायला लागली. त्याही दिवशी त्यानं तिला बोलावलं आणि वेण्या हलवत ती आदल्या दिवशीसारखीच तिथून पळून गेली.

अशा रीतीनं त्यांची ओळख हळूहळू दाट कधी झाली, ती गजांना धरून बाहेर उभी राहणारी मुलगी बाहेरून शशिभूषणच्या खोलीत केव्हा गेली, त्याच्या खाटेवरच्या पुस्तकांमध्ये केव्हा जाऊन बसली, हे ठरवण्याचं काम आपण इतिहासाच्या संशोधकांवरच सोपवलं पाहिजे.

शशिभूषणनं गिरिबालेला शिकवायला सुरुवात केली हे ऐकून हसू येईल. पण ह्या मास्तरनं आपल्या ह्या लहान विद्यार्थिनीला अक्षरओळख आणि व्याकरणच शिकवलं असं नाही तर मोठ्या काव्याचं भाषांतर करून तो तिला ऐकवायला लागला. त्यावर तिचं मतही विचारायला लागला. तिला त्यातलं किती समजायचं देव जाणे! पण तिला ते आवडायचं हे नक्की. तिच्या समजुतीनुसार ती आपल्या बालहृदयात एक चित्र कल्पनेनं रंगवायची. गप्प बसून, डोळे विस्फारून ती सर्व ऐकायची, कधीमधी एखादा विसंगत प्रश्नही विचारायची, कधी कधी मध्येच एखाद्या वेगळ्याच गोष्टीचा उल्लेख करून विषयांतरही करायची. शशिभूषण तिला कधी अडवायचा नाही. मोठ्या काव्याबद्दल ह्या लहानशा समीक्षकाची टीका, प्रशंसा, भाष्य ऐकून त्याला विशेष आनंद वाटायचा. ह्या गावात फक्त गिरिबालाच त्याची समजदार मित्र होती.

शशिभूषणची गिरिबालेशी ओळख झाली तेव्हा ती आठ वर्षांची होती. आता तिचं वय दहा होतं. ह्या दोन वर्षांत इंग्रजी आणि बंगाली वर्णमाला शिकून सोपी दोन-चार पुस्तकं तिनं वाचून काढली होती. त्यामुळे ही खेड्यातील दोन वर्षं शशिभूषणलाही अगदी नीरस वाटली नाहीत.

पण गिरिबालेचे वडील हरकुमार ह्यांच्याशी मात्र शशिभूषणचं नीटसं जमलं नाही. सुरुवातीला हरकुमार कायदेशीर सल्ला घेण्यासाठी एम.ए.बी.एल. झालेल्या शशिभूषणकडे येत. पण शशिभूषण कायदेशीर बाबीत फारसे लक्ष घालत नसे. एवढंच नाही तर त्याला कायद्याचं फारसं ज्ञान नाही हे सांगायलाही कचरत नसे. नायब हरकुमारांना मात्र त्याचं म्हणणं म्हणजे ढोंग वाटत असे. अशीच दोनेक वर्षं सरली.

ह्या वेळी एका हट्टी कुळाला जरब बसवणं गरजेचं होतं. त्याच्या विरुद्ध निरनिराळ्या अपराधांबद्दल निरनिराळ्या जिल्ह्यांत फिर्यादी दाखल करायच्या आणि देण्यासंबंधी तक्रार करायची असं ठरवून सल्ला मागण्यासाठी हरकुमार शशिभूषणकडे आले. सल्ल्यासाठी त्यांनी त्याला जेरीस आणलं. पण त्यांना सल्ला देणं तर दूरच. उलट शशिभूषणनं त्यांना शांतपणे पण ठाम स्वरात ज्या काही गोष्टी ऐकवल्या त्या हरकुमारना आवडणं शक्यच नव्हतं.

इकडे ज्या कुळाच्या विरुद्ध हरकुमारनं फिर्याद दाखल केली होती तिचा निकालही त्यांच्या विरुद्ध लागला. तेव्हा त्यांनी असा समज करून घेतला की शशिभूषणनंच त्या कुळाला मदत केली. त्यांनी 'ह्या अशा माणसाला गावात टिकू द्यायचं नाही.' असा पणच केला.

शशिभूषणनं पाहिलं की त्याच्या शेतात गुरं घुसायला लागली, शेताला आग लागली, शेताच्या मेरेवरून वाद व्हायला लागला, त्याची कुळं त्याला खंड देईनाशी झाली, त्यांनी त्याच्यावरच खोटे दावे लावायला सुरुवात केली, एवढंच नाही तर संध्याकाळनंतर तो घराबाहेर पडला तर त्याला मारपीट होईल आणि रात्री त्याच्या घराला आग लावली जाईल, असं त्याच्या कानावर आलं.

अखेर शांत, सरळमार्गी शशिभूषणनं गाव सोडून कोलकात्याला जाण्याची तयारी केली.

तो निघण्याची तयारी करत होता त्याच वेळी जॉइन्ट मॅजिस्ट्रेटचा तळ गावात पडला. बरकंदाज, शिपाई, खानसामा, कुत्रे, घोडे, सईस, मेहेतर ह्यांनी गाव गजबजून गेलं. वाघाच्या मागोमाग दबकत दबकत जाणाऱ्या कोल्ह्यांप्रमाणे गावातील पोरांचं टोळकं मॅजिस्ट्रेटच्या तळाभोवती घिरट्या घालायला लागलं.

पाहुणचार सदराखाली पैसा खर्च करून नायब महाशयांनी साहेबाकडे कोंबड्या, अंडी, दूध, तूप वगैरे पाठवायला सुरुवात केली. ते साहेबाच्या जरूरीपेक्षा जास्त खाद्यसामुग्री बिनबोभाट पाठवत होते, तरी एका सकाळी साहेबांचा मेहेतर येऊन साहेबांच्या कुत्र्यासाठी एकदम चार शेर तूप मागायला लागला, तेव्हा मात्र हरकुमार चिडले. त्यांनी मेहेतरला सुनावलं की देशी कुत्र्यापेक्षा साहेबांचा कुत्रा एवढं तूप अगदी सहज पचवत असला तरी एवढं तूप कुत्र्याच्या तब्येतीच्या दृष्टीनं बरं नव्हे. त्यांनी तूप दिलं नाही.

मेहेतरानं परत जाऊन त्याच्या साहेबाला सांगितलं की कुत्र्यासाठी मांस कुठं मिळेल ह्याची चौकशी करायला तो नायबांकडे गेला होता. पण तो जातीनं मेहेतर असल्यानं नायबांनी सर्व लोकांदेखत त्याला हाकलून लावलं, एवढंच नाही तर 'साहेबाचीही पर्वा करत नाही' असं म्हणाले.

एकतर ब्राह्मणांना त्यांच्या जातीबद्दल वाटणारा अभिमान साहेबलोकांना अजिबात

पसंत नसे. त्यातून त्याच्या मेहेतराचा अपमान करण्याचं धाडस नायबानं केलं होतं. साहेबाची सहनशक्ती संपली. त्यानं चपराशाला हुकूम केला, 'बोलाव नायबना.'

नायब भीतीनं थरथर कापत, दुर्गेच्या नावाचा जप करत, साहेबाच्या तंबूसमोर उभे राहिले. साहेब मच्मच् आवाज करत तंबूतून बाहेर आला आणि ओरडून मोडक्या तोडक्या बंगालीतून त्यानं विचारलं, 'टुमि की कारण-बशटा आमार मेठरके डुर करियाछे?'

हरकुमार हात जोडून भीत भीत म्हणाला, 'साहेबांच्या मेहेतरला हाकलून लावण्याची छाती कुणाची आहे! तरी पण त्यानं कुत्र्यासाठी एकदम चार शेर तूप मागताच कुत्र्याच्या भल्यासाठीच त्यांनी सुरुवातीला गोड शब्दांत विरोध केला. पण लगेच तूप आणण्यासाठी वेगवेगळ्या ठिकाणी माणसं पाठवली.'

साहेबानं विचारलं, 'कुठं पाठवलीस? आणि कुणाकुणाला पाठवलंय?'

हरकुमारांनी तोंडाला येईल ती नावं ठोकून दिली. साहेबानं हरकुमारना तंबूत बसवून, त्यांनी नावं घेतलेली माणसं ते सांगत आहेत त्या गावी गेली आहेत हे पाहण्यासाठी आपली माणसं पाठवली.

त्या माणसांनी तिसऱ्या प्रहरी बातमी आणली की तूप आणायला कुणीच कुठं गेलेलं नाही. नायब खोटं बोलत असल्याचं सिद्ध झालं. त्यामुळे मेहेतर खरं बोलत असल्याची साहेबाची खात्री झाली. साहेबाचा पारा चढला. मेहेतरला हाक मारून तो म्हणाला, 'ह्या साल्याचे कान धरून तंबूच्या चारी बाजूनं घोडदौड कर.' मेहेतरनं क्षणाचा विलंब न करता, सर्व लोकांसमक्ष, साहेबाच्या हुकुमाचं पालन केलं.

पाहता पाहता ही गोष्ट कानोकानी झाली. हरकुमार घरी आले आणि अन्नपाणी सोडून मेल्यासारखे पडून राहिले.

जमीनदारीच्या कारभारामुळे नायबांना शत्रू बरेच होते. त्यांना ही हकिकत कळताच अत्यंत आनंद झाला. पण कोलकात्याला जायला निघालेल्या शशिभूषणला हे कळताच त्याचं रक्त उसळलं. रात्रभर त्याला झोप आली नाही.

दुसऱ्या दिवशी सकाळीच तो हरकुमारांच्या घरी गेला. हरकुमार त्याचा हात हातात घेऊन रडायला लागले. शशिभूषण म्हणाला, 'साहेबाच्या विरुद्ध अब्रूनुकसानीचा खटला भरायला हवा. मी घेईन तुमचं वकीलपत्र.'

खुद्द मॅजिस्ट्रेटविरुद्ध खटला भरायचा म्हणताच प्रथम हरकुमार घाबरले. पण शशिभूषण हट्टालाच पेटला.

हरकुमारांनी विचार करण्यासाठी थोडा वेळ मागून घेतला. पण त्यांना जेव्हा समजलं की ही हकिकत कर्णोपकर्णी झालीय आणि आपले शत्रू आनंदानं नाचताहेत, तेव्हा त्यांना राहवलं नाही. ते शशिभूषणला शरण गेले. म्हणाले, 'बाबा रे, तू काही कारण नसताना कोलकात्याला जायला निघालायस असं ऐकलं. असं काही करू

नकोस. तुझ्यासारखा माणूस गावात असला तर आम्हाला किती आधार वाटतो म्हणून सांगू! काही करून मला ह्या भयंकर अपमानातून सोडव, बाबा!'

जो शशिभूषण स्वत:ला लोकांपासून दूर ठेवत आला होता, एकटं राहणंच ज्याला पसंत होतं, तो आज कोर्टात हजर झाला. मॅजिस्ट्रेटनी त्याची तक्रार ऐकून घेतली. मग त्याला एका प्रायव्हेट खोलीत नेऊन ते त्याला म्हणाले, 'शशीबाबू, आपण ही बाब चूपचाप मिटवून टाकली तर जास्त बरं होईल असं नाही का तुम्हाला वाटत?'

शशिभूषण टेबलावरच्या एका कायद्याच्या पुस्तकाच्या मुखपृष्ठाकडे कपाळाला आठ्या घालून निरखून पाहत होता. तो म्हणाला, 'मी माझ्या अशिलाला असा सल्ला देऊ शकत नाही. सर्वांसमोर उघडपणे त्यांचा अपमान झालाय. मग ही बाब चूपचाप का मिटवायची!'

साहेबांनी दोन-चार गोष्टी सांगून पाहिल्या. मग त्यांच्या लक्षात आलं की हा मितभाषी आणि अधू दृष्टीचा माणूस सहज ऐकणारा नाही. मग ते म्हणाले, 'ऑलराइट बाबू! कसं काय होतंय ते पाहू या.' असं म्हणून मॅजिस्ट्रेटसाहेबांनी खटल्याची तारीख बदलली आणि ते दौऱ्यावर निघून गेले.

इकडे जॉइन्ट मॅजिस्ट्रेटनं जमीनदाराला कळवलं की तुमच्या नायबानं माझ्या नोकराचा अपमान केला. माझ्याविषयीही त्यानं काही तुच्छतादर्शक उद्‌गार काढले. तुम्ही ह्याची योग्य ती दखल घ्याल ह्याची मला खात्री आहे.

जमीनदार घाबरला आणि त्यानं ताबडतोब हरकुमारना बोलावून घेतलं. नायबांनी सर्व हकिकत इत्थंभूत वर्णन करून सांगितली. जमीनदार खूप भडकला. म्हणाला, 'साहेबांच्या मेहेतरानं चार शेर तूप मागितलं तर तू काही न बोलता का नाही दिलंस? तुझ्या बापाची एक दमडी तरी जाणार होती का?'

हे हरकुमार नाकबूल करणं शक्यच नव्हतं. त्यांच्या बापाचं काय जाणार होतं? ते आपली चूक कबूल करून पुढे म्हणाले, 'माझे ग्रहच वाईट होते म्हणून मला अशी दुर्बुद्धी झाली.'

'ह्या उपर साहेबाची तक्रार करायला कुणी सांगितलं तुला?' जमीनदारानं विचारलं. हरकुमार म्हणाले, 'धर्मावतार, मला तक्रार करायची नव्हती. तो आमच्या गावातला शशी– त्याला कुठंच काही वकिलीचं काम मिळत नाही. त्या पोरानं हट्टानं मला न विचारताच ही भानगड करून ठेवली बघा.'

हे ऐकून जमीनदार शशिभूषणवर भडकला. त्यांना वाटलं की हा नवा, य:कश्चित् वकील! काहीतरी सबब काढून गोंधळ माजवायचा आणि लोकांमध्ये आपलं प्रस्थ माजवायचं, असाच त्याचा बेत दिसतोय. त्यानं खटला काढून घेऊन

मोठ्या व छोट्या मॅजिस्ट्रेटना शांत करण्याचा हुकूम हरकुमारना दिला.

फळफळावळ आणि मेवामिठाई घेऊन नायब जॉइन्ट मॅजिस्ट्रेटच्या घरी गेले. त्यांनी साहेबाला समजावून सांगितलं की साहेबाच्या विरुद्ध फिर्याद करणं त्यांच्या स्वभावाविरुद्ध आहे. पण गावातल्या शशिभूषण नावाच्या मिसरूडही धड फुटलं नसलेल्या पोरसवद्या, अगदी एका नव्या वकिलानं त्यांना न सांगताच हा उद्योग करून ठेवला. साहेब नायब महाशयांवर खूश झाला. पण शशिभूषणवर मात्र अत्यंत नाराज झाला. 'रागाच्या भरात आपण नायबबाबूंना 'दंड विढाण' केले म्हणून 'दु:खीट' असल्याचं त्यानं जाहीरही करून टाकलं. साहेबानं नुकतीच बंगाली भाषेची परीक्षा देऊन बक्षीस मिळवलं होतं म्हणून ते लोकांबरोबर बंगालीतच बोलत.

नायब म्हणाले, 'रागाच्या भरात आईबाप पोराला शिक्षा करतात पण प्रेमानं जवळही घेतात. तेव्हा असं झाल्यास पोरानं राग मानू नये आणि आईबापांनीही वाईट वाटून घेऊ नये.'

त्यानंतर जॉइन्ट मॅजिस्ट्रेटच्या नोकरचाकरांना यथायोग्य बक्षिसी देऊन नायब मॅजिस्ट्रेटना भेटायला गेले. नायबांकडून शशिभूषणचा फाजील शहाणपणा ऐकताच मॅजिस्ट्रेट म्हणाले, 'तरी मला नवल वाटलंच बरं का! मी तर तुम्हाला साधा सरळ माणूस म्हणून ओळखतो. म्हटलं झाल्या गोष्टी मला सांगून चूपचाप सर्व मिटवायचं सोडून हा माणूस फिर्याद करायला कसा काय धजला! आता आलं सगळं लक्षात.' शेवटी त्यांनी नायबांना विचारलं, 'हा शशी काँग्रेसमध्ये सामील झालाय का?' नायबांनी बेधडक 'हो' म्हटलं.

मग साहेबी बुद्धीला अनुसरून साहेबांनी 'ही काँग्रेसची चाल' असल्याचं ठरवून टाकलं. काहीतरी कुरापत काढून अमृतबाजार पत्रिकेत लेख लिहायचे आणि लोकांना सरकारविरुद्ध भडकवायचं, हे उद्योग काँग्रेसमधील क्षुद्र चेले करत होते. ते अशा एखाद्या संधीच्या शोधात असतातच, असं त्यांचं ठाम मत होतं. ह्या ग्रामकंटकांना शिक्षा करण्यासाठी मॅजिस्ट्रेटना भरपूर अधिकार दिले नाहीत म्हणून भारतातील सरकारला दुबळं ठरवून त्यांनी मनातल्या मनात सरकारचा धिक्कार केला. मात्र काँग्रेसवाला शशिभूषण त्यांच्या कायमचा लक्षात राहिला.

जगात मोठ्या मोठ्या घटना वेगानं घडत असताना बारीकसारीक गोष्टी आपले हातपाय पसरून आपला हक्क प्रस्थापित करणं सोडत नाहीत.

शशिभूषण मॅजिस्ट्रेटविरुद्ध भरलेल्या खटल्यात गुंतला असताना, कायद्याच्या पुस्तकातून योग्य ती कलमं शोधण्यात मग्न असताना, मनातल्या मनात खटल्याच्या वेळी कसं आणि काय बोलायचं ह्याचा सराव करत असताना, काल्पनिक साक्षीदाराची उलट तपासणीची तालीम करून पाहत असताना, कोर्टाच्या आवारात जमलेल्या

लोकांच्या गर्दीसमोर ह्या युद्धपर्वाचा भावी पर्याध्याय मनात कल्पून क्षणाक्षणाला घामाघूम होत असताना, त्याची लहानगी शिष्या आपलं चारुपाठाचं फाटकं पुस्तक आणि शाईनं लडबडलेली वही घेऊन त्याच्या दारात हजर व्हायची. कधी ती बागेतून एखादं फूल किंवा फळ आणायची, कधी घराच्या कोठीतून लोणचं किंवा नारळाची बर्फी, तर कधी घरीच केलेलं, केवडा आणि केशर ह्यांचा वास असलेलं, कात घातलेलं पान.

सुरुवातीचे काही दिवस, गिरिबालेनं पाहिलं की शशिभूषण चित्रं नसलेलं, एक भलं मोठं पुस्तक घेऊन विमनस्कपणे त्याची नुसती पानं उलटतोय. तो ते मन लावून वाचतोय असं काही वाटत नव्हतं. इतर वेळी शशिभूषण जी पुस्तकं वाचायचा त्यातला काही ना काही मजकूर तिला समजावून सांगायचा प्रयत्न करायचा. पण ह्या काळ्या, जाडजूड पुस्तकात तिला सांगण्यासारखं काहीच नव्हतं का? नसेलही. पण म्हणून काय पुस्तक तेवढंच मोठं आणि ती काय अगदीच अशीतशी!

सुरुवातीला आपल्या मास्तरांचं आपल्याकडे लक्ष वेधण्यासाठी ती तिचे धडे हेल काढून वाचायची. वेण्यांसकट आपलं अंग हलवत शिकवलेलं मोठमोठ्यानं म्हणायची. पण ह्याचा मास्तरांवर काही परिणाम होत नाही असं दिसताच त्या जाडजूड पुस्तकाचा तिला राग आला. तिला ते दुष्ट, वाईट माणसासारखं वाटायला लागलं. 'ती एक लहान मुलगी आहे, तिच्याकडे लक्ष देण्याची गरज नाही,' असं त्या पुस्तकातलं प्रत्येक पान दुष्ट माणसाचा चेहरा धारण करून म्हणतंय, असं तिला वाटायला लागलं. हे पुस्तक जर कुणी चोरून नेलं असतं तर त्याला तिनं आईच्या कोठीतील केवड्याच्या वासाचा सर्वच्या सर्व कात बक्षिसादाखल देऊन टाकला असता. त्या पुस्तकाचा नाश व्हावा म्हणून तिनं देवापाशी विचित्र प्रार्थना केली होती. देवानं तिचं ऐकलं नाही आणि तिची अजब, विचित्र प्रार्थना ऐकण्याची वाचकांनाही गरज नाही.

तिचं मन दुखावल्यावर दोनेक दिवस ती पुस्तक घेऊन मास्तरांकडे गेलीच नाही. आपण गेलो नाही ह्याचा परिणाम काय झाला हे पाहण्यासाठी दोनेक दिवसांनंतर तिनं शशिभूषणच्या घराकडे चक्कर मारली. तेव्हा शशिभूषण ते काळं, जाडजूड पुस्तक बाजूला सारून खिडकीसमोर एकटाच उभा राहून कोणत्या तरी भाषेत हातवारे करून बोलत होता. न्यायाधीशावर त्याच्या बोलण्याचा परिणाम कसा काय होईल ह्याचा अंदाज तो गजांसमोर भाषण ठोकून घेत होता. शशिभूषण पुस्तकातला किडा होता. त्याचं ज्ञान पुस्तकी होतं. व्यवहारज्ञान त्याला अजिबात नव्हतं. त्याला वाटत होतं की प्राचीन काळी डेमॉस्थेनीस, सीसरो, बर्क, शेरीडन वगैरेंनी शब्दांच्या जोरावर असामान्य कामं केली, शब्दभेदी शरवर्षण करून अन्यायाच्या

ठिकऱ्या उडवल्या, अत्याचाराला लांच्छन लावलं, अहंकाराला धूळ चारली. असं करणं आजच्या स्वार्थी जगातही अशक्य नाही. सत्तेच्या मदानं धुंद झालेल्या इंग्रजांना जगासमोर शरमिंदं कसं करायचं, पश्चात्ताप करायला कसं भाग पाडायचं ह्याचा सराव तिलकुची गावच्या लहान, मोडक्या घरात शशिभूषण करत होता. हे पाहून आकाशातील देव हसले की त्यांच्या डोळ्यांच्या कडा ओल्या झाल्या हे सांगणं कठीणच.

अर्थात त्या दिवशी शशिभूषणचं गिरिबालेकडे लक्ष गेलं नाही. त्या दिवशी तिच्याकडे जांभळंही नव्हती. एकदा जांभळाच्या बिया फेकून मारताना ती पकडली गेली होती. तेव्हापासून जांभळांच्या वाटेला ती जाईनाशी झाली होती. त्यामुळे शशिभूषणनं एखाद्या वेळी अगदी सहज सरळपणे विचारलं, 'गिरी, आज जांभळं नाहीत?' तर तिला तो तिची थट्टा करतोय असं वाटायचं. आणि थोडंसं रागावून, थोडं रुसून 'आम्ही नाही जा' असं म्हणून ती तिथून पळून जायची. आज जांभळाच्या बिया नसल्यानं तिनं एक दुसरीच शक्कल लढवली. दूरवर नजर टाकत ती ओरडली, 'स्वर्ण, भाई, जाऊ नकोस ग! ही मी आलेच बघ!'

पुरुष वाचकांना वाटेल की गिरिबाला तिच्या स्वर्ण नावाच्या मैत्रिणीला हाक मारत असावी. पण स्त्री– वाचकांच्या लगेच लक्षात येईल की दूरवरून कुणीही चाललेलं नव्हतं. गिरीची नजर फार दूर लागलेली नव्हती. ती समोरच पाहत होती.

अधू दृष्टीच्या माणसापाशी ह्या युक्तीचाही काही उपयोग झाला नाही. त्यानं तिचं बोलणं ऐकलं नव्हतं असं नव्हे, मात्र त्यातलं मर्म काही त्याच्या लक्षात आलं नाही. तिला खरंच मैत्रिणीबरोबर खेळावंसं वाटत असेल, असंच त्याला वाटलं. तिनं खेळ सोडून अभ्यासाला बसावं असं त्याच्या मनातही आलं नाही. कारण तिच्याप्रमाणेच तोही कुणावर तरी नेम धरून शरसंधान करायचा प्रयत्न करण्यात मग्न होता. त्या लहान पोरीचं लक्ष्य सामान्य होतं आणि तिचा नेम चुकला होता. पण ह्या सुशिक्षित माणसाचा महान लक्ष्यावरचा नेम तरी कुठं बरोबर लक्ष्यभेद करणार होता! वाचकांना हे ह्यापूर्वीच समजलं आहेच.

जांभळाच्या बियांचा एक फायदा म्हणजे एक एक करून मारता मारता चार चुकल्या तरी पाचवी योग्य जागी लागू शकते. पण स्वर्ण काल्पनिक असली तरी तिला 'ही मी आलेच' असं म्हटल्यावर तिथं जास्त वेळ उभं राहणं शक्यच नव्हतं. तसं उभं राहिल्यास स्वर्णच्या अस्तित्वाबद्दल लोकांच्या मनात शंका यायला वेळ लागला नसता. त्यामुळे उपाय निरुपयोगी ठरल्यावर गिरिबालेला तिथून ताबडतोब जावंच लागलं. पण मैत्रिणीला भेटण्याची उत्सुकता तिच्या चालीत अजिबात नव्हती. उलट कुणीतरी मागून येत असावं, अशा रितीनं ती पुन्हा पुन्हा मागं वळून पाहत होती. अखेर मागे कुणीही येत नाहीये ह्याची खात्री पटल्यावर उगाचच एक क्षीण आशा मनात असल्यानं तिनं एकदा मागे वळून पाहिलं. मात्र आशेचा शेवटचा

तंतू तुटताच आपल्या हातातील चारुपाठाचं पुस्तक टराटर फाडून तिनं ते रस्त्यातच फेकून दिलं. शशिभूषणनं तिला जे काही शिकवलं होतं ते परत करता आलं असतं तर जांभळाच्या बियांसारखं ते सर्व तिनं त्याच्या दाराशी टाकून दिलं असतं. तिनं मनाशी पक्कं ठरवून टाकलं की पुन्हा शशिभूषणची भेट होण्यापूर्वीच त्यानं शिकवलेलं सर्व विसरून जायचं. त्यानं विचारलेल्या प्रश्नाला उत्तर द्यायचं नाही– अजिबात नाही. एकाही प्रश्नाला नाही. नाही म्हणजे नाहीच. मग चांगलीच जिरेल एका माणसाची.

गिरिबालेचे डोळे भरून आले. शिकवलेलं सगळं ती विसरून गेली आहे हे लक्षात आल्यावर शशिभूषणला किती वाईट वाटेल, ह्याची कल्पना करताच तिच्या दुखावलेल्या मनाला थोडा दिलासा मिळाला. पण त्याच्या चुकीमुळे शिकवलेलं सगळं विसरलेली गिरिबाला डोळ्यासमोर येताच तिचं मन कासावीस झालं.

आकाशात काळ्या ढगांनी गर्दी केली. पावसाळ्यात असं नेहमीच होतं. ती रस्त्याच्या कडेच्या एका झाडाआड उभी राहून हुंदके देऊन रडायला लागली. रोज अशा कितीतरी मुली विनाकारण रडत असतात. त्यांच्याकडे लक्ष देण्यासारखं काय असतं!

शशिभूषणचं कायद्याचं संशोधन आणि कोर्टातल्या भाषणाचा सराव का वाया गेला ह्याची कल्पना वाचकांना आहेच. मॅजिस्ट्रेटविरुद्धचा खटला अचानक काढून घेण्यात आला. त्या जिल्ह्याचे ऑनररी मॅजिस्ट्रेट म्हणून हरकुमारांची नेमणूक झाली. एक मळकट चपकन आणि तेलकट पगडी घालून हल्ली हरकुमार जिल्ह्याच्या साहेबाला नेमानं सलाम करून येत.

एवढ्या दिवसानंतर, शशिभूषणच्या त्या काळ्या, जाडजूड पुस्तकाला गिरिबालेचा शाप भोवला. ते एका कोपऱ्यात जाऊन पडलं. त्याच्याकडे दुर्लक्ष झाल्यानं त्याच्यावर धुळीचे थर साचले. पण त्या पुस्तकाची ही दुर्दशा पाहून जी खूश झाली असती ती गिरिबाला कुठं होती?

शशिभूषणनं ज्या दिवशी कायद्याचा तो जाडजूड ग्रंथ बाजूला ठेवला त्या दिवशी गिरिबाला त्याच्याकडे येत नसल्याचं त्याच्या लक्षात आलं. आता एकेक दिवसाच्या घटना त्याला आठवू लागल्या. एके दिवशी, प्रसन्न सकाळी, पावसानं भिजलेली बकुळीची फुलं तिनं आणली होती, ते त्याला आठवलं. ती आली असूनही त्यानं पुस्तकातून डोकं वर काढलं नाही म्हणून तिचा विरस झाला होता. मग पदराला लावलेला सुई दोरा घेऊन, खाली मान घालून, ती एकेक फूल ओवत बसली. तिचं माळ करणं हळूहळू बराच वेळ चाललं होतं. अखेर तिची घरी जायची वेळ झाली तरीही शशिभूषणचं वाचन काही संपलं नव्हतं. माळ त्याच्या खाटेवर

ठेवून, शेवटी, उतरल्या चेहेऱ्यानं ती निघून गेली होती. हळूहळू तिचा रुसवा वाढत गेला होता, हेही त्याला आठवलं. सुरुवातीला तिनं त्याच्या खोलीत येणं बंद केलं होतं. ती त्याच्या घरासमोरून ये-जा करायची, पण आत यायची नाही. पुढे तर तिनं त्या रस्त्यानं येणंही बंद केलं. त्यालाही आता बरेच दिवस झाले होते. गिरिबालेचा रुसवा इतके दिवस टिकणारा नव्हता. शशिभूषणनं एक सुस्कारा सोडला आणि तो रिकमटेकड्यासारखा भिंतीला पाठ टेकून बसून राहिला. तो अगदी हतबुद्ध झाला होता. त्याची लहानगी शिष्या येत नसल्यानं त्याला आता त्याच्या पुस्तकांत रस उरला नव्हता. एखादं पुस्तक उचलून तो दोन-चार पानं उलटायचा आणि बाजूला फेकून द्यायचा. लिहिता लिहिता त्याची नजर सारखी दाराकडे किंवा रस्त्याकडे जायची आणि लिहिणं राहूनच जायचं.

गिरिबाला आजारी असावी, अशी त्याला शंका आली. त्यानं हळूच चौकशी केली तेव्हा त्याची शंका खोटी असल्याचं लक्षात आलं. गिरिबालेचं लग्न ठरलं असल्यानं ती हल्ली घराबाहेर पडत नसे.

गिरिबालेनं 'चारुपाठ' फाडून रस्त्यावरच्या चिखलात फेकून दिलं, त्याच्या दुसऱ्या दिवशीची गोष्ट. सकाळीच आपल्या इवल्याशा पदरात काहीतरी बांधून घेऊन ती घाईघाईनं घराबाहेर पडत असताना हरकुमारांनी तिला पाहिलं. ते उन्हाळ्याचे दिवस होते. रात्री बराच उकाडा झाल्यानं हरकुमारना झोप लागली नव्हती. ते पहाटेच उठले होते आणि उघड्या अंगानंच गुडगुडी ओढत बसले होते. त्यांनी विचारलं, 'गिरी, कुठं चाललीयस?'

'शशीदादाकडे.' गिरीनं सरळ सांगून टाकलं.

तिला धमकावत हरकुमार म्हणाले, 'काही जायला नको त्या शशीकडे. हो घरात.' असं म्हणून सासरी जाण्याचं वय झालेल्या मुलीला अजिबात लाजलज्जा नाही ह्याबद्दल तिला त्यांनी सज्जड दम भरला. त्या दिवसापासून तिचं बाहेर जाणं बंद झालं. त्यामुळे तिचा रुसवा घालवायला अवसरच मिळाला नाही. आंब्याची पोळी, लिंबाचं लोणचं कोठीत आपापल्या जागी जाऊन बसलं. पाऊस आला. बकुळीची फुलं पडायला लागली, पेरूचं झाड फळांनी लगडलं, पक्ष्यांनी चोच मारलेल्या जांभळांचा सडा पडला. अरेरे, 'चारुपाठ' ही आता राहिला नव्हता!

गावात ज्या दिवशी गिरिबालेच्या लग्नाची सनई वाजत होती त्या दिवशीच लग्नाचं आमंत्रण नसलेला शशिभूषण कोलकात्याला जाण्यास निघाला होता. खटला काढून घेतल्यापासून हरकुमार शशिभूषणकडे वाकड्या नजरेनंच पाहत होते. कारण त्यांची खात्री झाली होती की शशीला त्यांचा तिरस्कार वाटत असणार. त्यांच्या मनानंच त्यांना शशीच्या नजरेत, व्यवहारात तो तिरस्कार दिसत असल्याचं पक्कं

केलं. गावातील सगळे लोक तो अपमानाचा प्रसंग हळूहळू विसरले असले तरी शशी तो प्रसंग विसरणं शक्य नाही अशी त्यांची ठाम समजूत झाल्यानं तो त्यांना डोळ्यांसमोर नको होता. तो भेटताच ते शरमिंदे होत आणि चिडतही. शशीला गावाबाहेर काढण्याची प्रतिज्ञा ते करून बसले होते.

शशीसारख्या माणसाला गावाबाहेर काढणं काही अवघड नव्हतं. हरकुमारांचा हेतू लवकरच पूर्ण झाला. एके दिवशी सकाळीच पुस्तकांचा बोजा आणि दोन चार ट्रंका घेऊन शशिभूषण नावेत चढला. ह्या गावामध्ये आणि त्याच्यात जो एक आनंदाचा धागा होता तोही आज वाजतगाजत तुटला होता. त्या नाजूक धाग्यानं त्याच्या हृदयाला किती घट्ट आवळून ठेवलं होतं ते ह्या आधी पूर्णपणे त्याच्या लक्षात आलं नव्हतं. नावेनं घाट सोडताच, गावातली झाडं दिसेनाशी होताच, गावातल्या वाजंत्रीचा आवाज अस्पष्ट होताच त्याचे डोळे भरून आले, गळा दाटून आला, कपाळावरच्या शिरा ताडताड उडू लागल्या आणि सर्व जग जादूनगरीसारखं अस्पष्ट, धूसर दिसायला लागलं.

नदीच्या पाण्याला जोर होता. पण वारा उलट दिशेनं वाहत असल्यानं होडी हळूहळू चालली होती. ह्या वेळेसच एक घटना घडली आणि त्यामुळे शशिभूषणच्या जाण्यात व्यत्यय आला.

स्टेशन घाटापासून पोट विभागापर्यंत आगबोटीची वाहतूक नुकतीच सुरू झाली होती. अशीच एक आगबोट प्रवाहाच्या उलट दिशेनं, जोराचा आवाज करत आणि पाणी उसळत येत होती. आगबोटीचा मॅनेजर वयानं लहान होता. प्रवासी थोडेच होते. त्यात शशिभूषणच्या गावचेही काही लोक होते.

एका व्यापाऱ्याची नाव बराच वेळ ह्या आगबोटीबरोबर चढाओढ करत होती. कधी ती आगबोटीच्या बरोबर यायची तर कधी मागे पडायची. त्या नावेचे नावाडी इरेला पडले. त्यांनी पहिल्या शिडानंतर दुसरं शीड फडकावलं आणि नंतर तिसरंही. वाऱ्याच्या जोरानं डोलकाठी पुढच्या बाजूला झुकली आणि प्रचंड लाटा नावेच्या दोहो बाजूनं मोठा आवाज करत उसळायला लागल्या. नाव तेव्हा लगाम तुटलेल्या घोड्यासारखी बेफाम वेगानं चालली होती. एका ठिकाणी वाकण होतं. तिथं वळण घेऊन, आगबोटीला मागे टाकून नाव पुढे गेली. आगबोटीचा मॅनेजर मोठ्या उत्सुकतेनं ही शर्यत बघत होता. नावेनं पुरा वेग घेतला आणि ती आगबोटीच्या पुढे हात दोन हात गेली नाही तोच त्या मॅनेजरनं फुगलेल्या शिडावर गोळी झाडली. त्याच क्षणी शीड फाटून नाव बुडाली. आगबोट मात्र वाकणाआड दिसेनाशी झाली.

मॅनेजरनं असं का केलं ते कसं सांगता येईल! बेट्या इंग्रजाच्या मनाचा अंदाज बंगाल्यांना लागणं अवघडच! कदाचित देशी नावेनं आगबोटीशी केलेली स्पर्धा

त्याला सहन झाली नसावी. नाहीतर लांबरुंद शीड पाहताच तो छेदायची कळ त्याला अचानक आली असावी किंवा आगबोटीशी शर्यत लावणाऱ्या ह्या मत्त नावेला, तिचं वस्त्र फाडून, जलसमाधी दिली तर मोठी गंमत होईल असंही त्याला वाटलं असावं. पण एवढं मात्र खरं की अशी गंमत केल्यानं आपल्याला काहीही शिक्षा होणार नाही, ह्याची त्याला खात्री असावी आणि नावेबरोबर ज्यांचे प्राण गेले ती माणसांच्या जातीत मोडणारी नव्हेत असंच त्याचं मत असावं.

साहेबानं गोळी झाडली आणि ती नाव बुडाली तेव्हा शशिभूषणची नाव आगबोटीच्या जवळच होती. अखेरचा सर्व प्रकार शशिभूषणनं प्रत्यक्ष पाहिला होता. त्यानं आपली नाव ताबडतोब बुडालेल्या नावेच्या जागी नेली आणि नावाडी व डोलकऱ्यांना वाचवलं. एक माणूस नावेत मसाला वाटत होता त्याचा मात्र पत्ता लागला नाही. पावसाळा असल्यानं पाण्याला खूप जोर होता.

शशिभूषणचं रक्त सळसळलं. कायद्याची गती फार मंद असते. एखाद्या गुंतागुंतीच्या लोखंडी मशीनसारखी सर्व बाजू विचारात घेऊन, पुरावे गोळा करून, निर्विकारपणे निकाल दिला जातो. त्यात मानवी-हृदयाची ऊब नसते. पण भूक आणि जेवण, इच्छा आणि उपभोग, राग आणि शिक्षा ह्या गोष्टीत अंतर ठेवण्याचा शशिभूषणचा स्वभाव नव्हता. असे काही अपराध असतात की ज्यांना घडताक्षणीच शिक्षा दिली नाही तर अंतरातला ईश्वर भयंकर रागावतो आणि प्रत्यक्ष पाहाणाऱ्याला जाळून टाकतो. तेव्हा कायद्याची आठवण करून समाधान मानायला मनाला लाज वाटते. पण यंत्राचा कायदा आणि यंत्राची नाव मॅनेजरला शशिभूषण पासून दूर घेऊन गेली होती. त्यामुळे जगाचा काय फायदा झाला ते नाही सांगता आलं तरी शशिभूषणची भारतवर्षीय प्लीहा बचावली एवढं मात्र खरं!

जे नावाडी आणि उतारू वाचले त्यांना घेऊन शशिभूषण गावात परत आला. नावेत ताग भरला होता. तो उचलून आणण्यासाठी त्यानं काही माणसं पाठवली. मॅनेजरविरुद्ध पोलीसाकडे तक्रार करण्याचा सल्ला त्यानं नावाड्यांना दिला. ह्या

गोष्टीला नावाडी अजिबात तयार होईनात. ते म्हणायला लागले की नाव तर बुडालीच. आता स्वतःला कशाला बुडवायचं! पहिलं म्हणजे पोलिसाला चिरीमिरी द्यावी लागेल. मग कामधंदा, जेवणखाण सोडून कोर्टात खेटे घालावे लागतील. एवढं करून साहेबाविरुद्ध तक्रार केल्यानं काय पेचप्रसंग निर्माण होईल आणि त्यातून काय काय होईल ते देवच जाणे! शेवटी त्यांना जेव्हा कळलं की शशिभूषणच स्वतः वकील आहे, कोर्टाचा खर्च तो स्वतः सोसणार आहे आणि ह्या खटल्यात त्यांना नुकसानभरपाई मिळण्याची दाट शक्यता आहे तेव्हा कुठं ते तयार झाले. शशिभूषणच्या गावातले लोक आगबोटीत होते. ते मात्र साक्ष द्यायला तयार होईनात. ते शशिभूषणला म्हणायला लागले की महाशय आम्ही काहीही पाहिलं नाही. आम्ही

बोटीच्या मागच्या बाजूला होतो. बोटीच्या इंजिनाचा धडधडाट आणि पाण्याचा आवाज ह्यातून बंदुकीचा आवाज ऐकू येईलच कसा!

गावातल्या लोकांना मनातल्या मनात धिक्कारत शशिभूषण मॅजिस्ट्रेटकडे गेला. साक्षीदारांची गरजच भासली नाही. आगबोटीच्या मॅनेजरनं गोळी झाडल्याचं कबूलच केलं. तो म्हणाला, 'आकाशात बगळे उडत होते. मी त्यांच्यावर गोळी झाडली. तेव्हा होडी वेगात होती आणि मी गोळी झाडायला आणि ती वाकणात शिरायला एकच वेळ आली. त्यामुळे कावळा मेला की बगळा, का होडी बुडाली, ते काहीच मला ठाऊक नाही. आकाशात आणि जमिनीवर शिकार करण्यासारख्या एवढ्या गोष्टी असताना शहाणा माणूस 'डर्टी रॅग' वर उगीचच गोळी झाडून कशाला वाया घालवेल!'

मॅनेजरची निर्दोष सुटका होताच तो चिरूट फुंकत क्लबवर व्हिस्ट खेळायला निघून गेला. मसाला वाटताना जो बुडाला होता, त्याचं प्रेत नऊ मैलांवर किनाऱ्याला लागलं आणि शशिभूषण मनातल्या मनात जळत गावी परत आला.

तो जेव्हा परत आला तेव्हाच गिरिबालाची सासरी पाठवणी झाली. शशिभूषणला कुणी बोलावलं नसतानाही तो घाटावर गेला आणि इतर लोकांपासून जरा दूर जाऊन उभा राहिला. नाव त्याच्या समोरून गेली तेव्हा तो डोळे विस्फारून पाहतच राहिला. डोक्यावरून पदर पुढे ओढून आणि मान खाली घालून गिरिबाला बसली होती. गाव सोडून जाण्यापूर्वी एकदा तरी शशिभूषणची भेट होईल अशी आशा तिला वाटत होती. पण नदीकिनारी तिच्या नावेजवळ तो उभा असल्याचं तिला कळलंही नाही. तिनं एकदाही मान वर करून पाहिलं नाही. ती रडत होती. तिचे दोन्ही गाल आसवांनी भिजले होते.

हळूहळू नाव दूर जात जात दिसेनाशी झाली. सकाळचं कोवळं ऊन पाण्यावर चमकू लागलं. जवळच्या आंब्याच्या झाडावर कोकीळ कुहूकुहू करत होता. व्याकुळतेनं तो त्याच त्याच स्वरात गाऊनही त्याचा भावावेग कमी होत नव्हता. तरी लोकांची ने-आण करत होत्या. पाण्याला आलेल्या बायकामुली गिरीच्या सासरी जाण्याविषयी जोरजोरात चर्चा करत होत्या. शशीनं चष्मा काढून डोळे पुसले आणि पुन्हा तो आपल्या त्या खोलीत आला. त्याला एकदम 'शशीदादा' अशी गिरिबालेची हाक ऐकल्याचा भास झाला. कुठं होती ती? कुठं? कुठंही नव्हती. ती त्या घरात नव्हती. त्या गावच्या रस्त्यावर नव्हती, त्या गावातच नव्हती. ती होती त्याच्या अश्रूंनी अभिषिक्त झालेल्या मनात.

शशिभूषणनं पुन्हा सामानाची बांधाबांध केली आणि तो कोलकात्याला जायला निघाला. कोलकात्याला त्याचं काही महत्त्वाचं काम नव्हतं. किंबहुना त्याला काही

कामच नव्हतं, तिथं जाण्यात त्याचा काही विशेष असा उद्देश नव्हता. म्हणून रेल्वेनं न जाता नावेतून जायचं त्यानं ठरवलं.

ते ऐन पावसाळ्याचे दिवस होते. त्यातून बंगालचा पाऊस. त्यामुळे सगळीकडे वेडवाकडं पाण्याचं जाळ पसरलं होतं. सुपीक सावळ्या वंगभूमीची नस न् नस रसरसली होती. झाडंझुडपं, वेली, भाताची आणि ऊसाची शेतं उन्मत्त यौवनाच्या प्रभावामुळे उद्दाम, उच्छृंखल झाली होती.

शशिभूषणची नाव त्या वाकड्यातिकड्या, चिंचोळ्या प्रवाहातून चालली होती. पाणी आणि काठ एक होऊन गेला होता. कासे गवताची रानं, बोरूची बेटं आणि काही शेतं पाण्याखाली गेली होती. पाणी गावाची वेस, कळकीची बेटं आणि आमराई ह्यांना येऊन भिडलं होतं– जणू देवकन्यांनी बंगालच्या झाडांची अळी पाण्यानं भरून टाकली होती.

शशिभूषणनं प्रवासाला सुरुवात केली तेव्हा स्नान करून ताजीतवानी झालेली वनश्री उन्हानं चमकून हसत होती. पण थोड्याच वेळात आकाश भरून आलं आणि पावसाला सुरुवात झाली. मग मात्र पाहावं तिकडे उदासवाणं ओंगळ दृश्य दिसायला लागलं. पूर आल्यावर गुरं जशी घाणेरड्या आणि चिंचोळ्या गोठ्यात गर्दी करून उभी राहतात आणि केविलवाण्या नजरेनं श्रावणसरी झेलतात तसाच बंगाल चिखलानं बरबटलेल्या, ओल्याचिंब झालेल्या, घनदाट जंगलात, विषण्णपणे, काही न बोलता, त्रासून भिजत होता. शेतकरी टोका* घालून बाहेर पडले होते. बायका भिजत भिजतच आत-बाहेर करत घरातली कामं उरकत होत्या. पावसाळ्यातील थंडगार वाऱ्यानं त्या कुडकुडत होत्या. काहीजणी ओलेत्यानंच, पाय घसरू नये म्हणून जपून एकेक पाऊल टाकत पाणी भरत होत्या. गृहस्थ ओसरीत बसून गुडगुडी ओढत होते. निकडीचं काम निघालंच तर चादर कमरेभोवती लपेटून, छत्री घेऊन आणि जोडे हातात घेऊन बाहेर पडत होते. कडक ऊन असो की मुसळधार पाऊस बायकांनी छत्री घेणं बंगालच्या पवित्र आणि पुरातन प्रथेला मानवणारं नव्हतं.

पाऊस थांबण्याचं लक्षण दिसेना. तेव्हा नावेत अडकलेला शशिभूषण अतिशय कंटाळला. त्यानं रेल्वेनं जाण्याचं नक्की केलं. एका नदीच्या प्रशस्त मुखासारखी जागा पाहून त्यानं आपली नाव तिथं बांधली आणि तो स्वयंपाकाच्या तयारीला लागला.

बुडत्याचा पाय खोलात– ह्यात फक्त खड्ड्याचा दोष नसतो. बुडत्याच्या पायालाही खड्ड्यात पडण्याची ओढ असतेच. शशिभूषणच्या त्या दिवशीच्या वर्तनावरून हेच सिद्ध झालं.

---

* टोका : शेतकऱ्यांची गवताची शंकूच्या आकाराची टोपी.

दोन नद्यांच्या मुखापाशी बांबू रोवून कोळ्यांनी एक मोठं जाळं लावलं होतं. एका बाजूला मात्र त्यांनी नावा जाण्यासाठी वाट सोडली होती. आज कित्येक वर्ष ते अशीच मच्छीमारी करत आले होते. त्यासाठी करही भरत होते. दुर्दैवानं, ह्या वर्षी जिल्ह्याचे पोलीस सुपरिंटेन्डन्ट साहेबांचं शुभागमन ह्याच वाटेनं झालं. त्यांची नाव येत असल्याचं दिसताच कोळ्यांनी मोठ्यांनी ओरडून त्यांना बाजूला जायला सांगितलं. पण इतर माणसांनी सांगितलेली कोणतीही गोष्ट ऐकण्याची साहेबांच्या नावाड्याला सवय नव्हती. त्यानं कोळ्यांचं न ऐकताच जाळ्यातच नाव घातली. नाव पुढे गेली पण सुकाणू जाळ्यात अडकलं. ते सोडवायला बरेच प्रयत्न करावे लागले. त्यात बराच वेळ गेला.

साहेब रागानं लाल झाले. त्यांनी नाव तिथंच लावायला नावाड्याला भाग पाडलं. त्यांचा रूद्रावतार पाहून कोळ्यांनी तिथून धूम ठोकली. साहेबांनी जाळं तोडायला सांगितलं. साहेबांच्या नावाड्यांनी सात-आठशे रुपयांच्या जाळ्याचे तुकडे तुकडे केले.

जाळ्यावर राग काढून झाल्यावर साहेबांनी त्या चार कोळ्यांना पकडून आणायचा हूकूम सोडला. पळून गेलेले कोळी काही पोलिसांच्या हाती लागले नाहीत. तेव्हा त्यांनी दुसऱ्याच निरपराध चौघांना पकडून साहेबांपुढे हजर केलं. त्या चौघांनी हातापाया पडून अत्यंत काकुळतीनं आपण निरपराध असल्याचं सांगायचा प्रयत्न केला. पण साहेबांनी पोलिसांना त्यांना त्यांच्याबरोबर घेऊन चलण्यास फर्मावलं. तेव्हा मात्र अंगात एक सदरा अडकवून, त्याची बटणं न लावताच, चपलांचा चट् चट् आवाज करत, चष्मा सावरत शशिभूषण तिथं आला आणि धापा टाकत साहेबांना म्हणाला, 'सर, जाळं तोडायचा आणि ह्या चौघांना छळण्याचा अधिकार तुम्हाला नाही.'

त्या बड्या साहेबांनी हिंदीतून शिवीगाळ करताच शशिभूषणनं त्यांच्या नावेत उडी मारली आणि एखाद्या माथेफिरूप्रमाणे त्यानं साहेबांना बदडायला सुरुवात केली.

त्या नंतर काय घडलं ते शशिभूषणला कळलं नाही. ठाण्यात तो जेव्हा शुद्धीवर आला तेव्हा त्याला अत्यंत अपमानकारक वागणूक मिळाली. शारीरिक त्रासही खूप दिला गेला.

शशिभूषणच्या वडिलांनी वकील, बॅरिस्टर ह्यांच्या मदतीनं जामीन मिळवून मुलाला तुरुंगातून सोडवून आणलं. मग खटल्याची तयारी सुरू झाली.

ज्या कोळ्यांचं जाळं तोडलं होतं ते आणि शशिभूषण एकाच परगण्यातील होते. हा परगणा एकाच जमीनदाराच्या ताब्यात होता. त्यामुळे हे कोळी काही

अडचण आल्यास शशिभूषणकडे सल्ला मागण्यासाठी येत. ज्या निरपराध माणसांना पकडलं होतं तीही शशिभूषणच्या ओळखीची होती.

शशीनं त्यांना साक्षीसाठी बोलवताच ते सर्व घाबरले. कुटुंबवत्सल माणसांना संसार करायचा म्हटल्यावर पोलिसांशी वाकडं घेऊन कसं चालेल! जीव का कुणाला नकोसा झालाय? नुकसान व्हायचं ते झालंच होतं. आता साक्ष द्यायला जायचं म्हणजे कठीणच! ते सगळे म्हणायला लागले, 'ठाकूर, तुम्ही तर आम्हाला मोठ्या पेचात टाकलंत!'

त्यांची बरीच समजूत घातल्यावर ते खरी हकीकत सांगायला तयार झाले.

ह्याच सुमाराला हरकुमार कामासाठी जिल्ह्याच्या ठिकाणी गेले असताना साहेबांना सलाम करायला गेले. तेव्हा साहेब हसत हसत त्यांना म्हणाले, 'नायबसाहेब, तुमच्या रयतेपैकी काही पोलिसांच्याविरुद्ध साक्ष द्यायला तयार झालेत असं ऐकतोय.'

नायब चकित झाले. म्हणाले, 'काय म्हणता! अहो, असं कधी झालंय! त्या किड्यामुंग्यांच्या अवलादीत एवढा जोर कुठून आला?'

वर्तमानपत्र वाचणाऱ्या आमच्या वाचकांना कळून चुकलंच असेल की ह्या खटल्यात शशिभूषणची बाजू लुळी पडली. कोळ्यांनी साक्षीत सांगून टाकलं की साहेबांनी आमचं जाळं तोडलं नाही. उलट त्यांच्या नावेत बोलावून आमचं नावगाव लिहून घेतलं.

एवढंच नाही तर गावातल्या ओळखीच्या चार-दोन लोकांनी शशिभूषणच्या विरुद्ध साक्ष दिली. ते म्हणाले, 'आम्ही लग्नाच्या वऱ्हाडाबरोबर जात होतो. शशी पोलिसांच्या अंगावर धावून गेल्याचं आम्ही प्रत्यक्ष पाहिलंय. विनाकारण त्यानं त्यांना त्रास दिला.'

शशिभूषणनं आपल्या कबुलीजबाबात सांगून टाकलं की साहेबांनी त्याला शिव्या दिल्यामुळे चिडून त्यानं साहेबांना मारलं. पण तो चिडण्याचं खरं कारण म्हणजे त्या गरीब कोळ्यांचं जाळं तोडून साहेबांनी त्यांना त्रास दिला.

ह्या परिस्थितीत शशिभूषणला झालेली शिक्षा अयोग्य होती असं म्हणता येणार नाही. तरी पण जी शिक्षा झाली ती जरा कडकच झाली असं म्हणायला हरकत नाही. त्याच्यावर आरोप ठेवण्यात आले ते असे– मारणं, अतिक्रमण आणि पोलिसांच्या कामात व्यत्यय.

आपल्या लहानशा खोलीत आपली आवडती पुस्तकं ठेवून शशी पाच वर्षांसाठी तुरुंगात गेला. त्याचे वडील वरच्या कोर्टात अपील करणार होते. पण तो म्हणाला, 'एकंदरीत पाहता तुरुंगच बरा! लोखंडाच्या बेड्या कधी खोटं बोलत नाहीत. तुरुंगाच्या बाहेरचं स्वातंत्र्य आपली फसवणूक करून आपल्यालाच संकटात लोटतं. आणि चांगल्या संगतीबद्दल बोलायचं तर खोटं बोलणारी भेकड माणसं तुरुंगात

फारच कमी कारण– कारण तिथं जागा बेताचीच. बाहेर अशा माणसांना तोटा नाही.’

शशिभूषणला शिक्षा झाल्यानंतर काही दिवसांतच त्याचे वडील वारले. आता त्याला वडील माणूस असं कुणी राहिलंच नाही. त्याचा एक भाऊ बऱ्याच वर्षांपासून सेंट्रल प्रॉव्हिन्समध्ये नोकरी करत होता. तो घरदार बांधून आपल्या कुटुंबासह तिकडेच स्थायिक झाला होता. तो गावी परत येणं शक्यच नव्हतं. इकडे त्याची जी काही मालमत्ता होती ती हजार भानगडी करून हरकुमारांनी स्वतःच्या घशात घातली. तुरुंगात इतर कैद्यांपेक्षा शशिभूषणला बराच अधिक त्रास सोसावा लागला. तरीही ती कंटाळवाणी पाच वर्ष एकदाची संपली.

एका पावसाळ्यातच भकास मनानं आणि थकल्या शरीरानं शशिभूषण तुरुंगातून बाहेर आला. तो तुरुंगाच्या बंधनातून सुटला पण बाहेर त्याला कोणताच पाश उरला नव्हता. ना घरादाराचा ना नात्यागोत्याचा. समाजानं पण त्याला दूर ढकललं होतं. त्यामुळे तुरुंगाबाहेरचं जग त्याला नीरस वाटायला लागलं. नवीन जीवनाची सुरुवात कुठून करावी असा विचार तो करत असतानाच एक बग्गी त्याच्यासमोर येऊन उभी राहिली. सईस खाली उतरला आणि त्यानं विचारलं, ‘आपण शशिभूषण का?’ शशिभूषणनं होकार देताच बग्गीचं दार उघडून तो बाजूला उभा राहिला.

शशिभूषण चकितच झाला. त्यानं विचारलं, ‘मला कुठं जायचंय?’ ‘आमच्या मालकांनी आपल्याला आणण्यासाठी बग्गी पाठवलीय.’ रस्त्यावरून जाणारे-येणारे त्याच्याकडे कुतूहलानं पाहत होते. म्हणून अधिक काही न बोलता शशिभूषण बग्गीत चढला. त्यानं विचार केला की ह्या लोकांचा काहीतरी घोटाळा झालेला दिसतोय. कुठं तरी जायचंय... चला. नव्या आयुष्याची सुरुवात ह्या घोटाळ्यापासूनच करू या.

त्या दिवशीही आकाशात ऊन सावलीचा लपंडाव सुरू होता. रस्त्याच्या कडेच्या हिरव्यागार शेतांत पाणी साठलं होतं. ऊन-सावलीच्या खेळात तीही रंगली होती. बाजाराच्या बाजूला एक मोठा रथ पडला होता आणि त्या रथाजवळच्या किराणामालाच्या दुकानापाशी काही वैष्णव एकतारी आणि टाळ-मृदुंगाच्या तालात गात होते–

‘ये. ये. परतून ये – नाथा रे, परतून ये!
माझं हे चित्त क्षुधित, तृषित, तप्त रे,
बंधो रे, परतून ये. ये. ये!

बग्गी पुढे जाताच हळूहळू गाण्याचा आवाज बारीक होत गेला.

'अरे निष्ठुरा परतून ये रे!
माझ्या करुण कोमला ये!
अरे सजलजलदस्निग्धकांत सुंदरा, परतून ये!'

हळूहळू आवाज मंद होत ऐकू येईनासा झाला. पण त्या गाण्याच्या छंदानं शशिभूषणच्या हृदयाच्या तारा छेडल्या. तो स्वत:शीच गुणगुणायला लागला. हे गाणं त्यानं स्वत: रचलं होतं. तो थांबायला जणू तयारच नव्हता–

'माझ्या नित्य सुखा, परतून ये!
माझ्या चिरदु:खा, परतून ये!
माझ्या सुख-दु:ख मथित धना, परतून ये!
माझ्या चिरवांच्छिता ये,
माझ्या चिरसंचिता ये,
हे चंचल, हे चिरंतन,
बाहुबंधनात ये, परतून ये!
माझ्या वक्षात ये,
माझ्या चक्षूत ये,
माझ्या शयनात, स्वप्नात, वसनात, भूषणात ये,
अखिल भुवनी ये!
माझ्या हास्यात ये!
माझ्या अश्रूत ये!
माझ्या प्रेमात ये, कृतककोपात ये,
माझ्या अभिमानात परतून ये!
माझ्या सर्व आठवणीत ये,
सर्व भ्रमांत ये...
धर्मात, कर्मात ये,
प्रेमात, लाजेत ये,
जन्म-मरणात ये!

बग्गी जेव्हा भिंतीनं वेढलेल्या बागेतून एका दुमजली वाड्यासमोर येऊन थांबली तेव्हाच शशिभूषणचं गाणंही थांबलं.

एकही प्रश्न न विचारता नोकराच्या मागोमाग तो घरात शिरला. तो ज्या खोलीत येऊन बसला त्या खोलीच्या चारी भिंतीत मोठमोठी काचेची कपाटं होती आणि ती सर्व तऱ्हेतऱ्हेच्या पुस्तकांनी भरलेली होती. हे पाहताच त्याचं पूर्वीचं आयुष्य दुसऱ्या वेळेला बंधमुक्त झालं. सोनेरी अक्षरांनी मढवलेली ती वेगवेगळ्या रंगांची पुस्तकं म्हणजे त्याला आनंदलोकीचं सुपरिचित, रत्नखचित सिंहद्वारच वाटलं.

टेबलावरही बरंच काही ठेवलं होतं. अधू दृष्टीचा शशिभूषण खाली वाकून पाहायला लागला. एक फुटकी पाटी, त्यावर काही जुन्या वह्या, फाटकी अंकलिपी, कथामाला आणि काशीरामदासाचं महाभारत.

पाटीच्या चौकटीवर शशिभूषणचंच हस्ताक्षर होतं. काळ्या शाईनं त्यानं लिहिलं होतं– गिरिबाला देवी. वह्या-पुस्तकांवरही त्यानंच तिचं नाव लिहिलेलं होतं.

आता कुठं शशिभूषणच्या लक्षात आलं तो कुठं आलाय ते! त्याच्या मनात खळबळ माजली. उघड्या खिडकीतून त्यानं बाहेर पाह्यलं. काय दिसलं त्याला?– तीच ती गजांची खिडकी असलेली लहानशी खोली, तोच तो गावचा खडबडीत रस्ता, तीच ती धाऱ्याधाऱ्यांची साडी नेसलेली लहानगी आणि तेच ते शांत, निश्चिंत, स्थिर आयुष्य.

ते आयुष्य सुखाचं होतं. पण त्यात काहीच विशेष किंवा महान नव्हतं. क्षुद्र कामात आणि लहान लहान सुखांत दिवस नकळत सरत. त्याच्या अभ्यासाच्यामध्ये एका लहानगीला शिकवणं ही अगदी क्षुल्लक घटना होती. पण गावातलं ते एकाकी जीवन, ती क्षुल्लक वाटणारी शांतता, लहानसहान सुखं, त्या लहान मुलीचा चेहरा– सगळं त्याला स्वर्गासारखं सुंदर वाटायला लागलं. हे सर्व देशकालातीत, आपल्या हाताबाहेरचं असल्याची जाणीव झाली. आपल्या मनोराज्यातील हा कल्पनाविलास असल्याचा त्याला भास झाला. आजच्या ह्या पावसाळ्यातील सकाळच्या उजेडात आणि मनात रेंगाळणाऱ्या गाण्याच्या सुरात भूतकाळातील ह्या आठवणी संगीत आणि प्रकाश ह्यांच्या सरमिसळीतून एक विलक्षण, अपूर्व रूप धारण करून समोर उभ्या राहिल्या. ते जंगलानं वेढलेलं गाव, चिखलाचे चिंचोळे रस्ते आणि त्या रस्त्यावर दुर्लक्ष झाल्यानं दुखावलेला एक लहान मुलीचा उतरलेला चेहरा– ही शेवटची आठवण त्याला ब्रह्मदेवानं चितारलेल्या अतिगंभीर, अती वेदनापूर्ण, असाधारण चित्राप्रमाणे भासली. त्याचबरोबर तो वैष्णवगीताचा सूर त्याच्या मनात घुमायला लागला. त्याला त्या खेड्यातल्या लहान मुलीच्या तोंडावर सर्व जगाच्या हृदयातील दुःखाची छाया पडली आहे, असंच वाटलं. त्यानं आपलं तोंड दोन्ही हातांनी झाकून घेतलं. त्या पाटी-पुस्तकांत त्याला पूर्वीचं स्वप्न दिसायला लागलं– खूप काळानंतर.

असा बराच वेळ गेला. कसल्याशा नाजूक आवाजानं तो दचकला. त्यानं मान वर केली. चांदीच्या ताटलीत फळफळावळ आणि मिठाई आणून ठेवून गिरिबाला तो कधी मान वर करतो, त्याची वाट पाहत होती. त्यानं पाहिलं तर अंगावर फुटका मणी नसलेली, पांढऱ्या वस्त्रातील विधवा गिरिबाला त्याच्या समोर उभी होती. त्यानं मान वर करताच ती पुढे झाली आणि गुडघे टेकून तिनं त्याला नमस्कार केला.

शशिभूषणची तब्येत अगदी खराब झाली होती. तो काळवंडला होता. गालांची

हाडं वर आली होती. ती विधवा उठली तेव्हा तिच्या नजरेत करुणा आणि ममता होती. त्याच्याकडे पाहताच तिच्या डोळ्यांना धारा लागल्या.

तिची खुशाली विचारावी असं त्याला वाटलं पण त्याच्या तोंडून शब्दच फुटेनात. आवरलेला हुंदका त्याला तोंडावाटे शब्द काढू देत नव्हता. शब्द आणि अश्रू दोन्हीही कंठाशी अडकले होते. ते मगाचेच वैष्णव भिक्षा मागत आणि तेच गाणं गात गिरिबालेच्या दारासमोर येऊन उभे राहिले. ते पुन्हा पुन्हा आळवत होते, 'ये. ये. परतून ये रे!'

■

(मेघ ओ रौद्र)

प्रायश्चित्त

स्वर्गलोक आणि मर्त्यलोक ह्यांच्यामध्ये अनिर्देश्य, अनवस्था असं एक स्थान आहे. तिथं त्रिशंकू तरंगत असतो, आकाशपुष्पांचं भरपूर पीक येतं. ह्या वायुदुर्गवेष्टित महादेशाचं नाव 'केलं तर होऊ शकलं असतं.' जे महान कार्य करून अमरत्व प्राप्त करतात ते धन्य होतात, ज्यांच्याजवळ सामान्य कुवत असते आणि जे सर्वसामान्यांसारखे आपलं संसारातील कर्तव्य बजावतात तेही कृतार्थ ठरतात. पण जे नशिबाच्या फेऱ्यात अडकून मध्येच लोंबकळत राहतात त्यांना कोणताच मार्ग उरत नाही. त्यांनी काही केलं असतं तर काही झालं असतं, होऊ शकलं असतं. पण ते अगदी कुचकामी असतात म्हणूनच त्यांच्या हातून काही होणं शक्य नसतं.

आमचा अनाथबंधू असाच मधल्या महादेशात लोंबकळणारा पण कमनशिबी माणूस. त्यानं मनावर घेतलं तर तो कशातही नाव कमावू शकेल असा सर्वांचाच विश्वास होता. पण त्यानं कधीच कोणतीच गोष्ट मनावर न घेतल्यानं तो काहीही करू शकला नव्हता आणि त्यामुळे लोकांच्या विश्वासाला एवढासुद्धा धक्का लागला नव्हता.

सगळ्यांना वाटत होतं की तो परीक्षेत पहिल्या क्रमांकानं उत्तीर्ण होईल. पण त्यानं परीक्षाच दिली नाही. सगळ्यांना खात्री होती की एकदा अनाथबंधूला नोकरी लागली की तो त्या नोकरीतल्या उच्चपदावर जाईलच पण त्यानं कधी नोकरीच केली नाही. सामान्य माणसाला तो 'सामान्य' म्हणून तुच्छ समजायचा. असामान्यांबद्दल त्याला अजिबात आदर वाटत नसे. कारण त्याच्यापेक्षा असामान्य कुणी असूच शकत नव्हतं.

अनाथबंधूचा नावलौकिक, सुखसंपत्ती, भाग्य वगैरे सर्व काही देशकाळातील कल्पनेच्या भांडारात सुरक्षित होतं. देवानं वास्तवात त्याला श्रीमंत सासरा आणि अत्यंत सुशील बायको दिली होती. त्याच्या बायकोचं नाव विन्ध्यवासिनी.

अनाथबंधूला बायकोचं नाव पसंत नव्हतं आणि रूपगुणाच्या बाबतीत तो तिला आपल्या तोलाची समजत नव्हता. पण विन्ध्यवासिनीला आपल्या नवऱ्याचा अत्यंत अभिमान होता. सर्व बायकांच्या नवऱ्यांपेक्षा आपला नवरा श्रेष्ठ आहे, ह्याबद्दल तिलाच काय तिच्या नवऱ्यालाही खात्री होती आणि इतर लोकांनाही तसंच वाटत होतं.

नवऱ्याबद्दलच्या गर्वाला जराही धक्का लागू नये म्हणून विन्ध्यवासिनी सदैव दक्ष असायची. आपल्या नवऱ्याला हृदयातील गगनचुंबी भक्तिपर्वताच्या अत्युच्च शिखरावर बसवून मर्त्यलोकीच्या सर्व नजरांपासून त्याला बचावता आलं असतं तर तिनं त्यासाठी आपला जीवही द्यायला मागेपुढे पाहिलं नसतं. पण ह्या जड जगात फक्त भक्तीच्या बळावर आपल्या आवडत्या माणसाला डोक्यावर बसवता येत नाही. 'अनाथबंधू हा आदर्श पुरुष आहे' असं न मानणारेही काही कमी नव्हते. त्यामुळे तिला बरंच सोसावं लागायचं.

कॉलेजमध्ये असताना अनाथबंधू आपल्या सासुरवाडीलाच राहत होता. परीक्षेला न बसताच त्यानं कॉलेज सोडून दिलं. त्यामुळे विन्ध्यवासिनीला मान खाली घालावी लागली. रात्री अत्यंत हळुवारपणे ती म्हणाली, 'परीक्षेला बसला असतात तर बरं झालं असतं.'

अनाथबंधू कुत्सितपणे हसला. म्हणाला, 'परीक्षा दिली असती तर काय मला चार हात फुटले असते? आमचा तो केदारसुद्धा परीक्षेत पास झालाय.'

हे ऐकून विन्ध्यवासिनीला जरा दिलासा मिळाला. हेंदरेबेंदरे ज्या परीक्षेत पास होतात ती परीक्षा देऊन अनाथबंधूचा मान काय वाढणार!

विन्ध्यवासिनीची बालमैत्रीण कमला शेजारीच राहत होती. तिचा भाऊ पास झाला होता. एवढंच नाही तर त्याला शिष्यवृत्तीही मिळाली होती. कमला ही बातमी मोठ्या आनंदानं विन्ध्यवासिनीला सांगायला लागली तेव्हा ती आपल्या नवऱ्याला खिजवतेय असंच विन्ध्यवासिनीला वाटलं. म्हणून तिनं आनंद तर दाखवला नाहीच उलट आगाऊपणानं सुनावलं की ही परीक्षा खरं तर परीक्षाच नाही. विलायतेत कोणत्याही कॉलेजमध्ये बी.ए.च्या आधी परीक्षाच नसते. अर्थात ही माहिती तिनं आपल्या नवऱ्याकडून मिळवली होती हे वेगळं सांगायला नकोच!

कमला आली होती आनंदाची बातमी द्यायला. तिला आपल्या लाडक्या मैत्रिणीकडून असा जोरदार धक्का बसेल ह्याची कल्पनाच नव्हती. त्यामुळे ती क्षणभर भांबावून गेली. पण तीही बाईच्याच जातीत जन्माला आली होती. त्यामुळे विन्ध्यवासिनीच्या मनात काय आहे, हे समजायला तिला वेळ लागला नाही. भावाचा अपमान तिला सहन झाला नाही. तिच्या जिभेवरही विष उतरलं. ती म्हणाली, 'बाई, आमच्यातलं कुणी विलायतेला गेलं नाही की एखाद्या साहेबाशीही

माझं लग्न झालं नाही. मग आम्हाला एवढी माहिती कशी असणार! मी एक मूर्ख बाईमाणूस. मला आपलं एवढंच कळतं की बंगाली मुलाला कॉलेजात गेल्यावर ही परीक्षा द्यावीच लागते. ती तरी सगळे कुठं देऊ शकतात म्हणा!'

कमलाचं बोलणं तसं अगदी साधं, गोड होतं. पण त्यामुळे विन्ध्यवासिनी मात्र निरुत्तर झाली. कमला निघून जाताच ती बिचारी रडत बसली.

थोड्या दिवसांनंतरचा आणखी एक प्रसंग. विन्ध्यवासिनीचे वडील कोलकात्यात राहत असल्यानं कोलकात्याबाहेर राहणारे त्यांच्या ओळखीचे एक श्रीमंत गृहस्थ आपल्या कुटुंबीयांसमवेत काही दिवसांकरिता विन्ध्यवासिनीच्या माहेरी आले होते. त्यामुळे विन्ध्यवासिनीच्या वडिलांची– राजकुमारबाबूंची– धांदल उडाली होती. घरात जणू एखादा सोहळा असल्यासारखी धामधूम सुरू होती. राजकुमारबाबूंच्या घरातील बाहेरच्या बैठकीत अनाथबंधू आपलं बस्तान ठोकून बसत असे. काही दिवसांकरिता ती बैठक पाहुण्यांना द्यायचं ठरल्यामुळे जावईबापूंना आपला मुक्काम दुसऱ्या खोलीत हलवावा लागला.

ह्यामुळे आपला अपमान झाला असं अनाथबंधूच्या मनानं घेतलं. त्यानं आपल्या बायकोपाशी सासऱ्याची भरपूर निंदा केली आणि तिला रडवून आपल्या अपमानाचा बदला घेतला. नंतर उपवास वगैरे करून आपला राग जाहीर केला. त्यामुळे विन्ध्यवासिनी अतिशय शरमिंदी झाली. तिच्या ठिकाणी असलेल्या स्वाभाविक अस्मितेनं तिला जाणीव करून दिली की अशा प्रसंगी सर्वांसमक्ष तिच्या नवऱ्यानं आपल्या रागाचं प्रदर्शन करणं ह्यापेक्षा लाजिरवाणी गोष्ट दुसरी नाही. त्यात त्याचंच नाक तो स्वतः कापून घेतोय. त्याच्या हातापाया पडून रडूनभेकून, कसंबसं तिनं त्याला शांत केलं.

विन्ध्यवासिनी विचारी होती. म्हणूनच तिनं आपल्या आईवडिलांना अजिबात बोल लावला नाही. ही गोष्ट अगदी स्वाभाविक आणि क्षुल्लक आहे, हे तिला कळलं होतं. आणि हेही तिला कळून चुकलं की अशा वागण्यानं, तिच्या माहेरच्या लोकांना तिच्या नवऱ्याबद्दल आपलेपणा, आदर वाटणं आता शक्य नाही.

त्या दिवसापासून तिनं आपल्या नवऱ्यामागे त्यांच्या स्वतःच्या घरी चलण्यासाठी धोशा लावला. तिला आता माहेरी राहायचं नव्हतं तर सासरी जायचं होतं.

अनाथबंधू अतिशय घमेंडखोर होता. पण त्याच्यापाशी स्वाभिमान नावालासुद्धा नव्हता. स्वतःच्या दरिद्री घरी जायला तो मुळीच तयार नव्हता. त्याचा एकंदर रागरंग पाहून विन्ध्यवासिनी ठामपणे म्हणाली, 'ठीक आहे. तुम्ही जाणार नसाल तर मी एकटीच जाईन.'

अनाथबंधू मनातून चिडला. पण बायकोपुढे त्याचा नाइलाज झाला. त्याचं घर कोलकात्यापासून बरंच दूर होतं– खेडेगावातलं मातीचं शाकारलेलं घर. मुलीचा बेत

ऐकताच आईवडिलांनी तिला आणखी काही दिवस राहायचा बराच आग्रह केला. पण विन्ध्यवासिनी आपल्या बेताशी ठाम राहिली. तिनं आईवडिलांना काही उत्तर दिलं नाही. पण तिचं खाली मान घालून न बोलता बसणंच त्यांना सर्व काही सांगून गेलं.

आपल्या मुलीचा हा अचानक सासरी जाण्याचा दृढनिश्चय पाहून नकळत ती कधीतरी दुखावली गेलीय की काय अशी शंका आईवडिलांना आली. म्हणूनच राजकुमारबाबूंनी अतिशय विषण्णतेनं विचारलं, 'मा, आमच्याकडून नकळत काही झालंय का? म्हणून तू अशी दुखावलीयस?'

विन्ध्यवासिनीनं आपल्या वडिलांकडे करुण नजरेनं पाहिलं आणि उत्तर दिलं, 'अजिबात नाही. तुमच्याकडे अगदी आनंदात गेले हो माझे दिवस. सुखात न्हाऊन निघाले मी.' एवढं बोलून ती रडायला लागली. पण आपला निर्धार तिनं सोडला नाही.

आईवडील एक निःश्वास सोडून मनाशी म्हणाले, 'पोरीला कितीही मायेनं वाढवा, लग्न होताच ती परकी होते.'

अखेर भरल्या डोळ्यांनी माहेरच्या माणसांचा निरोप घेऊन विन्ध्यवासिनी पालखीत जाऊन बसली.

कोलकात्यामधील श्रीमंताचा वाडा आणि खेडेगावातील गरिबाचं घर ह्यात जमीन-अस्मानाचा फरक असणारच. पण आपल्या वागण्याबोलण्यातून एकदासुद्धा विन्ध्यवासिनीनं नाराजी व्यक्त केली नाही. ती अतिशय प्रसन्न मनानं घरकामात सासूबाईंना मदत करत असे. तिचं सासर गरीब आहे हे तिच्या वडिलांना माहीत होतंच. म्हणून त्यांनी स्वतःच्या खर्चानं एक दासी मुलीसोबत पाठवली होती. पण सासरी पोहोचल्यावर विन्ध्यवासिनीनं तिला परत पाठवून दिलं. तिच्या सासरची गरिबी पाहून बड्या घरची ही दासी सतत नाक मुरडेल अशी भीती तिला वाटली. दासीनं तिच्या घराला नाक मुरडणं तिला पटण्यासारखं नव्हतं.

विन्ध्यवासिनीची सासू मोठ्या ममतेनं तिला वागवत होती. तिला कष्ट सोसणार नाहीत म्हणून तिला काम करू देत नव्हती. पण विन्ध्यवासिनी अतिशय आनंदानं सर्व कामं करत होती. तिचा कामसूपणा पाहून सासूबाई अतिशय खूश झाल्या. मोठ्या घरातील मुलीचं हे वागणं पाहून गावातील बायकाही थक्क झाल्या.

पण ह्या सर्व गोष्टींचा परिणाम समाधानकारक झाला नाही. कारण शुद्ध भाषेत सोप्या पद्धतीनं लिहिलेल्या 'नीतिबोधाच्या पहिल्या भागा'सारखे काही जगाचे नियम सरळ नसतात. निष्ठुर, विडंबना आवडणारा सैतान मध्येच अवतीर्ण होऊन सुरळीत चाललेल्या आयुष्यात गुंतागुंत करून ठेवतो. म्हणूनच चांगल्या कर्माचं फळ

अपेक्षेप्रमाणे चांगलं मिळेलच असं नाही. अचानक काहीतरी गोंधळ निर्माण होतो.

अनाथबंधूला दोन धाकटे आणि एक मोठा भाऊ होता. मोठा भाऊ दूरच्या कुठल्यातरी गावात नोकरी करत होता. त्याला पन्नास-एक रुपये पगार होता. त्यातूनच दोन धाकट्या भावांचं शिक्षण आणि घर चालायचं.

आजच्या काळात पन्नास रुपयातून घराचं वैभव वाढणं शक्य नव्हतं, पण मोठ्या भावाच्या बायकोला श्यामाशंकरीला गर्वानं फुगायला ते पुरेसं होतं. नवरा सदासर्वकाळ काम करत होता म्हणून हिला सदासर्वकाळ आराम करण्याचा अधिकार मिळाला होता. ती काम तर काहीच करायची नाही पण तिचं वागणं असं असायचं की, मिळवत्या नवऱ्याची बायको होऊन तिनं जणू घरावर उपकारच केलेत.

विन्ध्यवासिनी सासरी येताच गृहिणीप्रमाणे घरकामात लक्ष घालायला लागली. तेव्हा श्यामाशंकरीचं आधीच कोतं असलेलं मन आणखीनच गढूळ व्हायला लागलं. त्याचं कारण कळणं कठीणच होतं. बहुधा तिला वाटलं असावं की मधली जाऊ बड्या घरची लेक असून लोकांना दाखवण्यासाठी आणि तिचा पाणउतारा करण्यासाठी मुद्दामच घरातील हलकीसलकी कामं करतेय. कारण काहीही असो, पन्नास रुपये महिना पगार मिळवणाऱ्याच्या बायकोला ही श्रीमंत घरातून आलेली जाऊ डोईजड वाटायला लागली. विन्ध्यवासिनीच्या नम्र वागणुकीत तिला दिमाख दिसायला लागला.

गावी येताच अनाथबंधूनं एक ग्रंथालय सुरू केलं, शाळेतील दहा-बारा मुलांना एकत्र जमवून स्वत: अध्यक्ष झाला आणि वर्तमानपत्रांना टेलिग्रॅम्स पाठवायला लागला, एवढंच नाही तर काही इंग्रजी वर्तमानपत्रांचा खास वार्ताहार होऊन तो गावातील बातम्या वर्तमानपत्रांतून द्यायला लागला. ह्यामुळे गावातील लोक चाट पडले तरी घरात एकही पैसा कधीही आला नाही. उलट वायफळ खर्च वाढला.

त्यानं एखादी नोकरी करावी म्हणून विन्ध्यवासिनीनं त्याचा पिच्छा पुरवला. त्यानं तिच्याकडे संपूर्ण दुर्लक्ष केलं. 'माझ्या योग्यतेची नोकरी आहे पण हे पक्षपाती इंग्रज हुशार इंग्रजांनाच निवडतात. बंगाली कितीही हुशार असला तरी त्याला अशा चांगल्या नोकरीची आशा नाही,' असं सांगून त्यानं बायकोला गप्प बसवलं.

श्यामाशंकरी आपल्या दिराला आणि जावेला कधी आडून तर कधी उघडपणे घालून पाडून बोलतच होती. आपल्या दारिद्र्याची शेखी मिरवत ती म्हणायची, 'आम्ही पडलो गरीब. श्रीमंत माणसाच्या मुलीला आणि जावयाला आम्ही कसं बरं पोसणार! तिकडे मजेत होतात. काही त्रास नव्हता. इथं डाळ-भात खाताना त्रास होणारच.'

विन्ध्यवासिनीची सासू थोरल्या सुनेला घाबरायची. ती एवढंसं तोंड करून गप्प

बसायची. मधली सूनही पन्नास रुपये पगाराचा डाळ-भात आणि तिखट बोलणी पचवायला शिकली.

तेवढ्यात मोठा भाऊ रजा घेऊन घरी आला. श्यामाशंकरीनं तिखटमीठ लावून त्याला सर्व गोष्टी सांगून भडकावयाचा जणू विडाच उचलला. अखेर बायकोच्या कागाळ्यांनी रात्रीची झोप मिळणंच मुश्कील झाल्यानं एके दिवशी मोठा भाऊ अनाथबंधूला म्हणाला, 'तू एखादी नोकरी बघितलेली बरी. माझ्या एकट्याच्या पैशांत घर चालणं शक्य नाही.' त्याच्या ह्या बोलण्यात प्रेमभावना होती. स्वर शांत होता.

पण भावाच्या ह्या बोलण्यानं शेपटीवर पाय पडलेल्या सापासारखा अनाथबंधू फुत्कारला, 'मूठभर जाड्याभरड्या भाताच्या बदल्यात असं घालून पाडून बोलणं कोण ऐकून घेईल.' त्यानं सासुरवाडीला परत जायचं ठरवलं.

नवऱ्याच्या ह्या बेताला विन्ध्यवासिनीनं ठामपणे नकार दिला. तिच्या मते लहानांनी मोठ्या भावानं मिळवलेले अन्न आणि मोठ्या भावजयीचे टोमणे खाल्ले तरी चालेल पण सासुरवाडीला जाणं अतिशय लाजिरवाणं. ती सासरी मान खाली घालून राहायला तयार होती. माहेरी मात्र तिला ताठ मानेनं राहायचं होतं. ह्यातच त्यांचा मान सांभाळला जाणार होता.

ह्याच वेळेस त्यांच्या गावातील प्राथमिक शाळेतील तिसऱ्या दर्जाच्या शिक्षकाची जागा रिकामी झाली. अनाथबंधूच्या मोठ्या भावानं आणि विन्ध्यवासिनीनं त्याला ही नोकरी धरण्यासाठी खूप आग्रह केला. पण ह्याचा परिणाम उलटाच झाला. आपला भाऊ आणि एकमेव धर्मपत्नी आपल्याला अशा अतिसामान्य नोकरीच्या लायकीचे समजतात म्हणून अनाथबंधू भयंकर संतापला आणि सगळ्याच कामांविषयी त्याच्या मनात पूर्वीपेक्षा चौपटीनं वैराग्य निर्माण झालं.

अखेर त्याच्या दादानंच हातापाया पडून त्याची मनधरणी करून त्याला शांत केलं, 'ह्याला नोकरीबद्दल न बोललेलंच बरं! हा घरात टिकला तरी नशीब!' असाच विचार सर्वांनी केला.

रजा संपताच अनाथबंधूचा दादा आपल्या नोकरीच्या गावी परत गेला. श्यामाशंकरी आतल्या आत धुमसत होती. गाल फुगवून तिनं आपल्या रागाचं प्रदर्शन केलं. ती अनाथबंधूचा आणि विन्ध्यवासिनीचा भयंकर राग करायला लागली होती. एके दिवशी अनाथबंधू बायकोला म्हणाला, 'हल्ली विलायतेला गेल्याशिवाय चांगली नोकरी मिळत नाही. मीही विलायतेला जायचं नक्की केलंय. तू काहीतरी युक्ती करून तुझ्या वडिलांकडून पैसे आण.'

एकतर विलायतेला नवरा जायचं म्हणतोय हे ऐकताच विन्ध्यवासिनीच्या डोक्यावर आभाळच कोसळलं आणि त्यातून वडिलांकडून काय कारणानं पैसे

मागायचे हेच तिला समजेना. पैसे मागणं तिला अगदी लाजिरवाणं वाटत होतं.

स्वत: सासऱ्यांकडे पैसे मागायला अनाथबंधू तयार नव्हता. कारण तसं करताना त्याचा अहंकार आड येत होता. पण मुलीनं युक्तीनं किंवा हट्टानं बापाकडून पैसे आणण्यात अडचण कसली हेच त्याला कळत नव्हतं. ह्यावरून त्या दोघांत बराच वादंग झाला. अनाथबंधू भयंकर संतापला आणि दुखावल्या गेलेल्या बायकोला त्यानं भरपूर रडवलं.

असेच काही दिवस सरले. अखेर दुर्गापूजा दाराशी येऊन ठेपली. राजकुमारबाबूंनी मुलीला आणि जावयाला आग्रहानं बोलावलं. त्यांना आणण्यासाठी पालखी पाठवली. मुलगी एक वर्षांनी माहेरी येत होती. जावयाचा प्रेमानं मानपान करून सासऱ्यांनी त्याच्या रागाची भरपाई केली. विन्ध्यवासिनीही बऱ्याच दिवसांनंतर डोक्यावरचा पदर खांद्यावर घेऊन आपल्या माणसांत आनंदानं मिसळली.

आज षष्ठी. उद्या सप्तमी-पूजा. गडबड गोंधळाला अंतच नव्हता. जवळच्या आणि दूरच्या नातेवाईकांनी घर भरून गेलं होतं.

त्या रात्री विन्ध्यवासिनी इतकी थकली होती की तिला कधी झोप लागली ते कळलंच नाही. ह्या वेळी अनाथबंधूला आणि विन्ध्यवासिनीला त्यांची पूर्वीची खोली न देता विन्ध्यवासिनीच्या आईनं स्वत:ची खोली मुलीला व जावयाला दिली होती. अनाथबंधू झोपायला आला तेव्हा विन्ध्यवासिनीला गाढ झोप लागली होती.

भल्या पहाटेच सनई वाजायला लागली. पण थकल्यामुळे विन्ध्यवासिनीला जाग आली नाही. विन्ध्यवासिनीच्या दोन सख्या– कमल आणि भुवन– तिच्या खोलीच्या दाराशी उभं राहून तिला उठवायचा प्रयत्न करत होत्या. तिच्याशी अबोला धरण्याची धमकीही त्यांनी दिली. पण त्याचाही उपयोग झाला नाही. अखेर मैत्रिणीची चेष्टा करून त्या जेव्हा मोठ्यानं हसायला लागल्या तेव्हा कुठं विन्ध्यवासिनीला जाग आली. ती धडपडून उठून बसली. पाहते तर अनाथबंधू खोलीत नव्हता. तो केव्हा उठून निघून गेला ते तिला कळलंच नव्हतं. ती शरमिंदी झाली. ती पलंगावरून खाली उतरताच तिचं लक्ष आईच्या दागिन्यांच्या लोखंडी पेटीकडे गेलं. ती उघडीच पडली होती आणि तिच्याजवळची तिच्या वडिलांची कॅशबॉक्स गायब झाली होती.

आता कुठं विन्ध्यवासिनीच्या लक्षात आलं की आईचा चाव्यांचा जुडगा काल सापडत नव्हता म्हणून किती शोधाशोध चालली होती! त्या चाव्या कुणीतरी चोरून आईचे दागिने पळवले होते ह्यात शंकाच नव्हती. त्या चोरानं तिच्या नवऱ्याला तर काही केलं नसेल ना! तिच्या छातीत जोरात धडधडलं. ती पलंगाखाली शोधायला लागली तेव्हा तिला तिच्या आईच्या चाव्यांच्या जुडग्याखाली एक कागदाचा कपटा ठेवलेला दिसला.

तो कपटा म्हणजे तिच्या नवऱ्यानं लिहिलेली चिठी होती. त्यानं विलायतेला

जाण्यासाठी जहाजाच्या भाड्याचे पैसे एका मित्राकडून घेतले होते. पण विलायतेतील खर्च कसा भागवणार! काहीच मार्ग न सापडल्यानं त्यानं सासऱ्यांच्या पैशावरच डल्ला मारला होता. आज सकाळीच जहाजानं ह्या देशाचा किनारा सोडला होता.

चिठी वाचताच विन्ध्यवासिनीचं रक्तच गोठलं. ती मटकन् खालीच बसली. बाहेर सनई वाजत होती. संपूर्ण बंगाल आनंदात आणि उत्साहात बुडला होता. पण तिच्या अंतरातून मात्र मृत्युरजनीच्या रातकिड्यांची किरकिर ऐकू येत होती.

शरदातील उत्साही ऊन हसत हसत आणि कुतूहलमिश्रित नजरेनं घरात शिरलं होतं. पूजेच्या दिवशीसुद्धा विन्ध्यवासिनीला उठायला एवढा उशीर झाला म्हणून कमल व भुवनच्या थट्टेला ऊत आला. त्यांनी जोरजोरात दारावर धक्के मारायला सुरुवात केली. तरीही दार उघडलं गेलं नाही. तेव्हा त्या दोघींनी हाका मारायचा सपाटा लावला. अखेर घोगऱ्या आवाजात विन्ध्यवासिनीनं उत्तर दिलं, 'येते, तुम्ही जा.'

त्यांना विन्ध्यवासिनीला काहीतरी झाल्याची शंका आली. म्हणून त्यांनी तिच्या आईला बोलावून आणलं. आईनं विचारलं, 'मा, काय झालंय? दार का उघडत नाहीस ग?' विन्ध्यवासिनीनं रडू आवरत कसंबसं सांगितलं, 'बाबांना घेऊन ये जरा.'

विन्ध्यवासिनीच्या ह्या बोलण्यानं तिची आई घाबरली. तिनं घाईघाईनं विन्ध्यवासिनीच्या वडिलांना बोलावून आणलं. आईवडिलांना खोलीत घेऊन विन्ध्यवासिनीनं पुन्हा दार लावून घेतलं.

मग वडिलांचे पाय धरून ती धाय मोकलून रडायला लागली, 'बाबा, मला क्षमा करा. मी चोरी केलीय.'

आईवडिलांना काही उमजेचना. ते डोकं धरून बसले. विन्ध्यवासिनीच पुढे म्हणाली, 'ह्यांना विलायतेला जाण्यासाठी पैसे हवे होते ना!'

स्वत:ला कसंबसं सावरून राजकुमारबाबूंनी विचारलं, 'मग माझ्याकडे मागितले का नाहीत?'

'तुम्ही त्यांना विलायतेला जाऊ दिलं नसतंत.'

राजकुमारबाबू रागानं लाल झाले. आई आणि लेक रडायला लागल्या. त्याच वेळी कोलकात्यात सनईचे सूर घुमत होते.

विन्ध्यवासिनीनं वडिलांकडे कधीही पैसे मागितले नव्हते. आपल्या नवऱ्याचा कमीपणा लपवण्यासाठी तिनं प्राणही दिले असते. त्याच विन्ध्यवासिनीचा स्वाभिमान, मुलगी आणि बायको म्हणून असलेली तिची मानमर्यादा आज सर्व लोकांसमोर धुळीला मिळाली होती. त्या दोघा नवराबायकोंनी कट करून सासऱ्याला लुबाडलं आणि नवरा विलायतेला पळून गेला ह्याची लोकांमध्ये जोरात चर्चा सुरू झाली. सर्वांना काय घडलंय ते कळलं होतं. कारण सासूसासऱ्यांना घाईघाईनं जावयाच्या

खोलीत शिरताना पाहून कुतूहलापोटी विन्ध्यावासिनीच्या मैत्रिणी, दासदासी, नातेवाईक दाराजवळ गोळा झाले होते. त्यांनी आतलं सर्व बोलणं ऐकलं होतं.

विन्ध्यवासिनीला कुणालाच तोंड दाखवणं शक्य नव्हतं. दार बंद करून ती उपाशीच पडून राहिली. तिच्याबद्दल कुणालाच वाईट वाटलं नाही. तिच्या दुष्टपणाचं आणि कटकारस्थानचं सर्वांना नवल वाटलं. वेळ येताच खरं रूप बाहेर आलं, असाच सर्वांचा समज झाला. घरातला आनंद केव्हाच मावळला होता. पूजा कशीबशी पार पडली.

अपमानानं शरमिंदी होऊन खिन्न मनानं विन्ध्यवासिनी सासरी परत आली. सासरी विधवा सासू आणि नवरा पळून गेलेली सून ह्या एकमेकींजवळ आल्या. दोघीही खूप दुःखी होत्या. एकमेकीला आधार देत त्या संसारातील नित्यकर्म निमूटपणे उरकीत होत्या. सासूनं तिला जवळ केलं तर आईवडिलांनी दूर सारलं. तिनंही विचार केला की मी आणि सासूबाई– दोघीही गरीब आणि दुःखी, माझे आईवडील पडले श्रीमंत. आमच्यात अंतर पडणारच.

विन्ध्यवासिनी एकतर गरीब, त्यातून चोरी केल्याचं तिनंच तोंडानं कबूल केल्यानं ती माहेरच्या सर्वच माणसांच्या मनातून उतरली होती. प्रेमाचं, ममतेचं बंधन एवढ्या दुराव्याचं ओझं पेलू शकतं की नाही कोण जाणे!

अनाथबंधू सुरुवातीला विलायतेहून आपल्या बायकोला नियमित पत्र लिहीत असे. पण पुढे हळूहळू पत्रं येणं कमी झालं आणि जी पत्रं यायची त्यात अप्रत्यक्षपणे एक हेटाळणीचा सूर असे. त्याच्या अशिक्षित, संसारदक्ष बायकोपेक्षा बुद्धी, शिक्षण, रूपगुण वगैरे सर्वच बाबतीत वरचढ असलेल्या बऱ्याच इंग्रज मुली त्याला बुद्धिमान देखणा समजत, तो त्यांच्या योग्य आहे असं मानत आणि त्याला प्रेमादरानं वागवत, त्यामुळे त्याला आपली सावळी, दरिद्री, अडाणी, खेडवळ बायको आपल्याला शोभेशी नाही असं वाटल्यास नवल ते कसलं!

पण असं असूनही पैशाची निकड भासली की ह्या असहाय, दरिद्री बंगाली मुलीला तार करायला त्याला अजिबात संकोच वाटत नसे आणि ही बंगाली मुलगीही आपले दागिने विकून नवऱ्याची नड भागवत असे. आडगावी चोरचिलटाची भीती म्हणून तिचे सर्व दागिने माहेरीचे ठेवलेले होते. लग्नकार्यासाठी लागतात म्हणून तिने ते मागून आणले आणि हळूहळू सर्व विकून नवऱ्याला पैसे पाठवले. तिच्या हातात दोन-दोन काचेच्या बांगड्या सोडून काहीसुद्धा राहिलं नव्हतं. दागिनेच नव्हे तर बनारसी साड्या आणि किमती शालीसुद्धा तिनं विकून टाकल्या. अखेर सर्वच गेल्यावर अतिशय काकुळतीनं अश्रू गाळत तिनं घरी परत येण्याचा आग्रह नवऱ्याला केला.

शेवटी तिचा नवरा लांब केस आखूड कापून, कोट-पॅन्ट घालून बॅरिस्टर होऊन स्वदेशी परत आला आणि एका हॉटेलात उतरला. स्वत:च्या घरी जाणं त्याला शक्य नव्हतं. कारण तिथं त्याच्यायोग्य जागा नव्हती आणि गावातल्या लोकांनी त्यांना वाळीत टाकलं असतं तर पंचाईत झाली असती. सासुरवाडीची माणसंही कर्मठ होती. त्यांनीही ह्या जात गमावलेल्या जावयाला घरात घेतलं नसतंच.

हॉटेलमध्ये राहणं परवडेनासं झालं तेव्हा त्यानं जागा घेतली. तिथं बायकोला आणायला तो तयार नव्हता. विलायतेहून आल्यावर एक दोन वेळाच तो आईला आणि बायकोला भेटला होता. त्यानंतर त्यानं त्यांची भेट घेतलीच नव्हती.

विन्ध्यवासिनी आणि तिच्या सासूबाई– दोघीही दु:खी पण त्यांना एकच दिलासा होता– अनाथबंधू त्यांच्याजवळच होता. शिवाय बॅरिस्टर म्हणून त्यानं जो नावलौकिक मिळवला होता त्याचा त्या दोघींना अतिशय अभिमान वाटत होता. विन्ध्यवासिनी तर स्वत:ला 'यशस्वी पुरुषाची अयोग्य बायको' समजत होती. आणि स्वत:लाच धिक्कारत होती. ती नवऱ्यापेक्षा सर्व बाबतीत डावी आहे म्हणूनच तिच्या नवऱ्याला जास्त अहंकार आहे असं तिला वाटलं. तिला भयंकर वाईट वाटत होतं आणि विलक्षण गर्वही वाटत होता. म्लेंच्छ आचारविचारांचा ती राग करत होती. पण नवऱ्याला पाहिल्यावर ती मनातल्या मनात म्हणाली, 'हल्ली तर कित्येक लोक साहेब होतात. पण सगळ्यांनाच ते जमतं किंवा शोभतं असं नाही. हे तर अगदी विलायती साहेब वाटतात. बंगाली आहेत असं सांगूनसुद्धा खरं वाटणार नाही.'

भाड्याच्या घरात राहणंही जेव्हा अनाथबंधूला परवडेनासं झालं तेव्हा तो मनातून भयंकर संतापला. ह्या शापित भारतवर्षात गुणाची कदरच नाही! त्याच्या व्यवसायातील लोक असूयेपोटी त्याच्या प्रगतीच्या मार्गात अडथळा आणताहेत असंच त्याच्या मनानं घेतलं. त्याच्या ताटात आमिष पदार्थांऐवजी भूमिजात पदार्थांची संख्या वाढायला लागली. दग्धकुक्कुटाचं सन्माननीय स्थान तळलेल्या कोळंबीनं बळकावलं. वेशभूषेतील झळाळी आणि गुळगुळीत, गोऱ्यापान चेहेऱ्यावरची गर्वाची चमक ओसरली. जेव्हा अतितीव्र निषादात वाजणारी जीवनवीणा हळूहळू तीव्र मध्यमात करुण स्वरात वाजायला लागली, नेमकी तेव्हाच राजकुमारबाबूंच्या घरात एक भीषण दुर्घटना घडली. त्या दुर्घटनेमुळे अनाथबंधूच्या संकटमय जीवनात बदल घडून आला. राजकुमारबाबूंचा एकुलता एक मुलगा आपल्या बायको-मुलासह आजोळी गेला होता. तिथून परत येताना त्याच्या बोटीला अपघात झाला आणि बायको-मुलासकट त्याला जलसमाधी मिळाली. त्यामुळे राजकुमारबाबूंना विन्ध्यवासिनी व्यतिरिक्त कुणी वारसच उरला नाही.

ह्या भयंकर अपघाताचा जबरदस्त धक्का राजकुमारबाबूंना बसला. ह्या दु:खातून सावरायला त्यांना काही दिवस लागले. दु:खातून जरा सावरल्यावर राजकुमारबाबू

अनाथबंधूला अगदी काकुळतीनं म्हणाले, 'बाबा, तुला आता प्रायश्चित्त घेऊन पुन्हा जातीत यायला हवं. तुझ्याशिवाय आम्हाला आता आहेच कोण!''

ह्या बेताला अनाथबंधूनं तात्काळ अतिशय आनंदानं होकार दिला. त्याच्या मनात आलं की बार-लायब्ररीतील खोडसाळ स्वदेशी बॅरिस्टरांना आता चांगला धडा शिकवता येईल. ते त्याच्या हुशारीला किंमत देत नाहीत ना! बेटे नुसता मत्सर करतात.

राजकुमारबाबूंनी शास्त्री पंडितांचा सल्ला घेतला. त्यांनी राजकुमारबाबूंना सांगितलं की अनाथबंधूनं गोमांस खाल्लं नसेल तर त्याला पुन्हा जातीत घेता येईल.

विलायतेत हाच चतुष्पाद प्राणी त्याच्या खाद्यपदार्थांच्या यादीत सर्वांत वरच्या स्थानावर असूनही अनाथबंधूनं शास्त्री-पंडितांसमोर नकार देण्यास क्षणाचाही विलंब लावला नाही. आपल्या जवळच्या मित्राला तो म्हणाला, 'खोटं ऐकायची लोकांचीच इच्छा असेल तर नुसता नकार देऊन त्यांना उपकृत करण्यात कसली हरकत! ज्या जिभेनं गोमांस खाल्लंय त्याच जिभेला गोमय आणि खोटं बोलणं ह्या दोन गलिच्छ गोष्टींनी शुद्ध करण्याचाच आधुनिक समाजाचा नियम असेल तर मी तो नियम कशाला मोडू?'

प्रायश्चित्तासाठी एक चांगला दिवस ठरवण्यात आला. मध्यंतरीच्या काळात अनाथबंधूनं धोतर-चादर असा पोषाख करायला सुरुवात केली. एवढंच नव्हे तर वादविवाद आणि उपदेश ह्यांच्या आधारे त्यानं विलायतेच्या समाजाला शिव्या दिल्या आणि हिंदूंची स्तुतिस्तोत्रं गायली. ते ऐकून सर्वच खूश झाले.

विन्ध्यवासिनीचं प्रेमळ कोमल मन आनंदानं आणि अभिमानानं फुलून आलं. ती मनातल्या मनात म्हणाली, 'विलायतेला जे जातात ते एकदम साहेब होतात. त्यांना बंगाली म्हणून ओळखणंही कठीण होतं. पण हे परत आलेत ते काही बदल न होता. उलट त्यांची हिंदुधर्माविषयीची भक्ती जास्तच वाढलीय.'

ठरलेल्या दिवशी राजकुमारबाबूंचं घर ब्राह्मण पंडितांनी भरून गेलं. राजकुमारबाबूंनी भरपूर खर्च केला होता. भोजन आणि विडादक्षिणा ह्यांची यथोचित व्यवस्था केली होती.

अंत:पुरातही खूप गडबड उडाली होती. सर्व खोल्या आणि अंगण निमंत्रितांनी भरून गेलं होतं. त्यांची ऊठबस करताना सर्वांचीच धांदल उडाली होती. शरदातील कोवळ्या उन्हात सकाळच्या वाऱ्यावर लहानसा ढग तरंगावा तशी ह्या सर्व गडबड गोंधळात विन्ध्यवासिनी प्रसन्नपणे तरंगत होती. आजच्या जागतिक सोहळ्याचा उत्सवमूर्ती होता तिचा नवरा. सर्व वंगभूमी जणू काही एक रंगभूमी झाली होती आणि पडदा उघडून सर्व जगातील प्रेक्षक चकित होऊन पाहत होते ते एकट्या

अनाथबंधूकडे. प्रायश्चित्त घेणं म्हणजे अपराध स्वीकार करणं पण इथं तर जणू लोकोपकार करणं चाललं होतं. विलायतेहून परत येऊन अनाथबंधूनं जणू हिंदूसमाजाच्या गौरवातच भर घातली होती. त्या गौरवाची छटा जणू सर्व देशावर पसरली होती आणि अनेक किरणांतून परावर्तित होऊन विन्ध्यवासिनीच्या प्रेमळ व आनंदित चेहेऱ्यावर फाकली होती. त्यामुळे तिचा चेहरा एका विलक्षण महिम्यानं उजळला होता. एवढ्या वर्षांतील दु:ख व अपमान विरून गेला होता. आज ती आपल्या माहेरी गौरवाच्या आसनावर विराजमान झाली होती. नवऱ्याच्या यशानं त्याच्या ह्या अतिसामान्य बायकोला जगात मानाचं स्थान मिळवून दिलं होतं.

कार्य व्यवस्थित पार पडलं. अनाथबंधू पुन्हा जातीत आला. पाहुणेरावळे, नातेवाईक आणि ब्राह्मण ह्यांनी त्याच्याबरोबर पंक्तीत बसून भोजन केलं.

घरातल्या आणि नात्यातल्या स्त्रियांना अनाथबंधूला बघायचं होतं. म्हणून त्याला अंत:पुरात बोलावण्यात आलं. जावई स्वस्थ चित्तानं, विडा चघळत, धिम्या चालीनं, अंगावरची चादर रुबाबात जमिनीवर लोळवत अंत:पुरात आला.

भोजन झाल्यावर ब्राह्मणांना दक्षिणा देणं चाललं होतं. सर्व एकत्र जमल्यामुळे जोरजोरात आपली मतं मांडून ते आपल्या पांडित्याचं प्रदर्शन करत होते. राजकुमारबाबू त्यांचं बोलणं ऐकत शांतपणे बसले होते. तेवढ्यात दरवानानं एक कार्ड त्यांच्या हातात दिलं आणि 'साहेबलोगका मेम आया' अशी खबर दिली.

राजकुमारबाबू गोंधळले. त्यांनी कार्डावर नजर फिरवली. त्यावर लिहिलं होतं. 'मिसेस अनाथबंधू सरकार.'

ह्या शब्दांचा अर्थच राजकुमारबाबूंना समजेना. ते त्या कार्डाकडे गोंधळून पाहतच राहिले. तेवढ्यात विलायतेहून नुकतीच परत आलेली लाललाल गालाची, सोनेरी केसांची, निळ्या डोळ्यांची, गोरीपान, हरिणलघुगामिनी इंग्रज स्त्री तिथं आली आणि प्रत्येकाकडे निरखून पाहायला लागली. पण तिला हवा होता तो दिसला नाही. तिला तिथं अचानक पाहून पांडित्यचर्चा एकदम थांबली आणि स्मशानशांतता पसरली.

त्याच वेळी धिमी धिमी पावलं टाकत आणि जमिनीवर लोळणारी चादर सावरत अनाथबंधू तिथं आला. त्याला पाहताच ती इंग्रज स्त्री त्याच्याकडे धावली

तिनं त्याला मिठी मारली आणि विड्यानं रंगलेल्या त्याच्या ओठावर दाम्पत्य-मिलनचुंबनाची मुद्रा उठवली.

त्या ठिकाणी पुन्हा शास्त्रचर्चेचा एकही शब्द ऐकू आला नाही.

■

(प्रायश्चित्त)

अतिक्रमण

सकाळची वेळ. रस्त्याच्या कडेला दोन लहान मुलं उभी होती. त्यांच्यात पैज लागली होती. काम खरोखरच धाडसाचं होतं. पलीकडच्या देवळाच्या आवारात एक लतामंडप होता. त्यावर चढलेल्या वेलीची फुलं तोडून आणायची होती. एक मुलगा म्हणाला, 'तोडता येतील फुलं.' दुसरा म्हणाला, 'कधीही नाही. शक्यच नाही.'

काम दिसायला सोपं दिसलं तरी प्रत्यक्षात फार अवघड होतं. असं मी का म्हणतोय हे समजण्यासाठी सर्व हकिकत थोडी विस्तारानं सांगायला हवी.

कै. माधवचंद्र तर्कवाचस्पतींची विधवा जयकालीदेवी ही ह्या राधानाथ मंदिराची सर्वेसर्वा होती. अध्यापक महाशयांना पाठशाळेनं 'तर्कवाचस्पती' पदवी बहाल केली असली तरी घरी त्यांना ती कधीच सिद्ध करता आली नव्हती. काही पंडितांच्या मते ही पदवी त्यांच्या कुटुंबानंच सार्थ ठरवली होती. कारण तर्क आणि वचन ह्या दोन्ही गोष्टी जयकालीच्या वाट्याला आल्या होत्या. ती त्याचा लाभ पतीच्या मार्फत घेत होती.

खरं तर जयकाली फारशी बोलत नसे. मात्र एखाद्या लगाम सुटलेल्या जिभेला अगदी मोजक्या शब्दांत किंवा मौनातूनच ती पूर्णपणे आवर घालू शकत असे. उंच भरदार बांधा, नाक तरतरीत. बुद्धीचं तेज तिच्या चेहऱ्यावर उठून दिसत असे. माधवचंद्राच्या हयातीतच देवत्तर संपत्ती बुडण्याच्या बेतात होती. पण ह्या बाईनं सर्व कर्ज फेडलं. बेदखल जमीन सोडवून मंदिराची हद्द निश्चित केली आणि पूजाअर्चेची सर्व व्यवस्था अगदी उत्तम लावली. तिला एका पैला फसवण्याची कुणाची छाती नव्हती.

जयकालीत पुरुषीपणा जास्त असल्यानं तिला कुणी मैत्रीण अशी नव्हतीच. आजूबाजूच्या बायका तिला घाबरत. कारण निंदानालस्ती, चहाडीचुगली, फुकटचा कळवळा, विनाकारण रडणं ह्यांचं जयकालीला वावडं होतं. पुरुषही तिला वचकून

असत. कारण मंदिराच्या सभामंडपात आळसात वेळ घालवणाऱ्या पुरुषांकडे ती अशा काही तिरस्कारानं पाहायची की तिची ती धारदार नजर त्यांच्या बोदड सुस्तीलाही भेदून जायची.

भयंकर तिरस्कार करण्याची आणि तो तितक्याच तीव्रतेनं प्रकट करण्याची अपूर्व क्षमता ह्या प्रौढ विधवेच्या ठायी होती. तिच्या मनानं एखाद्याला अपराधी ठरवलं की मग मौनातून वा शब्दांतून, हावभावातून वा भावभावनांतून ती त्याला संपूर्णपणे भस्मसात करून टाकायची.

असं असूनसुद्धा गावातील सर्व कार्यात, आनंदाच्या आणि दुःखाच्या प्रसंगात ती मनापासून भाग घ्यायची, सर्व तऱ्हेची मदत करायची. सर्वच ठिकाणी, अगदी सहजपणे, काहीही प्रयत्न न करता, एक मानाचं स्थान ती हमखास मिळवायची. ती जिथं जायची तिथं सर्वोच्च स्थान तिच्यासाठी असायचं. ह्याबद्दल तिच्या मनात किंवा दुसऱ्या कुणाच्याही मनात शंकेला जागाच नव्हती.

आजारी माणसाची सेवा करावी तर ती तिनंच. मात्र आजारी माणूस तिला यमाइतकाच भ्यायचा. पथ्यपाण्यात जरा जरी चालढकल झाली तरी ती संतापायची. तिचा रागाचा पारा इतका चढायचा की तो त्या आजाऱ्याला तापापेक्षा अधिक भाजून काढायचा.

ही कडक स्वभावाची विधवा बाई विधात्याच्या कठोर दंडनियमाप्रमाणे वागून गावावर अधिकार गाजवत होती. कुणी तिच्यावर प्रेम करत नसे आणि तिचा अनादर करण्याचं धाडसही कुणात नव्हतं. गावातल्या सर्वांशी तिचा संबंध होता आणि तरी तिच्यासारखं एकाकी दुसरं कुणीही नव्हतं.

जयकालीला मूल नव्हतं. भावाची दोन अनाथ मुलं तिच्याकडेच वाढत होती. घरात कुणी पुरुष नसला तरी आत्याच्या आंधळ्या प्रेमापोटी किंवा कुणाचा धाक नसल्यानं ही मुलं वाया जाणं शक्यच नव्हतं. ह्या दोघा मुलांतील मोठा होता अठरा वर्षांचा. मधूनच त्याच्या लग्नाचा विषय निघायचा. त्याला मुलीही सांगून यायच्या. त्याच्याही मनात लग्न करायचं होतं. पण त्याच्या ह्या सुखात आत्याचा अडथळा होता असं म्हणायला हरकत नाही. ती त्याच्या लग्नाचा विषय उडवून लावायची. नव्या दंपतीचं प्रेम, इतर स्त्रियांच्या दृष्टीनं एक मनोहर गोष्ट होती. पण जयकालीला मात्र ती तशी वाटत नसे. उलट तिच्या भाच्यानं लग्न करून इतर सभ्य गृहस्थांप्रमाणे बायकोच्या लाडानं लठ्ठ व्हावं आणि आळसात आयुष्य घालवावं, हे तिच्या दृष्टीनं अतिशय गैर होतं. ती ठामपणे म्हणायची, 'आधी पुलिन मिळवता होऊ दे. त्यानंतर सून घरात येईल.'

आत्याबाईंच्या ह्या कठोर निश्चयानं शेजारणींच्या मनाला फार यातना व्हायच्या.

मंदिर म्हणजे जयकालीचा जीव की प्राण! देवाच्या पूजेत एवढीशीही कसूर

झालेली तिला खपत नसे. दोन्ही ब्राह्मण पुजारी देवापेक्षा ह्या बाईलाच जास्त घाबरत. पूर्वी एक वेळ अशी होती की देवाच्या वाटणीचं फारच थोडं राधानाथाच्या वाट्याला यायचं. कारण पुजाऱ्यांनी चोरून 'निस्तारिणी' ची एक मूर्ती मंदिरात ठेवली होती. 'निस्तारिणी' हे दुर्गेचंच रूप होतं. दूध, दही, तूप ह्यांचीही स्वर्ग आणि नरक ह्यात वाटणी व्हायची. पण जयकाली लक्ष घालायला लागल्यापासून पूजासाहित्यातील व नैवेद्यातील सोळाच्या सोळा आणे राधानाथाच्याच वाट्याला यायला लागले. उपदेवतेला आपल्या उपजीविकेची सोय इतरत्र करावी लागली.

जयकालीची सर्वत्र बारीक नजर असल्यानं मंदिराचा परिसर अगदी लख्ख असायचा. कुठं एवढंसं गवताचं पातंसुद्धा दिसायचं नाही. मांडवावर मधुमाधवीची* वेल होती. तिथं एक जरी पिकलेलं पान गळून पडलं तरी ती ते लगेच उचलायची. मंदिराच्या स्वच्छतेत, नीटनेटकेपणात आणि पावित्र्यात जराही बाधा आलेली तिला चालत नसे. पूर्वी आजूबाजूची मुलं मंदिराच्या आवारात लपंडाव खेळायची. कधीमधी करडं आत येऊन मधुमाधवीची पानं खायची. पण आता हे शक्य नव्हतं. पर्वणी वा उत्सव ह्या व्यतिरिक्त मुलांना मंदिरात प्रवेश नव्हता आणि करडाकोकरांना दारातच काठीचा सणसणीत तडाखा बसायचा. मग आपल्या आईला तारस्वरात हाकारत पळण्याशिवाय त्यांना गत्यंतरच नसे. दुराचारी माणसाला मग तो जयकालीचा नातलग का असेना– मंदिरात येण्यास मज्जाव होता. जयकालीचा मेहुणा म्हणजे बहिणीचा नवरा कोंबडी खाण्याचा शौकीन. म्लेंच्छाच्या हातचं जेवणही त्याला चालायचं. तो एकदा बायकोला घेऊन जयकालीला भेटायला आला. जयकालीनं त्याला मंदिरात तर जाऊ दिलं नाहीच उलट बहिणीसकट त्याला वाटेला लावलं. मंदिराच्या शुद्धतेची ती इतकी काळजी घ्यायची की सामान्य लोकांना ते खूळ वाटायचं.

इतरत्र ताठ मानेनं, स्वतंत्र बाण्यानं, कडकपणे वागणारी जयकाली राधानाथासमोर मात्र अगदी लीन व्हायची, त्याला मनोभावे शरण जायची. ती एकाच वेळी त्या देवाची आई, पत्नी आणि दासीही असायची. देवापुढे ती अतिशय सावध, हळुवार, विनम्र व्हायची; तिच्या आचरणात सौंदर्य यायचं. हे दगडी मंदिर आणि दगडाची मूर्ती ह्यातून तिच्यातील स्त्री-स्वभावाच्या आगळ्यावेगळ्या गूढतेची ओळख पटायची. हे मंदिर हा तिच्या कृतार्थतेचा एकमात्र विषय होता. हेच तिचं सर्वस्व होतं, संसार होता.

ह्या सर्व हकिकतीवरून वाचकांच्या लक्षात यावं की ज्या मुलानं मंदिरातल्या मधुमाधवीची फुलं तोडण्याची पैज मारली होती तो किती धाडसी असावा! तो मुलगा

---

* मधुमाधवी : कस्तुरी मोगरा. जाईपेक्षी फुलं मोठी असतात. फुलं पांढरी व सुवासिक असतात.

म्हणजे जयकालीचा धाकटा भाचा– नलिन. तो त्याच्या आत्याला चांगलं ओळखून होता. तरीही तो कुणाला बधणारा नव्हता. अतिशय बंडखोर होता तो! साहसाचं त्याला भयंकर आकर्षण! नियम मोडायला सदैव तयार! त्याची आत्याही तिच्या लहानपणी अशीच होती म्हणे!

जयकाली एकाग्र होऊन जप करीत होती. तिच्या डोळ्यांत वात्सल्य होतं. त्याच वेळी नलिन मंदिराच्या आवारात शिरला. पाय न वाजवता पाठीमागच्या बाजूनं येऊन वेलीखाली उभा राहिला. त्यानं वेलीचं बारकाईनं निरीक्षण केलं. वेलीच्या खालच्या फांद्यांवरची फुलं देवपूजेसाठी आधीच तोडली होती. मग तो अतिशय सावधपणे मांडवावर चढला. अगदी वरच्या बाजूला दोन-चार अर्धवट उमललेली फुलं दिसताच हात लांब करून तो पुढे झुकला. पण फुलं तोडणं तर राहिलं बाजूलाच, मात्र त्याच्या वजनानं काडकन् मांडव कोसळला. मांडवावरची वेल आणि नलिन दोघंही जमिनीवर पसरले.

आवाज होताच जयकाली धावतच बाहेर आली. भाच्याचा पराक्रम तिच्या लक्षात यायला वेळ लागला नाही. तिनं त्याचं बखोटं धरून त्याला उठवलं. नलिनला बराच मार बसला होता. पण त्या माराला शिक्षा म्हणता येत नव्हतं. कारण ते नकळत घडलं होतं. त्यामुळे विव्हळणाऱ्या पोराच्या अंगावर जयकालीनं जाणीवपूर्वक शिक्षेची निशाणी उठवली. पोराच्या डोळ्यांत पाण्याचा थेंब नव्हता. निमूटपणे त्यानं ते सहन केलं. आत्यानं त्याला फरपटत नेऊन खोलीत कोंडलं आणि शिक्षा म्हणून दुपारचं जेवण न देण्याचं फर्मान काढलं.

ही शिक्षा ऐकून मोक्षदा दासीचे डोळे भरून आले. तिनं पोराच्यावतीनं कळवळून माफी मागितली. पण जयकालीचं मन द्रवलं नाही. जयकालीच्या चोरून त्या पोराला काही खायला घालण्याचं धाडस त्या घरातल्या कुणाच्याही अंगात नव्हतं.

मांडव पुन्हा उभारण्यासाठी जयकालीनं माणसं बोलावली आणि ती पुन्हा जप करायला बसली. थोड्या वेळानं, भीतभीत मोक्षदा जयकालीपाशी आली आणि म्हणाली, 'ठाकूरमा[१], खोकाबाबू[२] फार रडताहेत. थोडं दूध देऊ?' जयकाली निर्विकारपणे म्हणाली, 'नाही.'

मोक्षदा खाली मान घालून निघून गेली. घर मंदिराला लागूनच होतं. तिथून नलिनचा कळवळून रडण्याचा आवाज येत होता. हळूहळू रडणं ओरडण्यात बदललं आणि अखेर थकल्यामुळे तो हुंदके द्यायला लागला. आत्याबाईंना हे सगळं ऐकायला येत होतंच.

---

१ ठाकूरमा : बाईसाहेब, मालकीणबाई.
२ खोकाबाबू : धाकटे मालक. मालकाचा धाकटा मुलगा.

नलिन थकला तेव्हा त्याचं रडणं जवळजवळ थांबलं. नेमक्या त्याच क्षणी अगदी जवळून एक आवाज आत्याबाईंच्या कानांवर पडला. त्या आवाजात काकुळती होती. जरा दुरून माणसांच्या बोलण्याचा व धावण्याचाही आवाज आला. हळूहळू तो आवाज मंदिराच्या प्रवेशदाराजवळ येऊन थांबल्याचं जयकालीला जाणवलं. मग मंदिराच्या आवारातच पावलांचा आवाज झाला. तेव्हा मात्र जयकालीनं वळून पाहिलं. पडलेला मांडव गदागदा हलत होता.

जयकालीनं रागानंच हाक मारली, 'नलिनऽऽ'

कुणीच ओ दिली नाही. तेव्हा तिचा ठाम समज झाला की व्रात्य नलिन खोलीतून निसटला आहे आणि मांडव हलवून तिच्यावरचा राग वेलीवर काढतोय. नलिन तिला सतावण्यात पटाईत होताच. म्हणूनच जप थांबवून दात ओठ खात ती बाहेर आली. मांडवाकडे रोखून पाहत तिनं पुन्हा हाक मारली, 'नलिनऽऽ'

आताही कुणी उत्तर दिलं नाही. मग मात्र ती पुढे झाली. पडलेली वेल बाजूला सारली. पाहते तर तिथं चिखलानं बरबटलेलं डुकराचं पिलू घाबरून लपलेलं.

तो मांडव म्हणजे जयकालीच्या दृष्टीनं वृंदावनाची लहानशी प्रतिकृतीच होती. त्या वेलीच्या फुलांचा वास तिला वृंदावनातील गोपींच्या श्वासाची आठवण करून द्यायचा. त्या आठवणीसरशी कालिंदीच्या काठावर खेळल्या जाणाऱ्या रासाचं मधुर स्वप्न डोळ्यांत तरळायचं. तिच्या ह्या काळजीपूर्वक जपलेल्या, आवडत्या नंदनवनात अकस्मात एक अत्यंत गलिच्छ प्राणी शिरला होता.

पुजारी काठी घेऊन सरसावले. पण जयकालीनं त्यांना अडवलं. मंदिराचं दार तिनं आतून बंद केलं. मग आतूनच ती ओरडली, 'बाहेर उभ्या असलेल्या सगळ्यांनी परत फिरा बघू. माझं देऊळ अशुद्ध करू नका.'

मंदिराबाहेर बरेच डोंब उभे होते. जयकाली ओरडल्यावर त्यांना परत फिरावंच लागलं. राधानाथाच्या मंदिरात एका अमंगळ प्राण्याला जयकालीनं अभय दिल्याचं त्यांनी प्रत्यक्ष पाहिलं होतं तरीही त्यांचा विश्वास बसला नव्हता.

ह्या अतिशय क्षुल्लक प्रसंगामुळे अखिल जगातील सर्व जीवांची महादेवी प्रसन्न झाली खरी पण लहानशा गावातील अतिक्षुद्र देवी मात्र कोपली.

■

(अनधिकार प्रवेश)

क्षुधित पाषाण

पूजेच्या सुटीत मी माझ्या एका नातेवाईकाबरोबर सफरीवर गेलो होतो. तिथून कोलकात्याला परत येताना आगगाडीत एका गृहस्थांशी ओळख झाली. त्यांच्या पोषाखावरून प्रथम ते मला पश्चिम भागातील मुसलमान वाटले. पण त्यांचं बोलणं ऐकताच मी जास्तच बुचकळ्यात पडलो. ह्या गृहस्थांचा सल्ला घेतल्याशिवाय ब्रह्मांडनायक कोणतंही काम करत नसावा अशा थाटात ते सर्व विषयावर बोलत होते. जगात घडणाऱ्या गूढ विचित्र घटना, रशियन लोकांनी घेतलेली आघाडी, इंग्रजांचा अंत:स्थ हेतू, आपल्या देशातील राजांनी पकवलेली खिचडी वगैरे गोष्टी माहीत नसल्यानं आम्ही कसे अगदी निश्चिंत होतो. नव्यानंच ओळख झालेले ते गृहस्थ हळूच हसून म्हणाले, 'There happen more things in heaven and earth, Horatio, than are reported in your newspapers.'

मी प्रथमच घर सोडून बाहेर पडलो होतो. त्यामुळे ह्या गृहस्थांच्या वागण्याबोलण्याचं मला नवल वाटलं. अगदी साध्यासुध्या गोष्टीतही ते कधी विज्ञानाचा दाखला देत, कधी वेदाचा उल्लेख करत तर कधी फारसीतील काव्यपंक्ती म्हणून दाखवत. विज्ञान, वेद आणि फारसी भाषा ह्यांचा आम्हाला गंध नसल्यानं त्या गृहस्थांबद्दल आम्हाला फारच आदर वाटायला लागला. माझा नातेवाईक थिऑसॉफिस्ट होता. त्याचा तर असा पक्का समज झाला की ह्या माणसाला एखादी विलक्षण शक्ती मिळाली असावी– दैवी सामर्थ्य. एखाद्या सूक्ष्म शरीराचा त्यांच्या ठिकाणी वास किंवा असंच काहीतरी असावं. म्हणून तो ह्या विचित्र माणसाच्या गप्पा मोठ्या भक्तिभावानं ऐकत होता आणि हळूच त्याची नोंदही करून ठेवत होता. त्या गृहस्थांनी हे ओळखलं होतं. मनातून ते खूश झाले होते पण वरून त्यांनी तसं काही दिसू दिलं नाही.

गाडी जंक्शनला पोहोचली. दुसरी गाडी पकडायची होती. तिला वेळ असल्यानं

आम्ही वेटिंग-रूममध्ये जाऊन बसलो. रात्रीचे साडेदहा वाजले होते. वाटेत काहीतरी अडथळा आल्यानं गाडी वेळेवर येणार नसल्याचं कळलं. तिला बराच उशीर होणार होता. मी बिछाना पसरून ताणून द्यायच्या तयारीत होतो. तितक्यात त्या नव्यानं ओळख झालेल्या गृहस्थांनी एक गोष्ट सांगायला सुरुवात केली. मग झोप उडालीच.

राज्यकारभारातील काही गोष्टीत मतभेद झाल्यामुळे मी जुनागडची नोकरी सोडली आणि हैद्राबादला निजामाची नोकरी पत्करली. त्यावेळी, अर्थातच मी अगदी तरुण होतो. माझी तब्येतही धडधाकट होती. म्हणून मला बरीचला कापसावरचा महसूल वसूल करण्याचं काम देण्यात आलं.

बरीच अतिशय सुंदर होतं. निर्जन डोंगराच्या पायथ्याशी घनदाट रान होतं. त्यातून शुस्ता नदी (संस्कृत 'स्वच्छ तोया' चा अपभ्रंश) वाहत होती. दगडधोंड्यातून खळखळत एखाद्या कसलेल्या नर्तकीसारखी गिरक्या घेत ती पुढे पुढे जात होती. नदीवर जवळ जवळ दीड-एकशे पायऱ्या असलेला घाट होता. आणि ह्या घाटावरच डोंगराच्या पायथ्याशी एक पांढराशुभ्र राजवाडा होता. जवळपास वस्ती अजिबात नव्हती. गावचा बाजार आणि वस्ती इथून बरीच दूर होती.

सुमारे अडीचशे वर्षांपूर्वी दुसरा शहा महम्मूद ह्यानं हा राजवाडा आपल्या भोगविलासासाठी बांधला होता. त्या काळी स्नानाच्या पुष्करणीच्या कारंज्यातून गुलाबपाण्याचे फवारे उडत. त्या थंडगार वर्षावाखाली, एकान्तात, संगमरवराच्या गुळगुळीत आसनावर बसून इराणी तरुणी आपले नाजूक पाय स्वच्छ पाण्यात बुडवत आणि स्नानापूर्वी केस मोकळे सोडून सतार घेऊन गझला गात.

आता ती कारंजी उडत नव्हती. गाणी ऐकू येत नव्हती. संगमरवरावर नाजूक गोऱ्या पावलांचे आघात होत नव्हते. तो राजवाडा माझ्यासारख्या एकाकी महसूल कलेक्टरचं भकास निवासस्थान बनला होता. माझ्या ऑफिसातील म्हातारा कारकून करीम खान हा मला त्या राजवाड्यात राहू नये असं पुन्हा पुन्हा सांगत होता. तो म्हणाला, 'फारतर दिवसभर राहा इथं. पण रात्री अजिबात राहू नका.' मी त्याचं बोलणं हसण्यावारी नेलं. इतर नोकरही म्हणाले, 'आम्ही इथं दिवसभर काम करू. पण रात्री राहणार नाही.' मी म्हणालो, 'तथास्तु.' तो राजवाडा इतका बदनाम झाला होता की चोरसुद्धा तिथं यायला धजत नसत.

सुरुवातीला त्या ओसाड वाड्यातील एकांतानं माझी छाती दडपून जायची. मी दिवसभर बाहेरच कर कर काम करत असे आणि थकूनभागून रात्री चिडीचूप झोपत असे.

पण आठवडा उलटला नाही तोच तो निर्जन वाडा मला आपल्या मोहात ओढून घ्यायला लागला. हे कसं घडत होतं हे मला नीट सांगता येणं अवघडच आहे.

लोकांचाही ह्या गोष्टीवर विश्वास बसणं कठीणच! तो वाडा एखाद्या सजीव प्राण्यासारखा मला त्याच्या मोहरसानं हळूहळू आपल्या उदरात सामावून घेत होता.

मी इथं पाऊल ठेवल्यापासूनच हा प्रकार सुरू झाला असावा. पण मला ह्याची स्पष्ट जाणीव झाली तो दिवस मी विसरणार नाही.

उन्हाळा सुरू झाल्यानं बाजारात मंदी होती. माझ्या हातात काही काम नव्हतं. दिवस मावळण्यापूर्वी मी घाटाच्या खालच्या पायरीवर आरामखुर्चीत बसलो होतो. नदी बरीच आटली होती. नदीकाठची वाळू संध्याकाळच्या उन्हात रंगीबेरंगी दिसत होती. पाण्यातले गोटे उन्हात चमकत होते. वारा पडला होता. जवळच्या डोंगरातून येणाऱ्या रान तुळशीच्या आणि पुदिन्याच्या सुगंधानं वातावरण घमघमलं होतं.

सूर्य डोंगराच्या आड जाताच दिवसाच्या नाट्यावर भलामोठा अंधाराचा पडदा पडला.– डोंगर असल्यानं इथं सूर्यास्त होताच अंधार पसरायला वेळ लागायचा नाही. घोड्यावरून रपेट करून यावं म्हणून उठायचा विचार करत होतो. एवढ्यात घाटाच्या पायऱ्यांवर पायरव झाला. मागे वळून पाहिलं तर कुणीच नव्हतं.

काहीतरी भास झाला असेल असं समजून मान वळवताच एकाच वेळी बरीच पावलं वाजताहेत असं वाटलं. जणू काही बऱ्याच बायका धावत धावत घाट उतरत होत्या. थोडीशी भीती वाटली. नाही असं नाही. पण अंगावर रोमांच आले. मला कुणीही प्रत्यक्ष दिसत नव्हतं. पण ग्रीष्मातल्या त्या संध्याकाळी काही बायका मोठ्या आनंदानं नदीत स्नान करण्यासाठी उतरत असल्याचं मला स्पष्ट जाणवलं. सगळीकडे अगदी शांतता होती. पूर्ण एकांत होता. कुठंही कोणाचा आवाज नव्हता. तरी माझ्यामागून हसत-खिदळत, एकमेकींमागे पळत कुणीतरी पाण्यात उतरलं. माझ्याकडे त्यांनी लक्षच दिलं नसावं. त्या जशा मला दिसत नव्हत्या तसा मीही त्यांना दिसत नसावा. नदी अगदी शांत होती. तरीही मला वाटलं की नदीच्या पाण्यात तरंग उठताहेत, पायांनी पाणी वर उडतंय, कुणीतरी दुसऱ्यावर पाणी फेकलंय आणि हसतंय.

माझ्या छातीत धडधड होत होती. ती भीतीनं होती की आनंदानं की थरारक अनुभवामुळे हे सांगणं कठीण होतं. त्यांना बघायची फार इच्छा होती. पण समोर तर काहीच नव्हतं. मग वाटलं की कान देऊन त्यांचं बोलणं तरी ऐकावं. पण रातकिड्यांच्या किरकिराटाशिवाय काहीच ऐकू आलं नाही. वाटलं की अडीचशे वर्षांचा काळा पडदा माझ्यासमोर झुलतोय. एका कोपऱ्यातून आत डोकावून पाहावं तर अंधारामुळे काहीच दिसत नव्हतं.

कुंद हवेत एकदम वाऱ्याचा झोत आला आणि नदीच्या शांत पाण्यावर अप्सरांच्या कुरळ्या केसांप्रमाणे नाजुक लहरी उठल्या. संध्याकाळच्या छायेत बुडालेलं वन जणू दुःस्वप्नातून जागं होऊन सळसळायला लागलं. स्वप्न म्हणा की सत्य पण अडीचशे वर्षांपूर्वीच्या दृश्यांचं जे मृगजळ माझ्या पुढे पसरलं होतं ते

क्षणात विरून गेलं. ज्या देहहीन मायाविनी माझ्या जवळून चपळ पावलांनी, शब्दहीन उच्चरवात हसत नदीत उतरल्या होत्या, त्या ओल्या वस्त्रांनी परत फिरल्याचं जाणवलं नाही. वाऱ्यावर सुगंध उडून जावा तशाच वसंताच्या एका नि:श्वासाबरोबर त्या उडून गेल्या.

तेव्हा आजूबाजूला कुणीही नाही असं पाहून कवितादेवी माझ्या खांद्यावर भार टाकून तर उभी नाही ना, अशी शंका मला आली. मी बिचारा कापसावरचा कर गोळा करून पोट भरत होतो, तोच ही अवदसा माझी मुंडी मुरगळण्यासाठी आली! मनात आलं की चांगलंचुंगलं पोटभर जेवायला हवं. रिकाम्या पोटी अनेक आजार ठाण मांडून बसतात. म्हणून आचाऱ्याला बोलावून मसालेदार, तुपातला मोगलाई खाना करायला सांगितला.

दुसऱ्या दिवशी सकाळी कालचा प्रसंग अगदी हास्यास्पद वाटायला लागला. मोठ्या खुशीत, साहेबासारखी हॅट घालून, स्वत: गाडी चालवत रोजच्या कामाला गेलो. त्या दिवशी त्रैमासिक अहवाल लिहिण्याचा दिवस असल्यानं घरी यायला उशीर होणार हे ठरलेलं होतं. पण दुपार कलताच मला घरी जाण्याची ओढ लागली. आता थांबण्यात अर्थ नव्हता. मनात आलं की सगळ्या तिथं जमल्या असतील. अहवाल तसाच अर्धवट टाकून, संध्याकाळच्या अंधुक प्रकाशात, झाडांच्या सावल्यांनी झाकून टाकलेल्या त्या निर्जन वाटेवरून माझी टमटम जोरात पिटाळत मी डोंगराच्या पायथ्याशी असलेल्या त्या सुनसान वाड्यात येऊन पोहोचलो.

जिन्यासमोरचं दालन खूपच मोठं होतं. मोठमोठ्या खांबांच्या तीन रांगा होत्या. त्यांच्यावरील नक्षीदार कमानींनी वरचं छत तोलून धरलं होतं. हे प्रशस्त दालन त्याच्या रितेपणामुळे खायला उठत असे. त्या दिवशी दिवस मावळला असूनसुद्धा कुणी दिवे लावले नव्हते. मी दरवाजा लोटून आत शिरताच, आत गडबड उडाल्याचा भास झाला. जणू काही अचानक सभाभंग झाल्यानं मिळेल त्या वाटेनं सर्वजणी पळून गेल्या. मला कुणीच दिसलं नाही. त्यामुळे मी गोंधळून तिथंच उभा राहिलो. भारल्यासारखं झालं आणि माझ्या अंगावर रोमांच उभे राहिले. पुष्कळ दिवसांपूर्वीचा मागे दरवळत राहिलेला तेलाचा आणि अत्तराचा वास माझ्या नाकात शिरला. त्या प्रशस्त, काळोख्या दालनाच्या जुन्यापुराण्या खांबांमध्ये मी उभा होतो. फवाऱ्यातून संगमरवरावर पडणाऱ्या पाण्याचा आवाज, सतारीचा झंकार, सुवर्णालंकारांचा किणकिणाट, नूपुरांचा झुमझुमाट, मध्येच तांब्याच्या घंटेवर पडणारे तासाचे ठोके, दूरवरून येणारा नौबतीचा धडधडाट, वाऱ्यानं हलणाऱ्या झुंबरांच्या लोलकांचा ठुणठुणाट, व्हरांड्यातील पिंजऱ्यांतल्या बुलबुलांचं मधुर गाणं, बागेतून येणारा पाळीव सारसांचा गोड स्वर– ह्या सर्व आवाजांनी माझ्या चारी बाजूला भूतलोकीची रागिणी घुमायला लागली.

मी भारावून गेलो. वाटलं की हे अदृश्य, अगम्य, अवास्तव तेवढंच सत्य आहे. बाकी जगात घडतंय ते खोटं आहे, मृगजळ आहे. मी म्हणजे मी श्रीयुत अमुक अमुक, कै. श्री. अमुकांचा मोठा मुलगा, कर गोळा करण्याच्या बदल्यात साडेचारशे रुपये पगार घेणारा, हॅट आणि शॉर्ट कोट घालून टमटममधून ऑफिसला जाणारा मी– मला तोही अद्‌भुत, खोटा, निरर्थक आणि म्हणूनच हास्यास्पद वाटायला लागला. त्या प्रशस्त काळोख्या दालनात उभं राहून मी मोठ्यानं हसायला लागलो.

नेमका त्याच वेळी माझा मुसलमान नोकर दिवा घेऊन आत आला. 'मला वेड लागलंय', असं त्याला वाटलं की काय कोण जाणे! पण तो येताच मी भानावर आलो. कै. अमुकचंद्रांचा मोठा मुलगा श्री. अमुकनाथ म्हणजे मी ह्याचं मला स्मरण झालं. कुठंतरी अमूर्त कारंज्यातून फवारा उडत होता का, अदृश्य बोटांनी सतार छेडल्यावर, त्या मायावी सतारीतून अनंत रागिणीचे सूर उमटले का हे आमचे महाकवी किंवा कविवर्य कदाचित् सांगू शकतील. पण मी बरीचला कापसावरचा महसूल गोळा करून महिन्याला साडेचारशे रुपये पगार घेत होतो ही गोष्ट मात्र खरी होती. मला थोड्या वेळापूर्वीचा भ्रम आठवला. मग टेबलावरचं वर्तमानपत्र घेऊन मी दिव्यापाशी बसलो आणि मनाशीच हसू लागलो.

वर्तमानपत्र वाचून झाल्यावर मी मोगलाई खाना घेतला आणि कोपऱ्यातला दिवा मालवून बिछान्यावर आडवा झालो. माझ्या पलंगाशेजारची खिडकी उघडी होती. अरवली पर्वतावरचं घनदाट अरण्य काळोखात बुडालं होतं. त्या काळोखात पर्वताच्या माथ्यावर चमकणारा तारा हजारो मैलांवरून कॅम्प कॉटवर पडलेल्या माझ्यासारख्या सामान्य महसूल-अधिकाऱ्याकडे टक लावून पाहत होता. मी मोठ्या अचंब्यानं हा प्रकार पाहत असतानाच मला कधी झोप लागली ते कळलंच नाही. मी किती वेळ झोपलो होतो कोण जाणे! एकाएकी दचकून जागा झालो. माझं अंग शहारलं होतं. खरं तर कसलाही आवाज झाला नव्हता. कुणी तिथं आल्याचंही मी पाहिलं नव्हतं. तरीही माझ्या अंगावर काटा उभा राहिला होता. पर्वतावरचा तो टक लावून माझ्याकडे पाहणारा तारा मावळला होता आणि कृष्णपक्षातील मंद चंद्रप्रकाश जणू लाजत मुरकत खिडकीतून आत येत होता.

मला कुणीही दिसलं नाही. पण कुणीतरी मला हलवत असल्याचं स्पष्टपणे जाणवलं. मला जाग येताच, पाचही बोटात अंगठ्या असलेल्या हातानं मला त्याच्यामागून येण्यासाठी खुणावलं.

मी अगदी हळूच उठलो. त्या प्रचंड वाड्यात अनेक दालनं होती. निद्रित आवाज आणि त्यांचे जागते प्रतिध्वनी सोडले तर तिथं चिटपाखरूही नव्हतं. तरीही कुणी जागं होईल अशी भीती मला पदोपदी वाटत होती. त्या वाड्यातील बरीचशी दालनं बंदच होती. मी तिथं कधी पाऊलही टाकलं नव्हतं.

पावलाचा जरासुद्धा आवाज होऊ न देता, श्वास कोंडून घेऊन मी मला बोलावून नेणाऱ्या त्या अदृश्य व्यक्तीमागून जात होतो. बऱ्याच चिंचोळ्या वाटा, मोठमोठे व्हरांडे, भव्य, प्रशस्त पण सुनसान दिवाणखाने, जिथं वारासुद्धा प्रवेश करणार नाही असे चोरखण ओलांडून आम्ही पुढे जात होतो. पण कुठं जात होतो ते माझं मलाच सांगता येणं शक्य नव्हतं.

मला घेऊन जाणारी ती अदृश्य व्यक्ती जरी मला प्रत्यक्ष दिसत नसली तरी ती माझ्या मनाला अगोचर नव्हती. ती अरब रमणी असावी. तिच्या सैल बाहीतून तिचा संगमरवरासारखा गोंडस पण कणखर हात दिसत होता. तिच्या टोपीवरून एक पातळ झिरझिरीत वस्त्र तोंडापर्यंत खाली आलं होतं. त्यानं तिचा चेहरा झाकला होता. तिच्या कमरेला कट्यार होती.

अरबी कादंबरीतील हजारो रात्रींपैकी एक, कादंबरीच्या जगातून उडून आली आहे असं मला वाटलं. जणू काही मी काळोख्या रात्री झोपी गेलेल्या बगदादच्या अंधाऱ्या, चिंचोळ्या रस्त्यावरून, संकट समोर दिसत असताना, प्रेयसीला भेटण्यासाठी बाहेर पडलो होतो.

अखेर मला घेऊन जाणारी ती रमणी एका गडद निळ्या पडद्यासमोर अचानक थबकली. तिनं बोटानं मला खाली पाहण्याची खूण केली. खाली तर काहीच नव्हतं. तरीही माझं रक्त भीतीनं गोठलं. मला फक्त जाणवलं की त्या निळ्या पडद्यासमोर जमिनीवर किनखापाचे कपडे घातलेला एक भयंकर काफ्रि खोजा दोन्ही पाय पसरून बसला होता. त्याच्या मांडीवर नंगी तलवार होती. तो पेंगत होता. रमणी हळूच त्याचे पाय ओलांडून पलीकडे गेली आणि तिनं पडद्याचं एक टोक उचलून धरलं.

पडदा उचलताच एका दालनाचा काही भाग मला दिसला. त्या दालनात इराणी गालिचा पसरलेला होता. मंचकावर कोण बसलं होतं ते दिसलं नाही. पण जाफरानी रंगाच्या तलम पायजम्यातील जरीकाम केलेले चढाव घातलेले दोन सुंदर पाय गुलाबी मखमली आसनावर विसावले होते. मंचकाजवळच्या मेजावर निळसर स्फटिकपात्रात सफरचंद, नासपती, नारिंग आणि भरपूर द्राक्षं ठेवलेली होती. त्याच्या मागे दोन लहान पेले आणि सोनेरी, काचेची मद्याची सुरई पाहुण्यांची वाट पाहत होती. त्या दालनात एका अपूर्व धुपाचा मादक सुगंध भरून राहिला होता. त्यानं मी मोहित झालो, मी माझा राहिलो नाही.

छातीत धडधडत असतानाच मी त्या खोजाला ओलांडून जायचा प्रयत्न करताच तो धडपडून जागा झाला. त्याच्या मांडीवरची तलवार खणकन् जमिनीवर पडली आणि कुणीतरी मोठ्यानं किंकाळी फोडली.

त्या किंकाळीनं मला जाग आली. मी माझ्या बिछान्यावरच होतो. घामानं माझं अंग ओलचिंब झालं होतं. फटफटायला लागलं होतं. कृष्णपक्षातील चंद्राची कोर,

झोप न आलेल्या रोग्यासारखी, पांढरीफटक दिसत होती आणि आमचा वेडा मेहेरअल्ली नेहमीप्रमाणे भल्या पहाटे सुनसान रस्त्यावरून 'दूर व्हा,' 'दूर व्हा' असं ओरडत चालला होता.

अशा रीतीनं माझी अरबी कादंबरीतील एक रात्र सरली, पण अजून हजार रात्री बाकी होत्या.

माझ्या दिवसरात्रीत एक विसंगती निर्माण झाली. दिवसा मी थकलेल्या देहानं कामावर जात असे. त्या वेळी मी त्या निरर्थक स्वप्नांनी व्यापलेल्या मायावी रात्रींना शिव्याशाप देत असे. पण संध्याकाळ होताच दिवसाचं माझं कामात बांधलेलं अस्तित्व मला अतिशय तुच्छ, खोटं, हास्यास्पद वाटायला लागत असे.

संध्याकाळनंतर मी एका धुंदीत गुंतून कासावीस होत असे. शेकडो वर्षांपूर्वीच्या अलिखित इतिहासातील एक अपूर्व व्यक्ती होत असे. मग माझा विलायती पोषाख मला मानवत नसे. रात्र होताच मी एक लाल मखमली फेज, सैल पायजमा, फुलाची नक्षी काढलेला काबा, रेशमी लांब चोगा घालत असे. रुमालावर अत्तर शिंपडत असे. त्या वेळी मी सिगरेट ओढत नसे तर गुलाबपाणी भरलेला मोठा आलबोला घेऊन गुबगुबीत गादी असलेल्या आरामखुर्चीवर बसत असे. जणू काही रात्री मला कुणीतरी आवडतं माणूस भेटायला येणार असल्यानं मी मोठ्या आतुरतेनं त्याची वाट पाहत असे.

काळोख दाट व्हायला लागला की कशा अद्भुत घटना घडत ते शब्दांत सांगणं अवघडच! जणू काही चमत्कारिक कहाणीतले काही फाटके कपटे अचानक आलेल्या वसंतसमीराच्या झुळकीबरोबर ह्या रंगीबेरंगी दालनातून इकडून तिकडे उडत. काही अंतरापर्यंतच ते दिसत. नंतर मात्र दिसेनासे होत. त्या उडणाऱ्या कपट्यांमागून मीही रात्रभर ह्या दालनातून त्या दालनात असा फिरत असे.

स्वप्नांच्या ह्या तुकड्यांच्या भोवऱ्यात कधी मेंदीचा सुगंध, कधी सतारीचे बोल, तर कधी सुगंधी पाण्याचे बिंदू वाऱ्याबरोबर उडून येत आणि त्यात विजेप्रमाणे क्षणार्धात चमकून जाणारी एक नायिका मला दिसत असे. तिच्या पायजम्याचा रंगही जाफरानीच असे. तिच्या कोमल, गुलाबी पायात जरीकाम केलेले चढाव असत. तिनं जरीची फुलांची नक्षी असलेली तटतटीत काचोळी आवळून बांधलेली असे. तिच्या लाल टोपीतून सोनेरी झालर तिच्या कपाळावरून गालापर्यंत रुळत असे.

तिनं मला वेडं केलं होतं. मी तिच्यासाठीच रात्री निद्रेच्या राज्यात स्वप्नाच्या गुंतागुंतीच्या वाटांनी भरलेल्या मायापुरीतील गल्ल्याबोळातून, दालना-दालनातून घिरट्या घालत असे.

कधी कधी मी आरशाच्या दोन्ही बाजूला दिवे लावून शहाजाद्याप्रमाणे पोषाख करत असताना मध्येच क्षणभर मला त्या इराणी तरुणीचं प्रतिबिंब माझ्या प्रतिबिंबामागे

दिसत असे– आपली मान किंचित कलती करून, आपल्या मोठ्या काळ्याभोर डोळ्यांनी माझ्याकडे कटाक्ष टाकून, सुंदर बिंबाधर ओठांची नाजुक हालचाल करून, आपल्या यौवनानं बहरलेल्या देहलतेला नाजूक झटका देत, पदन्यास करत ती आरशातच विरून जात असे. तिच्या त्या भावविवश कटाक्षात वेदनांची तीव्रता जाणवत असे. तिच्या ओठांच्या हालचालीतून अगम्य भाषेची अस्फुट जाणीव होत असे. क्षणभरात वेदना, वासना, हास्य ह्यांची बरसात करत तिच्या आभूषणांच्या झगमगाटात ती अंतर्धान पावत असे. पर्वताच्या अरण्यातील सगळा सुगंध लुटून नेणाऱ्या एका उद्दाम वाऱ्याच्या झोतानं माझे दोन्ही दिवे विझवले जात. मग मी आरशामागच्या माझ्या बिछान्यावर रोमांचित देहानं आडवा होत असे. डोळे मिटताच माझ्या भोवताली आखली पर्वताच्या अरण्यातील मिश्र सुगंध पसरत असे. त्यात खूप प्रेम, पुष्कळ चुंबनं, अनेक कोमल करस्पर्श असत. त्यांनी एकाकी अंधार भरून जात असे. माझ्या कानाशी मंजुळ नाद होत, माझ्या गालावर सुगंधी श्वास जाणवत, माझ्या तोंडावर एका तलम ओढणीचा स्पर्श वारंवार होत असे. हळूहळू एक मोहसर्पिणी मला तिच्या मादक विळख्यात बांधून टाकत असे. मग मी एक दीर्घ नि:श्वास सोडून, सैलावून, गाढ झोपेच्या अधीन होत असे.

एके दिवशी तिसऱ्या प्रहरी घोड्यावरून बाहेर जायचा माझा बेत होता. पण कुणीतरी मला अडवत होतं. मी तिकडे लक्ष दिलं नाही. एका खुंटीवर माझा कोट आणि हॅट टांगली होती. मी कोट घालायला जाताच नदीची वाळू आणि पर्वतावरचा पाचोळा उडवत एक वावटळ आली आणि माझा कोट-टोपी घेऊन जाऊ लागली. त्याचवेळी कुणीतरी मोठ्यानं हसलं. त्या हास्यानं कुतूहलाच्या सर्व स्तरांना छेडलं. कोट-टोपी नेत असताना ते हास्य हळूहळू वरच्या पट्टीत पोहोचलं आणि अखेर क्षितिजाकडे जात जात विरून गेलं.

मग माझं जाणं झालंच नाही. दुसऱ्या दिवसापासून मी कोट-टोपी वापरणं अर्थातच सोडून दिलं.

त्याच रात्री मला जाग आली. मध्यरात्र झाली असावी. कुणीतरी हुंदके देऊन रडत होतं. माझ्या कॉटखालच्या जमिनीतून रडण्याचा आवाज येत होता. ह्या वाड्याच्या ओलसर, अंधाऱ्या तळघरातील कबरीमधून कुणाच्यातरी रडण्याचा आवाज येत होता. कुणीतरी मला म्हणत होतं, 'मला इथून सोडव. इथून दूर ने. कठीण माया, गाढ निद्रा, निष्फल स्वप्न ह्या सगळ्यांना भेदून तू मला घोड्यावरून घेऊन जा. मला तुझ्या छातीशी कवटाळून अरण्य पार करून, पर्वत ओलांडून नदी पलीकडील तुझ्या सूर्यप्रकाशानं उजळलेल्या घरी तू मला घेऊन जा. मला सोडव इथून.'

मी कोण! मी कसा सोडवणार! ह्या सतत बदलणाऱ्या आणि गरगर फिरणाऱ्या

स्वप्नप्रवाहात बुडलेल्या कामनासुंदरीला मी कसं काठावर आणणार होतो! हे दिव्यरूपिणी, तू कुठं होतीस? केव्हा होतीस? तू कुठल्या शीतल झऱ्याच्या काठावरील खजुराच्या बागेच्या छायेत कुठल्या गृहहीन मरूवासिनीच्या पोटी जन्म घेतलास? वनलतेवरची कळी तोडावी तसं बळजबरीनं तुझ्या आईच्या मांडीवरून हिसकावून घेऊन विजेच्या वेगानं पळणाऱ्या घोड्यावर घालून, रणरणतं वाळवंट पार करून, एखाद्या राजधानीतील गुलामांच्या बाजारात कुण्या बेदुइन दस्यूनं तुला विकलं? तिथं कुठल्या बादशहाच्या चाकरानं, तुझं सलज्ज नवयौवन पाहून, मोहरा मोजल्या आणि तुला विकत घेतलं? नंतर समुद्र पार करून तुला सोन्याच्या शिबिकेतून आणलं आणि आपल्या धन्याला नजर केलं? तिथलं वर्णन काय करावं! सारंगीचे सूर, नूपुरांचा किणकिणाट, दिव्यांच्या सोनेरी प्रकाशाची नशा, त्या प्रकाशात मधूनच कटारींचा लखलखाट, विषाची यातना, कटाक्षांनी घायाळ करणं. काय ते अमाप ऐश्वर्य आणि अक्षय कारागार! दोन्ही बाजूला दोन दासी आपल्या हिऱ्यांच्या कांकणातून वीज खेळवत चवऱ्या ढाळताहेत, बादशहा गोऱ्यापान पावलांजवळच्या हिऱ्यामोत्यांनी जडवलेल्या चढावांपाशी लोळण घेतोय, बाहेर दारापाशी यमदूतासारखा हबशी देवदूतासारखा पोषाख करून हातात नंगी तलवार घेऊन उभा– त्यानंतर ते रक्तलांछित, मत्सरफेनिल कटकारस्थान भयंकर वेगानं ऐश्वर्य प्रवाहावर फोफावत आलं, तेव्हा तू मरुभूमीवरील पुष्पमंजिरीसारखी एखाद्या निष्ठुर मृत्यूत मिसळून गेलीस का? की एखाद्या कठोर महिमातटावर फेकली गेलीस?

नेमक्या ह्याच क्षणाला वेडा मेहेर अली ओरडला 'तफात जाओ! दूर व्हा. सब झूट है! सब झूट है!' सकाळ झाली होती. चपराशानं पोस्टाची पत्रं माझ्या हातात आणून दिली आणि खानसामानं सलाम करून आज काय स्वयंपाक करायचा म्हणून चौकशी केली.

ह्या वाड्यात ह्या पुढे राहायचं नाही असं मी ठरवलं. त्याच दिवशी सर्व सामानसुमान घेऊन मी ऑफिस गाठलं. हे पाहून ऑफिसचा म्हातारा कारकून करीम खान हळून हसला. मी त्याच्या हसण्यानं चिडलो. पण काही न बोलता कामाला लागलो.

दुपार उलटताच मात्र मनात चलबिचल व्हायला लागली– आपल्याला कुठंतरी जायचंय असं वाटायला लागलं. महसुलाचं काम निरर्थक वाटायला लागलं. निजामाची निजामतही तुच्छ वाटावी अशी माझी मन:स्थिती होती. वर्तमानातील प्रत्येक गोष्ट मला अर्थशून्य वाटायला लागली.

मी चोपडी बंद करून हातातली लेखणी फेकून दिली आणि टमटममधून निघालो. टमटम गोरज मुहूर्ताला त्या वाड्यापाशी येऊन थांबली. भराभर पायऱ्या चढून मी दालनात शिरलो.

आज सगळीकडे शुकशुकाट होता. अंधारी वाडा जणू रागानं रुसून बसला होता. पश्चात्ताप झाला. पण कुणाला सांगणार! कुणाजवळ माफी मागणार! मी शून्यमनस्कपणे अंधाऱ्या दालनातून फिरत होतो. वाटलं की एखादं वाद्य घेऊन गात सुटावं– म्हणावं, 'हे अग्निशिखे, तुला सोडून गेलेला पतंग मरण्यासाठी परत आलाय. ह्या वेळी त्याला क्षमा कर. त्याचे दोन्ही पंख जाळून टाक. भस्मसात करून टाक.'

अचानक वरून कुठूनतरी माझ्या मस्तकावर दोन आसवं पडली. त्या दिवशी आभाळ आलं होतं. काळोखं अरण्य आणि शुस्तेचं शाईसारखं काळं पाणी स्थिर होऊन कशाची तरी वाट पाहत होतं. अचानक आकाश, पाणी आणि जमीन शहारली. अकस्मात विजेचे दात विचकीत एक झड, बेड्या तोडून पळणाऱ्या वेड्यासारखी, आर्तपणे किंचाळत अरण्यातून धावून आली. त्या वाड्यातील मोठमोठ्या दालनांचे दरवाजे धाडधाड आपटत व्याकूळ होऊन मोठ्यानं रडू लागले.

आज सर्व नोकरचाकर ऑफिसमध्येच होते. त्यामुळे वाड्यात दिवे लागले नव्हते. त्या आभाळ आलेल्या अमावस्येच्या काळोख्या रात्री वाड्याच्या काळ्याकुट्ट अंधारात मला स्पष्टपणे जाणवलं की एक रमणी मंचकाखाली गालिच्यावर पडून दोन्ही हातांनी आपले केस ओढतेय, तिच्या गोऱ्यापान कपाळवरून रक्त ओघळतेय, कधी ती मोठ्यानं पण अतिशय कोरडेपणाने हसतेय, तर कधी स्फुंदून स्फुंदून रडतेय, आपली काचोळी रागारागानं फाडून छाती पिटतेय, उघड्या खिडकीतून वारा घोंगावतोय आणि मुसळधार पाऊस तिचं सर्वांग भिजवून जातोय.

रात्रभर पाऊस थांबण्याचं नाव नव्हतं. त्याचबरोबर रडणंही चालूच होतं. मला वाईट वाटत होतं. पण त्याचा काहीही उपयोग नव्हता. मी रात्रभर दालना-दालनांतून नुसता फिरत होतो. कुणीच नव्हतं तर मी सांत्वन तरी कुणाचं करणार? हा भयंकर राग कुणाचा? हे प्रचंड दुःख कशाचं?

वेडा ओरडला, 'तफात जाओ, तफात जाओ! सब झूट है! सब झूट है!'

पहाट झाली होती. पावसाळी सकाळ असूनही मेहेरअली नेहमीसारखा मोठ्यान ओरडत वाड्याभोवती प्रदक्षिणा घालत होता. अचानक माझ्या मनात आलं की हा मेहेरअलीही एके काळी माझ्यासारखाच ह्या वाड्यात राहत असावा. आता त्याला वेड लागलं होतं. तरीही ह्या पाषाणराक्षसाची ओढ त्याला खेचून आणत होती. म्हणूनच तो पहाटे मोठमोठ्यानं ओरडत ह्या वाड्याभोवती चकरा मारीत होता.

मी त्या मुसळधार पावसातूनच त्याच्यापाशी धावत गेलो. आणि त्याला विचारलं, 'क्या झूट है, मेहेरअली?'

त्यानं माझ्या प्रश्नाचं उत्तर दिलं नाही. मला त्यानं बाजूला ढकललं आणि अजगराच्या तावडीत सापडलेल्या पक्षाप्रमाणे चीत्कार करत तो वाड्याभोवती

प्रदक्षिणा घालायला लागला. स्वत:ला भानावर ठेवण्यासाठी तो ओरडत होता. 'तफात जाओ. दूर व्हा. सब झूट है! सब झूट है!'

मी त्या वादळवाऱ्यातून ऑफिसात धावत सुटलो आणि करीमखानला बोलावून ह्या सगळ्याचा अर्थ विचारला. त्याची थोडक्यात हकिकत अशी–

कोणे एके काळी ह्या वाड्यात अतृप्त वासनांची आणि पिसाट संभोगाची आग भडकत होती. ह्या आगीच्या शापानंच ह्या वाड्यातील दगड-न्-दगड वखवखलाय. जिवंत माणूस सापडला की ते त्याला खायला उठतात. जे कुणी तीन रात्र ह्या वाड्यात राहिले त्यांच्यापैकी फक्त मेहेरअलीच वाचला. पण त्यालाही वेड लागलं.'

'ह्यातून माझ्या सुटकेसाठी काही उपायच नाही का?'

'आहे. एक उपाय आहे. पण तो फारच अवघड आहे. तो मी तुम्हाला सांगतो. पण त्याआधी ह्या गुलबागेतील एका इराणी गुलाम-स्त्रीची हकिकत तुम्हाला सांगायला हवी. इतकी आश्चर्यकारक आणि हृदय पिळवटून टाकणारी घटना जगात दुसरी नसेल.'

तितक्यात हमालानं येऊन गाडी येत असल्याचं सांगितलं. इतक्या लवकर कशी आली गाडी? आम्ही सामान आवरत असतानाच गाडी स्टेशनमध्ये शिरली. फर्स्ट क्लासमधील एक इंग्रज प्रवासी डोकं बाहेर काढून त्या स्टेशनचं नाव वाचण्याचा प्रयत्न करीत होती. आमच्या सहप्रवाशाला पाहताच तो 'हॅलो' म्हणून ओरडला आणि गाडी थांबताच त्यानं त्याला आपल्या डब्यात ओढून घेतलं. आम्ही होतो सेकंड क्लासचे प्रवासी. तो कोण होता ते कळलं नाही आणि गोष्टीचा शेवटही कळला नाही. मी म्हटलं, 'आपल्या भोळसटपणाचा फायदा घेऊन बेट्यानं आपल्याला बनवलं. अथपासून इतिपर्यंत ही गोष्ट खोटी होती.'

माझ्या ह्या बोलण्यामुळे माझ्यात आणि माझ्या थिऑसॉफिस्ट नातेवाईकात जन्माचं वितुष्ट आलं एवढं मात्र खरं!

■

(क्षुधित पाषाण)

गर्वहरण

कथा कशी लिहायची असते ते मी हल्लीच शिकलो. बंकिमबाबू आणि सर वॉल्टर स्कॉट वाचून मला विशेष फायदा झाला नाही. मग मला फायदा झाला तरी कसा ते सांगतानाच लिहिली जातेय माझी पहिली गोष्ट.

माझ्या वडिलांची काही विशिष्ट मतं होती. पण पुस्तकं वाचून किंवा स्वत:ची बुद्धी वापरूनही, बालविवाहाविरुद्ध मत देण्यास ते मुळीच तयार नव्हते. म्हणूनच मी सतरावं संपवून अठराव्यात पाय ठेवतो ना ठेवतो तोच माझं लग्न झालं. तेव्हा मी कॉलेजच्या तिसऱ्या वर्षाला होतो– आणि तेव्हा माझ्या मनात यौवनाचे वसंतवारे नुकतेच वाहायला लागले होते. अदृश्य दिशांतून येणाऱ्या अमाप गीतांमुळे, गंधामुळे आणि उत्कट स्पंदनामुळे माझं जीवन रोमांचित झालं होतं. अजूनही त्या दिवसांची आठवण झाली की मनात खळबळ होते.

आई आम्हाला सोडून गेली होती. आमच्या घरात गृहिणीची जागा रिकामी होती. ती भरून काढण्याकरिता वडिलांनी बारा वर्षांच्या निर्झरिणीला घरात आणलं. माझं शिक्षण पूर्ण होण्याचीही त्यांनी वाट पाहिली नाही.

'निर्झरिणी' हे नाव सांगायला मला संकोच वाटतो. कारण माझ्या वाचकांपैकी बरेचजण आता मोठे झालेत. अनेक शिक्षक आहेत, काही मुन्सफी करतात, तर काही संपादकही आहेत. माझ्या सासऱ्यांनी मुलीसाठी निवडलेल्या ह्या नावात लालित्याचा अतिरेक आहे आणि अत्याधुनिकता. त्यामुळे वाचक हसतील अशी भीती वाटते. पण माझ्या लग्नाच्या वेळी मीही आधुनिक विचारांचाच होतो. विचारशक्तीचं झंझट पाठीशी नव्हतं. त्यामुळे हे नाव ऐकताच,

कानातून पोहोचलं हृदयाच्या गाभ्यात ग,
उसळे आतुरता प्राणात ग!

अशी स्थिती झाली होती.

आता माझं वय झालंय. वकिली सोडून मुन्सफ व्हायच्या प्रयत्नात आहे. तरीही हे नाव माझ्या हृदयात जुन्या व्हायोलिनच्या मुलायम सुरासारखं अनुरणतं.

नवयौवनातील पहिलं प्रेम हे लहानमोठ्या बंधनांमुळे अधिकच गोड वाटतं. बंधन असतं लाजेचं, घरातील लोकांचं आणि नवखेपणाचं. पण ह्या बंधनांतून ही जी काही प्रेमाची ओळख होते ती सकाळच्या कोवळ्या उन्हासारखी गुलाबी असते. माध्यान्हीच्या ऊन्हासारखी स्वच्छ असते पण अनावृत्त किंवा रंगविहीन मुळीच नसते.

आमच्यातील ह्या नव्या ओळखीत माझे वडील विंध्य पर्वतासारखे आडवे आले. त्यांनी माझी रवानगी हॉस्टेलमध्ये केली आणि नव्या सुनेला बंगाली शिकवण्याचं मनावर घेतलं. इथूनच ह्या माझ्या कथेची सुरुवात होते.

माझे सासरे मुलीचं नवीन प्रकारचं नाव ठेवूनच थांबले नव्हते. त्यांनी तिच्या शिक्षणाचीही उत्तम व्यवस्था केली होती. एवढंच नव्हे तर तिची प्राथमिक तयारीही झाली होती. 'मेघनादवध' वाचताना तिला हेमबाबूंच्या टीकेची मदत घ्यावी लागत नसे.

हॉस्टेलमध्ये गेल्यावर ही गोष्ट मला कळली. मी त्या वेळी नवविरहतापानं पिडलो असल्यानं, बाबांच्या चोरून तिला एखाद-दुसरं पत्र पाठवायला लागलो. त्या पत्रांतून मी नव्या कवींच्या नव्या कविता निवडून निवडून, त्यांचा यथेच्छ वापर करत असे. मात्र कुठंच अवतरण चिन्हाचा वापर करत नसे. ह्याचं कारण म्हणजे मला आपलं वाटायचं की प्रेयसीला फक्त प्रेम वाटता कामा नये, आपल्याबद्दल आदरही वाटला पाहिजे. आणि आदर वाटावा म्हणून जशी भाषा वापरायला पाहिजे तशी वापरणं माझ्या आवाक्याबाहेरचं होतं. म्हणून दुसऱ्यांचे मणी मी माझ्या पत्रांतून गुंफत होतो. म्हणजे मणी दुसऱ्यांचे, फक्त दोरा माझा. पण हे कबूल करणं मला मान्य नव्हतं. कालिदासांकडचे मणी चोरीचे असते तर मी सांगतो की त्यानंही ते कबूल केलं नसतं.

पण पत्रांची उत्तरं मिळताच, अवतरण चिन्ह वापरण्यात कसर केली नाही. माझ्या बायकोला बंगालीचं उत्तम ज्ञान आहे, हे लक्षात आलं. तिच्या उत्तरात शुद्धलेखनांच्या चुका असत की नाही, हे सांगण्याचा माझा अधिकार नव्हता. पण साहित्याचं आणि भाषेचं ज्ञान असल्याशिवाय अशी पत्रं लिहिता येणं शक्य नव्हतं, एवढं मला नक्कीच समजलं.

आपल्या बायकोचं ज्ञान पाहून चांगल्या नवऱ्याला जेवढा अभिमान आणि आनंद व्हायला हवा तेवढा मला झाला नाही असं म्हणणं फारच अन्यायाचं होईल. मात्र ह्याबरोबरच आणखी काही भावनाही माझ्या मनात होत्या. त्या फार उच्च दर्जाच्या नसतीलही पण स्वाभाविक होत्या. अडचण अशी होती की मी ज्या प्रकारे

तिला माझ्या ज्ञानाचा परिचय करून देऊ इच्छित होतो ते तिला समजणं महाकठीण होतं. तिला जे थोडंफार इंग्रजीचं ज्ञान होतं त्या जोरावर बर्क-मेकॉले ह्यांची निवडक पत्रं तिच्या माथी मारणं म्हणजे डास मारण्यासाठी तोफ डागण्यासारखं होतं. त्यानं डास तर मेले नसतेच, फक्त धूर आणि आवाजाच झाला असता.

माझे तीन घनिष्ठ मित्र होते. त्यांना माझ्या बायकोची पत्रं दाखवल्याशिवाय मला राहवलं नाही. ते पत्र वाचून थक्क झाले आणि म्हणाले, 'अरे, तुझं नशीब म्हणून अशी बायको मिळाली.' ह्याचा अर्थ 'तू तिला शोभेसा नवरा नाहीस.'

निर्झरिणीनं उत्तर पाठवण्यापूर्वी मी तिला जी पत्रं पाठवली होती त्यात जेवढा भावनांचा कल्लोळ होता तेवढ्याच चुकाही होत्या. काळजीपूर्वक लिहायला हवं, असं तेव्हा माझ्या मनातही आलं नाही. आणि तसं काळजीपूर्वक लिहिलं असतं तर कदाचित शुद्धलेखनाच्या चुका कमी झाल्या असत्या पण भावनाही मारल्या गेल्या असत्या.

अशा परिस्थितीशी मुकाबला करायला प्रेमालापच सर्वांत सुरक्षित! म्हणून बाबा ऑफिसमध्ये गेले की मला 'कॉलेज'ला पळावं लागायचं. ह्यामुळे आमच्या दोघांच्या शिक्षणाचं नुकसान होत होतं पण ते आमच्या प्रेमालापातून व्याजासकट वसूल करत होतो. जगातून काहीही संपूर्ण नष्ट होत नाही. एका बाजूला नुकसान झालं तर दुसऱ्या बाजूला लाभ होतोच– शास्त्रातील हे तत्त्व प्रेमाच्या परीक्षेतही मी पुन्हा पुन्हा तपासून घेतलं होतं आणि निश्चिंत झालो होतो.

नेमक्या ह्याच सुमारास माझ्या बायकोच्या चुलत बहिणीचं लग्न निघालं. आम्ही रीतीनुसार 'आइबुडोभात'* जेवून मोकळे. पण माझ्या बायकोनं बहिणीच्या प्रेमाच्या भरात एक कविता केली आणि लालसर कागदावर लाल शाईनं लिहून ती बहिणीला पाठवून दिली. कशी कोण जाणे, ती बाबांच्या हातात पडली. आपल्या सूनबाईचं रचनाकौशल्य, सद्भावसौंदर्य, प्रसाद, प्रांजलता वगैरे शास्त्रसंमत अनेक गुण पाहून बाबा अगदी भारावून गेले. त्यांनी त्यांच्या वृद्ध मित्रांनाही कविता दाखवली. तेही गुडगुडी ओढता ओढता म्हणाले, 'वा! खासच उतरलीय!' नव्या सुनेत रचनाक्षमता आहे, हे सगळ्यांना समजून चुकलं. अचानक झालेल्या ह्या कौतुकाच्या वर्षावामुळे कवयित्रीच्या कानाच्या पाळ्या आणि गाल लाल झाले. हळूहळू ती लाली उतरली. पण मी ह्या आधीच सांगितलं नाही का की कोणतीच गोष्ट संपूर्ण नाहीशी होत नाही– कुणास ठाऊक, ती लाजेची लाली तिचे कोमल गाल सोडून माझ्या कठीण हृदयाच्या चोरकप्प्यातही आश्रय घेऊ शकेल!

---

* आइबुडोभात : लग्नाच्या दिवसाच्या आदल्या रात्री होणारे नवरदेव किंवा नवरी ह्यांच्या घरचे जेवण.

पण म्हणून काही मी पतीच्या कर्तव्यात कसूर केली नाही. पक्षपात न करता टीका करून तिच्या रचनेतील दोष दाखवून देण्यात मी कधीच आळस करत नसे. बाबा काहीही विचार न करता तिला कितीही उत्तेजन देवोत, मी अतिशय काळजीपूर्वक तिनं लिहिलेलं वाचून, तिच्या चुका दाखवून, तिला काबूत ठेवत असे. इंग्रजीतील मोठ्या मोठ्या लेखकांचे लेख दाखवून तिला खजील करत असे. तिनं कोकिळेवर काहीतरी लिहिलं तेव्हा मी शेलीची 'स्कायलार्क' आणि कीट्सची 'नाइटिंगेल' ऐकवून तिला गप्प बसवलं. इंग्रजी ज्ञानाच्या जोरावर, शेलीच्या आणि कीट्सच्या गौरवात माझाही वाटा असल्याचं मी मानत होतो. माझी बायको इंग्रजी साहित्यातील निवडक, चांगल्या साहित्यकृतींचं किंवा त्यांच्यातील काही भागांचं मी भाषांतर करून सांगावं म्हणून मागे लागायची आणि मोठ्या गर्वानं मी तिला भाषांतर करून तिचा हट्ट पुरवत असे. तेव्हा इंग्रजी साहित्याचा महिमा वर्णन करून मी माझ्या बायकोच्या प्रतिभेला कमी लेखलं नाही का? पण बायकांच्या गुणांना असं संरक्षक आवरण हवंच. माझ्या वडिलांना आणि त्यांच्या मित्रांना हे समजतच नव्हतं ना! तेव्हा अर्थातच मलाच त्या कठोर कर्तव्याची जबाबदारी उचलावी लागली. मध्यरात्रीचा चंद्र माध्यान्हीच्या सूर्याप्रमाणे तळपायला लागला तर त्याची क्षणभर वाहवा करणं ठीक; पण त्या नंतर त्याला कसं झाकायचं ह्याचा विचार केलाच पाहिजे.

माझ्या बायकोनं लिहिलेलं वर्तमानपत्रात छापावं म्हणून माझे वडील आणि इतरही काहीजण तयार होते. पण निर्झरिणीच लाजत होती आणि मी तिच्या मताचं समर्थन करत होतो. वर्तमानपत्रांत तिचं लेखन जरी मी छापू दिलं नाही तरी ओळखीच्या माणसांत तिची कीर्ती पोहोचलीच. त्याला मी पायबंद घालू शकलो नाही.

ह्या गोष्टीचे दुष्परिणाम किती होऊ शकतात ह्याची कल्पना मला काही काळानंतर आली. तेव्हा मी आलिपूरला वकिली करायला लागलो होतो. एकदा एका मृत्युपत्रासंबंधीच्या खटल्यात मी माझ्या अशिलाच्या विरोधी पक्षाशी निकरानं लढत होतो. ते मृत्युपत्र बंगालीत लिहिलेलं होतं. माझ्या अशिलाला अनुकूल असा त्याचा अर्थ लावून तोच कसा बरोबर आहे हे मी पुराव्यानिशी दाखवून द्यायचा प्रयत्न करत असतानाच विरोधी पक्षाचे वकील उठले. म्हणाले, 'माझ्या विद्वान मित्रानं त्याच्या विदुषी पत्नीकडून ह्या मृत्युपत्राचा अर्थ समजावून घेतला असता तर आपल्या मातृभाषेत इतका विचित्र अर्थ लावला नसता.'

चूल पेटण्यासाठी फुंकर मारताना नाकी नऊ येतात हे खरं पण घरातली आग विझवणं त्याहून कठीण. लोक चांगल्या गोष्टीबद्दल बोलत नाहीत पण वाईट गोष्ट हा हा म्हणता सगळीकडे पसरते. वर उल्लेखलेला किस्साही लगेच सर्वांच्या तोंडी झाला. माझ्या बायकोच्या कानावरही जातो की काय म्हणून मला भीती वाटत होती.

पण माझं नशीब बलवत्तर! तिच्या तोंडून तरी ह्याबद्दल काही ऐकायला मिळालं नाही.

एकदा एका गृहस्थांशी माझी ओळख झाली तेव्हा त्यांनी लगेच विचारलं, 'आपणच निर्झरिणीबाईंचे यजमान का?'

'मी तिचा पती की नाही, ह्या प्रश्नाचं उत्तर मी देऊ इच्छित नाही. पण तीच माझी पत्नी एवढं मात्र खरंय!' बाहेरच्या, विशेष परिचय नसलेल्या लोकांनी मला 'माझ्या बायकोचा नवरा' म्हणून ओळखावं हे मला प्रतिष्ठेचं वाटत नव्हतं.

ही गोष्ट खरोखरच प्रतिष्ठेची नाही, ह्याची जाणीव आणखी एका व्यक्तीनं नको तितक्या स्पष्ट भाषेत मला करून दिली. माझ्या बायकोच्या चुलत बहिणीच्या लग्नाचा उल्लेख मी केलाच आहे. तिचा नवरा अतिशय वाईट, जंगली होता. स्वत:च्या बायकोला तो अतिशय छळत असे. ह्या बदमाश माणसाच्या दुष्टपणाबद्दल मी आमच्या नातेवाईकांशी बोललो होतो. त्यांनी माझं बोलणं तिखटमीठ लावून त्याच्या कानावर घातलं. त्या दिवसापासून तो माझ्यावर संतापला होता. तो सर्वांना सांगत सुटला की स्वत:च्या नावापासून सासऱ्यांच्या नावापर्यंत उत्तम-मध्यम-अधम मार्गानं मिळवलेल्या प्रसिद्धीबद्दल शास्त्रात लिहिलंय पण स्वत:च्या बायकोच्या नावे प्रसिद्धी मिळवण्याची कल्पना काही कुठल्या कवीच्या डोक्यात आली नाही.

अशा गोष्टी लोकांकडून ऐकल्यावर बाईला गर्व होणारच. त्यातून माझ्या वडिलांना एक वाईट खोड होती. निर्झरिणीसमोरच ते आमच्या दोघांच्या बंगालीच्या ज्ञानाविषयी थट्टा करायचे. एकदा ते म्हणाले, 'हरिश बंगालीत जी पत्रं लिहितो ती तू तपासून का देत नाहीस, सूनबाई? मला त्यानं जे पत्र पाठवलं होतं त्यात 'जगदिन्द्र'तील 'दि' दीर्घ लिहिला होता.' हे ऐकून बाबांची सूनबाई हळूच हसली होती. मीही हसून ही थट्टा उडवून लावली. पण अशी थट्टा बरी नव्हेच.

बायकोला गर्व झाल्याचं कळायला मला मुळीच वेळ लागला नाही. आमच्या भागात मुलांचा एक क्लब होता. त्या क्लबमध्ये भाषण देण्यासाठी बंगालीतील एक प्रसिद्ध लेखक येणार होते. अध्यक्षपद भूषवणारे गृहस्थही प्रतिष्ठित होते. पण कार्यक्रमाच्या आदल्या रात्री त्यांनी प्रकृती बरी नसल्यानं येणार नसल्याचं कळवलं. क्लबच्या मुलांना दुसरा काही मार्ग न सापडल्यानं त्यांनी मला पकडलं. मुलांना माझ्याबद्दल निर्हेतुक आदर वाटत असल्याचं पाहून मला आनंद झाला. मी विचारलं, 'ठीक आहे. विषय तर कळू द्या.'

'प्राचीन व आधुनिक बंगाली साहित्य.'

'फारच छान! मला दोन्हीचंही सारखंच ज्ञान आहे.' मी म्हणालो.

दुसऱ्या दिवशी सभेला जाण्यापूर्वी अल्पोपहार आणि कपडे देण्यासाठी मी बायकोला घाई करायला लागलो. तेव्हा तिनं विचारलं, 'एवढी गडबड कशासाठी?

मुलगी पाहायला चाललाहात की काय?' मी म्हणालो, 'एकदा पाहून नाक कापून घेतलंय. आता पुन्हा नको.'

'मग एवढा थाटमाट कशासाठी?'

मी मोठ्या गर्वानं तिला सगळी हकिकत सांगितली. सर्व ऐकताच आनंद व्हायच्याऐवजी तिचं तोंड रडवेलं झालं. अगतिकपणे माझा हात धरत ती म्हणाली, 'तुम्हाला वेडबीड लागलंय की काय? नाही. नाही. तुम्ही तिथं जायचं नाही.'

मी म्हणालो, 'रजपूत स्त्रिया पतीला युद्धाचा वेष घालून रणांगणावर पाठवत आणि बंगाली बायका नवऱ्याला भाषणालाही जाऊ देत नाहीत.'

निर्झरिणी म्हणाली, 'भाषण इंग्रजीत द्यायचं असतं तर काही काळजी नव्हती. पण... जाऊ द्या. तिथं बरेच लोक येतील. तुम्हाला सवय नाही. शेवटी उगाच....'

शेवट काय होईल ह्याचा विचार मधून मधून माझ्या मनात आला नव्हता असं नाही. राममोहन रायांच्या त्या गाण्याची आठवणही झाली होती.

'आठवा तो अखेरचा दिन भयंकर,
अन्य बोलत असता तुम्ही मात्र निरुत्तर!'

मुख्य वक्त्याच्या व्याख्यानानंतर बोलायला उभं राहताच अध्यक्ष जर अचानक 'दृष्टिहीन नाडीक्षीण थंड कलेवर' होऊन निरुत्तर झाला तर काय अवस्था होईल? हा सगळा विचार केल्यावर पूर्वीच्या पळपुट्या अध्यक्षांपेक्षा माझी तब्येत चांगली होती, असं मला तरी वाटलं नाही.

पण उगाचच छाती पुढे काढून बायकोला म्हणालो, 'निर्झर, तुला काय वाटलं...' माझं वाक्य पुरं होण्याआधीच ती म्हणाली, 'मला काही वाटलं नाही... पण आज माझं डोकं धरलंय. बहुतेक ताप भरेल. मला घरात सोडून तुम्ही कुठंही जाऊ नका.'

'असं असेल तर राहू दे. तुझे डोळे लाल झालेत खरे!'

तिचं तोंडही लाल दिसत होतं. पण ते तापामुळे होतं की माझ्या फजितीच्या कल्पनेमुळे ह्या वादात न पडता मी क्लबच्या सेक्रेटरीला बायको आजारी असल्यानं येत नसल्याचं कळवून टाकलं आणि माझी सुटका करून घेतली.

बायकोचा ताप लगेच उतरला, हे वेगळं सांगायला नकोच. माझं मन मला सांगायला लागलं की बाकी सगळं ठीक झालं. पण तुझ्या बंगालीच्या ज्ञानाविषयी बायकोचा जो समज आहे तो काही बरा नव्हे. ती स्वत:ला मोठी विदुषी समजतेय– कोणत्याही क्षणी मच्छरदाणीत नाइट स्कूल सुरू करून ती तुला बंगाली शिकवायचा प्रयत्न करेल.

मी मनाशी ठरवलं की ठीक आहे. आताच तिचं गर्वहरण केलं नाही तर पुढे हाताबाहेर जाईल.

त्या रात्रीच तिच्याबरोबर भांडण उकरून काढलं. अर्धवट ज्ञान कसं धोकादायक असतं ते पोपच्या एका कवितेच्या आधारे तिला ऐकवलं. हेही सांगितलं की शुद्ध लिहिलं म्हणजे लिहिता आलं असं नाही. खरी गोष्ट म्हणजे आयडिया. जरा व्याकरणात खाकरून म्हणालो, 'ती धड्यात नसते. त्यासाठी डोकंच हवं बरं!' डोकं कुठं असतं ते तिला स्पष्ट करून जरी सांगितलं नाही तरी तिला त्याची स्पष्ट कल्पना आली असावी. मी म्हणालो, 'लिहिण्यायोग्य असं लेखन कधीच, कुठल्याही देशातील, कुठल्याही स्त्रीनं केलेलं नाही.'

माझं बोलणं ऐकताच निर्झर बायकी तर्क करायला लागली, 'बायका का नाही लिहू शकत? त्यांना काय एवढीही कुवत नसते?'

मी म्हणालो, 'चिडून काय उपयोग? उदाहरण दे ना!'

ती म्हणाली, 'तुमच्यासारखा मी इतिहास शिकले असते तर ढीगभर उदाहरणं दिली असती.'

हे तिचं बोलणं ऐकून मी थोडा विरघळलो. पण इथंच वादाचा शेवट झाला नाही. शेवट कसा आणि कुठं झाला तेच पुढं सांगणारय.

'उद्दीपना' नावाचं एक मासिक होतं. त्यानं कथा-स्पर्धा जाहीर केली. पहिल्या क्रमांकाच्या कथेला पन्नास रुपयाचं बक्षीस होतं. आमचं असं ठरलं की दोघांनीही कथा पाठवायच्या. बघू बक्षीस कुणाला मिळतंय ते!

रात्री एवढ्यावरच वाद थांबला. पण सकाळी उजेडात बुद्धी अगदी स्वच्छ असताना मन द्विधा झालं. तरीही ही संधी सोडायची नाही. काही झालं तरी जिंकायचंच, अशी प्रतिज्ञाच केली. कथा पाठवायला दोन महिन्यांचा अवधी होती.

एक उत्तम शब्दकोश विकत घेतला. बंकिमबाबूंची पुस्तकं जमवली. पण बंकिम-साहित्याची ओळख माझ्यापेक्षा आमच्या अंत:पुराला जास्त चांगली असल्यानं त्याचा आधार घ्यायचा नाही असं ठरवलं. इंग्रजी कथासंग्रह भरपूर वाचायला सुरुवात केली. बऱ्याच कथांतील थोडं थोडं चोरून एक प्लॉट तयार केला. प्लॉट फारच चांगला होता पण अडचण अशी होती की बंगाली समाजात असं काही घडणंच अशक्य होतं. मग अती प्राचीन काळातील पंजाबच्या सीमेवर कथेतील घटना घडत असल्याचं दाखवलं. त्यामुळे शक्याशक्यतेचा विचार करण्याचं कारण उरलं नाही. त्यामुळे लेखणीला अडथळा येण्याचा प्रश्नच नव्हता. बेफाम प्रणय, असंभव वीरत्व ह्यामुळे माझी कथा सर्कशीतील घोड्याप्रमाणे प्रचंड वेगानं गिरक्या घ्यायला लागली.

रात्री मला झोप येईनाशी झाली. जेवताना माशाचं कालवण भाताऐवजी वरणाच्या वाटीत ओतायला लागलो. माझी ही दशा पाहून निर्झरिणी माझी मनधरणी करायला लागली, 'माझी शपथ! तुम्ही कथा लिहू नका. मी हरल्याचं कबूल करते.'

मी चिडून म्हणालो, 'तुला काय वाटलं रात्रंदिवस मी गोष्टीचाच विचार करतोय. मुळीच नाही. मी माझा अशिलांचा विचार करतोय. तुझ्यासारखं कथा आणि कविता घेऊन बसलो असतो तर काय पाहिजे होतं!'

कसंही करून इंग्रजी प्लॉट आणि संस्कृत शब्दकोश ह्यांच्या मदतीनं एक कथा लिहून काढली. माझी सद्सद्विवेकबुद्धी मला टोचायला लागली. 'बिचारी निर्झर! ती इंग्रजी साहित्य वाचू शकत नाही. तिच्या भावना-विचारांचं क्षेत्र अगदी लहान. ती माझी बरोबरी करणार तरी कशी!'

उपसंहार

कथा पाठवल्या. वैशाखातल्या अंकात बक्षिसाची कथा छापली जाणार होती. जरी मला शंका नव्हती तरी वैशाख जवळ येऊ लागताच माझं मन अधीर व्हायला लागलं.

अखेर वैशाख उजाडला. एके दिवशी कोर्टातून लवकर घरी आलो तेव्हा कळलं की 'उद्दीपना'चा अंक निघालाय आणि माझ्या बायकोला तो मिळाला आहेही. अगदी हलक्या पावलानं अंत:पुरात गेलो आणि आमच्या झोपण्याच्या खोलीत हळूच डोकावलो. एका कढईत विस्तव घेऊन माझी बायको कागद जाळत होती. समोरच्या आरशात तिचं प्रतिबिंब पडलं होतं. त्यावरून थोड्या वेळापूर्वी ती बरीच रडली असल्याचं स्पष्टपणे जाणवत होतं.

खरं तर मला मनातून आनंद झाला. पण तिची थोडी दयाही आली. अरेरे! बिचारीची कथा काही छापलेली दिसत नाही. पण ह्या क्षुल्लक गोष्टीसाठी एवढं वाईट वाटून घ्यायचं! बायकांचा अहंकार फार लवकर दुखावला जातो.

मी पाय न वाजवता तिथून परत फिरलो. 'उद्दीपना'च्या ऑफिसातून रोख पैसे मोजून एक अंक विकत घेतला. माझी कथा आली की नाही हे पाहण्यासाठी मासिक उघडलं. पाहतो तर निर्झरनं तिच्या चुलत बहिणीचीच हकिकत इत्थंभूत वर्णन करून लिहिली होती. अगदी घरगुती गोष्ट. साधीच भाषा. पण चित्र जसंच्या तसं डोळ्यांसमोर उभं राहत होतं आणि डोळ्यांत पाणीही उभं करत होतं. ही निर्झरिणी 'माझीच निर्झर' होती ह्यात शंकाच नव्हती.

तेव्हा घरातलं ते दाहदृश्य आणि निर्झरचा उतरलेला चेहरा ह्याचा विचार करायला लागलो.

रात्री तिला म्हणालो, 'तू गोष्टी लिहितेस ती वही कुठंय, निर्झर?'

'का? ती कशाला हवीय तुम्हाला?'

'मी त्या कथा छापणारय.'

'बस! बस! थट्टा पुरे!'

'नाही. नाही. ही थट्टा नाही. खरंच छापणारय मी.'

'ती वही कुठं गेली कोण जाणे!'

मी जरा जोरातच म्हणालो, 'निर्झर, ते काही चालणार नाही. बोल, कुठं ठेवलीयस?'

'खरंच वही नाही.'

'का? कुठं गेली?''

'मी जाळून टाकली.'

मी चमकलोच. 'अगं काय म्हणतेस! केव्हा जाळलीस?'

'आजच. मला काय ठाऊक नव्हतं की माझं कसलं मेलं लिहिणं! बाईनं लिहिलं की लोक उगाचच डोक्यावर घेऊन नाचतात!'

ह्या नंतर किती मिनतवाऱ्या केल्या तरी निर्झरनं एक अक्षरसुद्धा लिहिलं नाही.

— श्री. हरिशचंद्र हालदार

वरच्या गोष्टीतील पंधरा आणे गोष्ट खोटी आहे. माझ्या पतींना बंगालीचं ज्ञान किती कमी आहे हे त्यांची कादंबरी वाचल्यावर कळेलच. शी! शी!! स्वत:च्या बायकोबद्दल असं कुणी लिहितं का!

— श्री. निर्झरिणी देवी

स्त्रियांच्या चातुर्याच्या खऱ्या-खोट्या गोष्टी देशी-परदेशी साहित्यात खूप आहेत. त्या आठवल्यास वाचकांची फसवणूक होणार नाही. माझ्या लिखाणातील चुका कुणी सुधारून दिल्यात ते मी सांगणार नाही. तरीही वाचकांना कळेलच. माझ्या बायकोच्या वरील लेखनात काही चुका वाचकांना आढळल्यास मुद्दाम केलेल्या आहेत, असं समजावं. तिचा नवरा बंगालीचा तज्ञ आहे आणि ही लिहिलेली गोष्ट खोटी आहे हे सिद्ध करण्यासाठी तिनं ही युक्ती शोधून काढलीय. कालिदास स्त्रीला बरोबर ओळखत होता. म्हणूनच त्यानं 'स्त्रीणामशिक्षितपटुतम्' असं लिहिलंय. माझेही डोळे उघडल्यावर मी तेच करायचं ठरवलं. उद्याचा कालिदास सुद्धा होईन. कालिदासाबरोबर आणखी एक साम्य आहे. नवीन लग्न झाल्यावर कालिदासानं त्याच्या विदुषी पत्नीला एक श्लोक रचून ऐकवला होता. त्यात शुद्धलेखनाची चूक केली होती. असं ऐकिवात आहे. प्रस्तुत लेखकानंही अशा चुका बऱ्याच केल्यात, तेव्हा त्या सर्व गोष्टींचा विचार करता, गंभीरपणे विचार करता, कालिदासाच्या काळी जे घडलं तेच आताही घडेल अशी आशा करतो.

श्री. हरिश

जर ही गोष्ट छापलीत तर मी माहेरी निघून जाईन.
श्रीमती. निर्झर

मीही ताबडतोब माझ्या सासुरवाडीला जाईन.
श्री. हरिश

■
(दर्पहरण)

पत्नीचं पत्र

श्रीचरणकमलेषु,

आपल्या लग्नाला पंधरा वर्षं झाली पण आजपर्यंत तुम्हाला मी कधी पत्र लिहिलं नाही. सतत तर जवळ होतो. तुम्ही माझं बोलणं ऐकलं आहे. मीही तुमचं बरंच ऐकलंय. पत्र पाठवण्यास अवसरच कुठं मिळाला!

आज मी ह्या तीर्थक्षेत्री तीर्थयात्रा करायला आलेय आणि तुम्ही आहात तुमच्या कचेरीच्या कामात. गोगलगाय आणि तिचं कवच ह्यांचा जो संबंध तोच तुमचा आणि कोलकात्याचा. कोलकाता तुमच्या तनमनाला घट्ट चिकटून बसलंय. म्हणून तर तुम्ही सुटीसाठी अर्ज केला नाही. परमेश्वराची तशीच इच्छा असावी. त्यानं माझा सुटीचा अर्ज मात्र मंजूर केला.

मी तुमच्या घरातली मधली सून. आज पंधरा वर्षांनी ह्या समुद्रकाठी उभं राहिल्यावर मला जाणवलं की माझं जग आणि जगदीश्वर ह्यांच्याशी माझा एक आणखी काहीतरी संबंध आहे. म्हणूनच आज हे पत्र लिहिण्याचं धाडस करतेय. हे तुमच्या घरातल्या मधल्या सुनेचं पत्र आहे असं समजू नये.

तुमच्या आणि माझ्या संबंधाचा योग ज्यानं माझ्या कपाळी लिहिला त्याच्याखेरीज कुणालाही ह्या संबंधाबद्दल ज्या काळी पुसटशीही कल्पना नव्हती त्या माझ्या बालपणी मी आणि माझा भाऊ संनिपातानं बरोबरच आजारी पडलो. माझा भाऊ वारला. मी मात्र जिवंत राहिले. गावातल्या बायका म्हणाल्या, 'मृणाल मुलगी ना, म्हणून वाचली. मुलगा असती तर काय वाचली असती?' चौर्यविद्येत यम अगदी निपुण. किमती गोष्टीवरच त्याचा डोळा.

मला मरण नाही– हीच गोष्ट नीट समजावून सांगण्याकरिता हे पत्र लिहितेय.

जेव्हा तुमचे लांबचे मामा तुमचा मित्र नीरदला घेऊन मुलगी बघायला आले तेव्हा मी बारा वर्षांची होते. एका अडनीड खेडेगावची मी मुलगी. तिथं दिवसासुद्धा

कोल्हेकुई ऐकू यायची. स्टेशनपासून सात कोस छकड्यातून आणि बाकी तीन मैल कच्च्या रस्त्यानं पालखीतून यावं लागायचं आमच्या गावाला. त्या दिवशी तुमच्या लोकांना किती त्रास झाला! त्यातून बांगालांचा* स्वयंपाक– तो स्वयंपाकाचा फार्स अजून तुमचे मामा विसरलेले नाहीत.

तुमच्या घरातील मोठ्या सुनेच्या रूपाचा अभाव दुसऱ्या सुनेकडून भरून काढायचा एवढीच एकमात्र जिद्द होती तुमच्या आईंची. नाहीतर एवढी यातायात करून आमच्या त्या गावात कशाला आला असतात! बंगालमध्ये कावीळ, आमांश आणि मुलगी ह्यांना शोधावं लागत नाही. त्या आपण येऊन माणसांना धरतात आणि धरलं की सोडत नाहीत.

बाबांच्या छातीत धडकी भरली. आईनं देवाचं नाव घ्यायला सुरुवात केली. शहरी देवांना खेड्यातील पुजारी कसं संतुष्ट करणार! मुलीच्या रूपाचाच भरवसा! पण त्या रूपाचा गर्व तर मुलीला नव्हता. जे पाहायला आले होते ते देतील तीच तिची किंमत! म्हणून तर कितीही रूपगुण असले तरी बायकांच्या जातीला आत्मविश्वास नसतो. घरच्यांनाच नव्हे तर सबंध गावाला पछाडणारी भीती माझ्या छातीवर एखाद्या धोंड्यासारखी बसली होती. त्या दिवशीचा प्रकाश आणि जगातली शक्ती, पाहायला आलेल्या डोळ्यांच्या दोन जोड्यांना, बारा वर्षांच्या खेडवळ मुलीची नीट परीक्षा करता यावी म्हणून शिपाईगिरी करत होती. मला लपून राहायला जागाच उरली नव्हती.

संपूर्ण आकाशाला रडवून सनई वाजायला लागली. तुमच्या घरात येऊन पडले. माझ्या उणिवांची सविस्तर चर्चा केल्यावरही घरातल्या बायकांनी मी एकंदरीत सुंदर असल्याचं कबूल केलं. ते ऐकून माझी मोठी जाऊ गंभीर झाली. पण मला रूपाची काय गरज होती! रूप ही वस्तू पूर्वीच्या एखाद्या पंडितानं गंगेतली माती घेऊन घडवली असती तर तिचं कौतुक झालं असतं. पण परमेश्वरानं ते स्वतःच्या आनंदासाठी घडवलं होतं. म्हणून तुमच्या गृहस्थधर्मात त्याला मोल नव्हतं.

मला रूप आहे हे विसरायला तुम्हाला फार दिवस लागले नाहीत. पण मला बुद्धी आहे ह्याची मात्र तुम्हाला पदोपदी आठवण होत असे. माझी बुद्धी ही अगदी स्वाभाविक असल्यानंच एवढ्या दिवस तुमचा संसार करूनही ती टिकून राहिली. माझ्या ह्या बुद्धीची आईला फारच काळजी वाटायची. बाईच्या जातीला ही एक नसती कटकटच. जिला बंधनं पाळायला पाहिजेत, तिनं बुद्धीप्रमाणे चालायचं ठरवलं तर ठोकरा खाऊन तिचं कपाळ फुटणारच! पण काय करू! तुमच्या

---

* बांगाल : पूर्व बंगालचा (आताचा बांगलादेश) रहिवासी. पश्चिम बंगालचा रहिवासी तो घोटी. घोटी बांगाल लोकांना असंस्कृत, अडाणी समजत.

घरातल्या बायकांना जेवढ्या बुद्धीची गरज होती त्यापेक्षा देवानं मला जास्त दिली होती. तिचं आता मी करणार तरी काय! तुम्ही मला 'गावंढळ' म्हणून नावं ठेवत होता. कटू शब्द हाच अक्षम माणसाचा दिलासा. म्हणून मी तुम्हाला क्षमा केली.

माझ्याजवळ एक अशी गोष्ट होती की ती तुमच्या संसाराच्या कल्पनेत मोडत नव्हती. तुम्हा कुणालाच तिचा पत्ता नव्हता. मी चोरून कविता करायची. माझ्या कविता कशा का असेनात, त्यांना काही अटकाव झाला नाही. कविता करताना मी मुक्त असे. मी 'मी' असे. 'मधली सून' म्हणून माझ्यात जे काही असायला हवं त्यापेक्षा जे वेगळं होतं ते तुम्हाला आवडलं नसतं. तुम्हाला ते ओळखताही आलं नाही. मी कविता करते हे तुम्हाला ह्या पंधरा वर्षांत कळलंसुद्धा नाही.

तुमच्या घरातल्या सुरुवातीच्या आठवणीत आहे तुमच्या गोठ्याची आठवण. अंतःपुराच्या जिन्याजवळच तुमचा गोठा होता. गोठ्यापुढचा जमिनीचा एवढासा तुकडा सोडला तर गुरांना हलायला जागा नव्हती. ह्या अंगणातच एका कोपऱ्यात ठेवलेलं असायचं अंबोण घालायचं लाकडी परडं. सकाळी नोकरांना बरीच काम असत. त्यामुळे ती भुकेलेली गुरं त्या परड्याचा काठ चावत. माझा जीव तडफडायचा. मी खेड्यातली मुलगी. प्रथम तुमच्या घरात पाऊल टाकलं तेव्हा दोन गाई आणि तीन वासरं माझ्या नजरेस पडली. ह्या शहरात तीच मला आपली वाटली. नवीन होते तेव्हा स्वतः न खाता त्यांना खायला घालायची. पण मी जरा मोठी होताच गुरांबद्दलची माझी माया पाहून घरातली थट्टा करायला टपलेली माणसं माझ्या गोत्राबद्दलच शंका घ्यायला लागली.

आपली मुलगी जन्मतःच वारली. मलाही बरोबर न्यायची तयारी होती तिची. ती वाचली असती तर माझ्या जीवनातील सर्वांत महत्त्वाचं सत्य तिनं मिळवून दिलं असतं. मी एकदम 'मधल्या सूनबाई'वरून 'आई' झाले असते. 'आई' ह्या लहान संसारात राहूनही विश्वसंसाराची असते. 'आई' होण्यातलं दुःख तेवढं भोगलं पण 'आई' होण्यातली मुक्ती काही मिळाली नाही.

अजून आठवतंय मला. इंग्रज डॉक्टर आपलं अंतःपूर पाहून थक्क झाला होता आणि बाळंतिणीची खोली पाहून चांगलाच संतापला होता. त्यानं आकाशपाताळ एक केलं होतं. सदरेला लागून तुमची बाग होती. खोल्यांतून खुर्च्या, कोच व इतर सामानसुमान काही कमी नव्हतं. पण अंतःपूर म्हणजे मखमलीची उलटी बाजू. तिथं शोभा नाही, सौंदर्य नाही, पावित्र्य नाही. तिथं दिवे मिणमिणत, वारा चोरासारखा येत असे, अंगणातील केरकचरा हलायला तयार नसे, भिंतीवरचे आणि जमिनीवरचे डाग कायमचे विराजमान झालेले असत. पण त्या डॉक्टरची एक चूक झाली. ह्या गोष्टींचा आम्हाला रात्रंदिवस त्रास होतो, अशी त्याची गैरसमजूत झाली. पण खरी गोष्ट उलटीच होती. अनवस्था राखेसारखी असते. ती आगीला आतल्या आत ठेवते.

बाहेरून तिची आच अजिबात जाणवू देत नाही. आत्मसन्मान कमी झाला की अनवस्था अन्याय वाटत नाही, मग ती बोचतही नाही. त्यामुळेच तर बाईच्या जातीला दुःखाची जाणीवही लाजिरवाणी वाटते. म्हणूनच म्हणते की बाईमाणसानं दुःख सोसलंच पाहिजे, असाच जर तुमचा नियम असेल तर शक्य तिथं तिची अवहेलनाच करायला हवी. तिची काळजी घेतली, कदर केली तर दुःखाची व्यथा वाढते मात्र.

तुम्ही कसंही वागवलंत तरी दुःखाची आठवण कधी झाली नाही. बाळंतपणात मरण डोक्यापाशी येऊन उभं राहिलं पण भीती नाही वाटली. आमचं जीवन असं काय मोठं आहे की त्यासाठी मरणाला घाबरावं! प्रेमानं ज्यांना घट्ट बांधलंय त्यांनाच मरणाची भीती. त्या दिवशी जर यमानं मला हिसका दिला असता तर सैल मातीतून गवत जसं सहज उपटलं जातं तशी मी मुळापासून उपटली गेले असते. बंगाली स्त्री तर सदोदित मरायला तयार असते. पण ह्यात बहादुरी ती काय! मरणालाही लाज वाटावी इतकं ते आमच्या दृष्टीनं सोपं असतं.

आपली मुलगी संध्याकाळच्या ताऱ्याप्रमाणे क्षणासाठी दिसली आणि अस्ताला गेली. माझी नेहमीची कामं पुन्हा सुरू झाली. माझं आयुष्य असंच सरलं असतं. तुम्हाला पत्र लिहिण्याची वेळही आली नसती. पण वाऱ्यावर उडत आलेलं एवढंसं बीज पक्क्या भिंतीत रुजतं आणि अखेर त्याची मुळं भिंतीला खिळखिळी करतात. आपल्याही संसाराच्या पक्क्या बंदोबस्तात एक एवढासा जीवनाचा कण उडून आला आणि त्यानंतर आपल्या संसारातली दरी वाढायला सुरुवात झाली.

विधवा आई वारल्यानंतर, मोठ्या जाऊबाईंची बहीण– बिंदू– आपल्या चुलत भावांच्या त्रासाला कंटाळून आपल्या घरी आली तेव्हा तुम्हा सगळ्यांना फार मोठं संकट कोसळल्यासारखं वाटलं. पण जळला माझा स्वभाव! तुम्ही सगळे चिडला होतात. त्यामुळे त्या निराधार मुलीच्या पाठीशी मी मात्र उभी राहिले. अगदी ठामपणे. परक्या घरी, त्या घरातल्या लोकांच्या मनात नसताना, आश्रय घ्यायचा ही केवढी लाजिरवाणी गोष्ट! नाइलाजानं जिला हे पत्करावं लागलंय तिला काय असं एकदम दूर ढकलता येतं!

आमच्या मोठ्या जाऊबाईंचं तर विचारायलाच नको! आतड्याला पीळ पडला म्हणून तर जाऊबाईंनी तिला घरी आणलं होतं. पण नवऱ्याची नाराजी लक्षात येताच त्याही तिच्याशी फटकून वागायला लागल्या. 'कुठून आली ही बया, गेली तर सुटेन' असं त्यांचं वागणं होतं. ह्या अनाथ बहिणीवर मनमोकळेपणानं माया करण्याचा धीर त्यांना काही झाला नाही. त्या पतिव्रता ना! त्या असंच वागणार!

बिंदूची कुचंबणा पाहून मला फारच वाईट वाटलं. मोठ्या जाऊबाई घरातल्या बाकी सर्वांची काळजी घ्यायच्या पण बिंदूच्या खाण्यापिण्याची व्यवस्था बघून मला

नुसतं वाईटच वाटलं नाही तर लाजही वाटली. त्यांनी तिला घरातली दासीच केली होती. त्या सगळ्यांना असं दाखवून देत होत्या की आपल्या घरात बिंदू आल्यानं गैरसोयीऐवजी सोयच झालीय. कारण ती राबते खूप पण तिच्या खाण्यापिण्याचा खर्च आहे अगदी नाममात्र.

मोठ्या जाऊबाईंकडे रूप नव्हतं आणि त्यांच्या वडिलांकडे पैसाही नव्हता. होतं फक्त माहेरचं मोठं कूळ. सासऱ्यांच्या हातापाया पडून, त्यांना ह्या घरात कसं दिलं, ते सगळ्यांनाच ठाऊक आहे. त्यांचं लग्न म्हणजे आपल्या घराचा त्यांनी केलेला मोठा अपराधच आहे, असंच त्यांच्या मनानं घेतलं होतं. म्हणून त्या घरात नेहमी अपराधी भावनेनं, स्वत:ला कमी लेखून राहत.

पण त्यांच्या अशा सोज्ज्वळपणामुळे माझी मात्र अतिशय पंचाईत झाली. प्रत्येक वेळी असं लाचार होणं मला शक्य नव्हतं. मला बरोबर वाटतं त्या गोष्टीला दुसऱ्याच्या मर्जीखातर वाईट म्हणणं माझ्या स्वभावात बसणारं नव्हतं. ह्याचा अनुभव तुम्हालाही आला आहेच.

बिंदूला मी माझ्या खोलीत नेलं. जाऊबाई म्हणाल्या, 'मधली गरिबाघरच्या मुलीचं नुकसान करतेय.' मी काहीतरी भयंकर अपराध केला, अशा रीतीनं त्यांनी सर्वांकडे तक्रार केली. पण मला खात्री आहे की मनातून त्यांना बरंच वाटलं असेल. आता दोष मला चिकटला. त्या स्वत: बहिणीवर उघड उघड माया करू शकत नव्हत्या. पण माझ्याकडून तिला प्रेम मिळतंय हे कळताच त्यांना खूप हलकं वाटलं असेल ह्यात शंका नाही. जाऊबाई बिंदूचं वय दोन-चार वर्षांनी कमी सांगत. पण ती चौदापेक्षा कमी नव्हती. त्या वय चोरत होत्या हे उघड. ती दिसायला किती वाईट होती, हे तुम्हाला माहीतच आहे. ती अशी होती की तिनं डोकं जमिनीवर आपटलं असतं तर तुम्हा सगळ्यांना जमिनीचीच काळजी वाटली असती. अनाथ असल्यानं कुणी तिच्या लग्नाचा विचार केला नव्हता. तिच्याशी लग्न करायला तरी किती तयार झाले असते म्हणा!

बिंदू माझ्याजवळ आली ती भीतभीतच. जणू ती मला शिवली असती तर ते मला सहन झालं नसतं. तिचा जन्म सर्वांच्याच इच्छेविरुद्ध झाल्यासारखी ती अंग चोरून चोरासारखी राहत होती. तिचे चुलत भाऊ तिला घराच्या उकिरड्यावरही ठेवायला तयार नव्हते. घरातला कचरा, टाकाऊ गोष्टी घराच्या कानाकोपऱ्यात पडून राहू शकतात. पण नको असलेलं बाईमाणूस असं कोपऱ्यातही राहू शकत नाही. कारण टाकाऊ कचऱ्याकडे दुर्लक्ष करता येतं, त्याला विसरून जाता येतं पण अशा बाईला विसरताही येत नाही. बिंदू अनावश्यक होती आणि तिचे चुलत भाऊ ह्या जगात आवश्यक होते, असं म्हणण्यात अर्थ नाही. पण त्यांचं बरं चाललं होतं एवढं खरं!

ह्याच कारणानं मी बिंदूला माझ्या खोलीत बोलावून आणलं तेव्हा ती थरथर कापायला लागली. तिला असं भीतीनं थरथरताना पाहून मला फार वाईट वाटलं. माझ्या खोलीत तिला जागा आहे, हे तिला मी प्रेमळ शब्दानं पटवून दिलं.

पण माझी खोली तरी फक्त माझी कुठं होती! अर्थात् मी जे करू पाहत होते ते वाटलं तेवढं सोपं नव्हतं. माझ्याकडे येऊन तिला दोन-चार दिवस झाले नसतील तोच तिच्या अंगावर लाल पुरळ उठलं. घामोळं असेल किंवा असंच काही. पण तुम्हा सर्वांच्या मते त्या देवीच होत्या. कारण ती बिंदू होती ना! तुमच्या घराजवळ राहणारा एक अडाणी डॉक्टर म्हणाला की दोनेक दिवसानंतर काय ते सांगता येईल. आताच काही सांगता येणं शक्य नाही. पण दोनेक दिवस वाट पाहणार कोण! बिंदूला तर ह्या प्रकारानं मेल्याहून मेल्यासारखं झालं. मी म्हटलं की असू दे देवी. मी तिला घेऊन बाळंतिणीच्या खोलीत राहीन. दुसऱ्या कुणाला काही करायला नको. हे ऐकून तुम्ही सगळ्यांनी किती आकांडतांडव केलंत. एवढंच नाही तर बिंदूच्या दीदीनंही अतिशय चिडल्याचं सोंग करून तिला हॉस्पिटलमध्ये पाठवा असं म्हटलं. नेमकं त्याच वेळेला तिच्या अंगावरचं पुरळ अचानक गेलं. त्यामुळे तर तुम्ही आणखीनच अस्वस्थ झालात. म्हणालात की देवीच होत्या. बसल्या. कारण ती बिंदू होती ना!

माणूस प्रेमाशिवाय, उपेक्षेत वाढलं तर एक फायदा असतो. तो निरोगी होतो, दीर्घायुषी होतो. आजारी पडू शकतच नाही. मरणाचा राजरस्ता एकदम बंद होतो. रोग तिची नुसती थट्टा करून गेला. बाकी काहीसुद्धा झालं नाही. पण मला एवढं कळून चुकलं की ह्या जगातील अतिशय क्षुद्र माणसाला आश्रय देणं सर्वांत कठीण. त्या माणसाला आश्रयाची गरज जितकी जास्त तितका विरोधही तीव्र.

माझ्याबद्दलची बिंदूची भीती जाताच तिला आणखी एका ग्रहानं पछाडलं. ती माझ्यावर इतकं प्रेम करायला लागली की मी घाबरलेच. प्रेमाचं असं रूप तर मी कधीच पाहिलं नव्हतं. पुस्तकात वाचलं होतं. पण तेही स्त्री-पुरुषामधलं. मला रूप आहे ह्या गोष्टीची आठवण व्हावी असं काही बरेच दिवसांत घडलं नव्हतं– पण त्याची आठवण करून दिली ह्या कुरूप मुलीनं. माझ्या रूपाकडे पाहून तिचे डोळे निवेनात. म्हणायची, 'दीदी, तुझा हा सुंदर चेहरा माझ्याशिवाय कुणाला दिसता कामा नये हं!' ज्या दिवशी मी स्वत:च माझी वेणीफणी करायची तेव्हा बिंदू रुसायची. माझ्या लांब केसांशी खेळायला तिला फार आवडायचं. कुठं जायचं असलं तरच मी सजायची. एरवी गरजच काय? पण बिंदू मला सजवण्यासाठी अगदी जीव खायची! माझ्यासाठी वेडी झाली होती ही पोरगी!

तुमच्या घराच्या अंत:पुरात टिचभरसुद्धा मोकळी जमीन नव्हती. उत्तरेच्या बाजूच्या भिंतीजवळ उकिरडा होता. तिथं एक रातंब्याचं झाड उगवलं होतं. त्या

झाडाला जेव्हा तांबूस, कोवळी पानं फुटत तेव्हा वसंत आला आहे हे मला कळायचं. तसंच आपल्या घरात आलेल्या आणि सर्वांनाच नकोशा असलेल्या ह्या मुलीचं मन नखशिखान्त रंगलेलं दिसलं तेव्हा हिच्या हृदयातही वसंताचं अस्तित्व आहे हे मला समजून चुकलं– हा वसंत स्वर्गातून आला होता, कोण्या गल्लीबोळातून नव्हे.

बिंदूच्या प्रेमाच्या प्रचंड झपाट्यानं मी अगदी कासावीस झाले होते. एक एकदा मला तिचा खूप राग यायचा, हे कबूल. पण तिच्या ह्या प्रेमातून मला माझं एक रूप दिसलं. ते मी माझ्या आयुष्यात कधीच पाहिलं नव्हतं. तेच होतं माझं मुक्त स्वरूप.

इकडे बिंदूसारख्या मुलीचं मी इतकं कोडकौतुक करते हे काही घरातल्या लोकांना पटत नव्हतं. मी जरा जास्तच करते असं त्यांना वाटत होतं. माझं उणंदुणं काढणं सुरूच होतं. जेव्हा माझ्या खोलीतून बाजूबंद चोरीला गेला तेव्हा हे बिंदूचंच काम असं म्हणायला घरातल्या कुणालाही शरम वाटली नाही. तेव्हा स्वदेशीची चळवळ चालू होती. घरांची झडती घेणं सुरू होताच, तुम्ही सर्वांनी बिंदूला पोलिसांनी पोसलेली हेर म्हणून संशय घ्यायलाही कमी केलं नाही. ह्याला काही पुरावा नव्हता. पण पुरावा हवाच कशाला? ती बिंदू होती ना!

तुमच्या घरातल्या दासी तिचं कुठलंही काम करायला तयार नसत. आणि कुणाला तिचं काही काम करायला सांगितलं तर तीच ओशाळायची. म्हणून मी तिच्यासाठी एक दासी ठेवली. त्यामुळे माझा खर्च वाढला. ते तुम्हाला आवडलं नाही. बिंदूला मी जे कपडे द्यायची ते पाहून तुम्ही चिडलात आणि मला हातखर्चाला पैसे देणंच बंद केलंत. त्या दिवसापासून मी सव्वा रूपया जोडीची जाडीभरडी धोतरं नेसायला लागले आणि मोतीची आई माझं उष्टं ताट उचलायला आली तेव्हा मी तिला ताट उचलू दिलं नाही. पानातला भात वासराला घालून अंगणातल्या नळावरून मी स्वत: ताट घासून आणलं. हे पाहून तुम्ही काही खूश झाला नाहीत. माझ्या खुशीचा प्रश्नच नव्हता. तुम्हाला मात्र नाखूश करता कामा नये ही अक्कल काही मला आजपर्यंत आली नाही.

तुमच्या रागाबरोबर बिंदूचं वयही वाढत चाललं होतं. ह्या स्वाभाविक गोष्टीकडे तुम्ही अस्वाभाविकपणे पाहत होतात आणि चिडत होतात. एका गोष्टीचं मला आश्चर्य वाटतं. तुम्ही जबरदस्तीनं बिंदूला घरातून घालवून का दिलं नाही? मला चांगलं माहीत आहे की तुम्ही मनातून मला भीत होतात. देवानं मला बुद्धी दिलीय. तिची मनातल्या मनात का होईना कदर करण्याशिवाय तुम्हाला गत्यंतर नव्हतं.

अखेर बिंदूला बळजबरीनं बाहेर काढता आलं नाही तेव्हा तुम्ही ब्रह्मदेवाला शरण गेलात. बिंदूचं लग्न ठरलं. मोठ्या जाऊबाई म्हणाल्या, 'सुटले एकदाची! मा कालीनं आमच्या कुळाची लाज राखली.'

बिंदूचा नवरा कसा आहे हे काही कळलं नव्हतं. तुमच्या सांगण्यावरून स्थळ

सर्व दृष्टीनं चांगलं होतं. बिंदू माझे पाय धरून रडायला लागली. म्हणाली, 'दीदी, माझं आता कसलं लग्न करता?'

मी तिची समजूत घातली, 'बिंदू, अग, घाबरतेस कशाला? स्थळ चांगलं आहे असं ऐकलंय.'

बिंदू म्हणाली, 'स्थळ चांगलं असेल तर माझ्यात त्यांनी असं काय पाहिलं?'

मुलाकडच्या कुणी बिंदूला पाहायला येण्याचं नावही काढलं नाही. जाऊबाईंना तेवढंच बरं वाटलं.

पण बिंदूचं रडणं काही थांबेना. तिला किती त्रास होत होता त्याची मला कल्पना होती. बिंदूकरिता मी घरात बरीच झगडले होते पण तिचं लग्न मोडण्याचा धीर काही मला झाला नाही. कुठल्या बळावर मी लग्न मोडणार होते? माझं काही बरंवाईट झालं असतं तर तिची काय दशा झाली असती?

एक तर ती बाईच्या जातीत जन्माला आली होती. त्यातून काळी. तिला कुठं देत होते, तिथं तिचं कसं होईल वगैरे विचार न केलेलाच बरा! विचार करायला गेलं की जिवात चर्र व्हायचं.

बिंदूनं विचारलं, 'दीदी, लग्नाला पाच दिवस आहेत. तेवढ्यात मला मरण नाही का यायचं?' मी तिला धमकावलं पण तिला सहजासहजी मरण आलं असतं तर मनातून मलाही बरंच वाटलं असतं.

लग्नाच्या आदल्या दिवशी बिंदू तिच्या दीदीकडे जाऊन म्हणाली, 'दीदी, मी तुमच्या गोठ्यात पडून राहीन. जे सांगशील ते करेन. तुझ्या पाया पडते ग! मला असं दूर ढकलू नकोस.'

जाऊबाईंनी पूर्वी जसे चोरून डोळे गाळले होते तसेच आताही गाळले. पण मनाला काही वाटलं तरी शास्त्र पाळावं लागतंच. जाऊबाई म्हणाल्या, 'बिंदे, अग, बाईला नवऱ्याशिवाय गती नाही बाई! नशिबात जे लिहिलंय ते नाही टाळता येत.'

खरी गोष्ट अशी होती की काहीही मार्ग उरला नव्हता. बिंदूला लग्न करणं भागच होतं. त्यानंतर जे व्हायचं ते होईल.

मला तिचं लग्न तुमच्या घरी व्हावं असं वाटत होतं. पण तुम्ही म्हणालात की लग्न नवऱ्यामुलाच्या घरीच होईल. त्यांचा कुळाचार आहे म्हणे तसा!

मला कळून चुकलं होतं की बिंदूच्या लग्नासाठी खर्च केला असता तर ते तुमच्या कुलदैवताला आवडलं नसतं. अर्थातच, मी गप्प बसले. मात्र एक गोष्ट तुम्हाला कुणालाच कळली नाही. जाऊबाईंना सांगाविशी वाटली पण नाही सांगितली. कारण सांगितली असती तर भीतीनं त्यांचे प्राण कंठाशी आले असते. मी माझे काही दागिने बिंदूच्या अंगावर घातले होते. माझ्या मते जाऊबाईंनी ते पाहिले असावेत. पण पाहून न पाहिल्यासारखं केलं असावं. नशीब! त्याबद्दल तुम्ही त्यांना क्षमा करा.

जाताना मला मिठी मारून बिंदूनं विचारलं, 'दीदी, तुम्ही मला आता कायमचं दूर लोटलंत ना?'

मी म्हटलं, 'नाही ग, बिंदू! तुझं काहीही होवो. मी तुला शेवटपर्यंत अंतर देणार नाही.'

असेच तीन दिवस गेले. तुमच्या रयतेनं तुमच्यासाठी पाठवलेला बोकड तुमच्या जठराग्नीच्या आहुतीपासून वाचवून आपल्या तळमजल्याच्या कोळसे ठेवायच्या खोलीत बांधून ठेवला होता. सकाळीच उठून मी त्याच्या चाऱ्यापाण्याची व्यवस्था करत असे. एक-दोन दिवस त्याला तुमच्या नोकरांवर सोपवून पाहिलं. पण त्याला खायला घालण्यापेक्षा त्याला खाण्याकडेच त्यांचं लक्ष जास्त असल्याचं दिसलं.

त्या दिवशी सकाळीच कोळसे ठेवायच्या खोलीत जाऊन पाहते तो अंगाचं मुटकुळं करून बिंदू एका कोपऱ्यात बसली होती. मला पाहताच माझे पाय पकडून रडायला लागली.

बिंदूचा नवरा वेडा होता.

'खरं सांगतेस, बिंदू?' मी विचारलं.

'दीदी, एवढं खोटं कसं बोलेन, तुमच्यापाशी. ते वेडे आहेत. सासऱ्यांना हे लग्न पसंत नव्हतं. पण ते माझ्या सासूला फार भितात. लोक यमाला भितात ना तसे! लग्नाआधीच ते काशीला निघून गेले होते. सासूनं हट्टानं आपल्या मुलाचं लग्न केलं.'

मी धपकन् कोळशाच्या राशीवरच बसले. बाईची बाईलाच दया येऊ नये ना! सासू तर म्हणाली म्हणे, 'बाईमाणूस आहे का तो! वेडा असला तरी माझा मुलगा पुरुष आहे ना!

बिंदूच्या नवऱ्याला पाहिल्याबरोबर कुणी वेडा म्हटलं नसतं. पण एकेक दिवस त्याला वेडाचा असा काही झटका यायचा की त्याला कुलूप लावून कोंडून ठेवावं लागायचं. लग्नाच्या दिवशी तो बरा होता. मात्र रात्रीच्या जागरणानं त्याचं डोकं दुसऱ्या दिवशी फिरलं. बिंदू दुपारी जेवत असताना तो अचानक आला आणि त्यानं तिच्या पुढचं पितळेचं ताट फेकून दिलं. त्याच्या डोक्यानं घेतलं की बिंदू खुद्द राणी रासमणी आहे. तिचं सोन्याचं ताट तिच्या नोकरानं चोरलं आणि तिला स्वत:च्या ताटात वाढून आणलं. म्हणून तो भडकला. बिंदू तर भीतीनं अर्धमेली झाली. तिसऱ्या दिवशी रात्री सासूनं तिला नवऱ्याच्या खोलीत जायला सांगितलं तेव्हा तिला ठाव सरल्यासारखं वाटलं. तिची सासू महाभयंकर होती. राग आला की तिला भान राहत नसे. तीही वेडीच. पण अर्धवट. म्हणून जास्तच वाईट. बिंदूला खोलीत जावंच लागलं. तिचा नवरा त्या रात्री शांत होता. पण भीतीनं बिंदूचं अंग लाकडासारखं ताठ झालं. नवऱ्याला झोप लागताच मोठ्या हिकमतीनं ती पळून आली. त्याचं सविस्तर वर्णन करण्याची गरज नाही.

मला शिसारी आली. रागानं माझ्या अंगाचा भडका उडाला. मी म्हटलं, 'असं फसवून केलेलं लग्न, लग्न नाहीच. बिंदू, तू पूर्वी राहत होतीस तशीच माझ्याजवळ राहा. बघू तुला कोण घेऊन जातं ते!'

तुम्ही म्हणालात, 'बिंदू खोटं बोलतेय.'

मी म्हटलं, 'ती कधीच खोटं बोलत नाही.'

तुम्ही म्हणालात, 'तुला काय माहीत?'

मी म्हटलं, 'चांगलं ठाऊक आहे मला!'

तुम्ही मला भीती दाखवत म्हणालात, 'बिंदूच्या सासरकडच्या लोकांनी पोलीस-केस केली तर पंचाईत होईल.'

मी म्हटलं, 'त्यांनी फसवून वेड्याबरोबर लग्न लावलं हे कोर्टाला कळणार नाही?'

तुम्ही म्हणालात, 'ह्यासाठी कोर्टात जायचं की काय? आपला काय संबंध ह्यात?'

मी म्हटलं, 'मी माझे दागिने विकून जे करायचं ते करेन.'

तुम्ही म्हणालात, 'वकिलाकडे धाव घेणार का?'

ह्यावर काय बोलणार! डोक्यावर हात मारून घेण्यापेक्षा जास्त काय करणार होते मी!

इकडे बिंदूच्या सासुरवाडीहून तिचा दीर आला आणि त्यानं गोंधळ घातला. पोलिसांत जातो म्हणाला.

मला कुठून बळ आलं होत कोण जाणे! जिवाच्या भीतीनं कसायाच्या हातातून पळून माझ्या आश्रयाला आलेल्या गायीला पोलिसांच्या दहशतीखाली पुन्हा कसायाच्या हाती सोपविण्याचं माझ्या मनातसुद्धा आलं नाही. मोठ्या ठसक्यात मी सांगितलं, 'जा. द्या पोलिसांना खबर.'

असं धिटाईनं बजावलं आणि मनाशी ठरवून टाकलं की बिंदूला माझ्या झोपण्याच्या खोलीत ठेवून बाहेरून कुलूप लावून टाकायचं. पण पाहते तर बिंदू गायब! तुमचा आणि माझा वाद सुरू असतानाच बिंदू स्वत:हूनच बाहेर पडली आणि तिच्या दिराच्या समोर जाऊन उभी राहिली. ह्या घरात ती राहिली तर मला खूप त्रास होईल असा विचार तिनं केला असावा.

पळून आल्यानं बिंदूची स्थिती अधिकच बिकट झाली. तिच्या सासूचं म्हणणं असं की तिचा मुलगा काही बिंदूला खात नव्हता. जगात कितीतरी पुरुष वाईट असतात. त्यांच्या तुलनेत तिचा मुलगा म्हणजे हिरा.

मोठ्या जाऊबाई म्हणाल्या, 'तिचं नशीबच फुटकं! आपण वाईट वाटून घेऊन काय उपयोग? वेडा असो की खुळा, नवरा ना तो!'

महारोग्याला पाठुंगळी घेऊन वेश्येच्या घरी पोहोचविणाऱ्या सतीसाध्वीचं उदाहरण तुम्हा लोकांना आठवलं. जगातल्या अधमाहून अधम अशा भ्याड माणसाची गोष्ट मोठ्या दिमाखानं सांगायला तुम्हा पुरुषांना आजपर्यंत एवढासुद्धा संकोच वाटू नये ना! म्हणूनच माणसाच्या जन्माला येऊन बिंदूच्या वागण्याचा तुम्हाला राग आला, तुमची मान खाली नाही गेली. बिंदूसाठी माझं काळीज फाटलं आणि तुम्हा लोकांच्या पायी मला तोंड दाखवायला जागा राहिली नाही. मीसुद्धा खेड्यातलीच मुलगी होते. एकतर तुमच्या घरात येऊन पडले. त्यातून देवानं कुठून मला एवढी अक्कल दिली ते तोच जाणे! तुमचं हे वागणं मला पटणं शक्यच नव्हतं.

बिंदू मेली तरी पुन्हा ह्या घरात पाऊल ठेवणार नाही ह्याची मला खात्री होती. पण शेवटपर्यंत अंतर देणार नाही असा मी तिला शब्द दिला होता. मला तो पाळायचा होता. माझा धाकटा भाऊ- शरद- कोलकात्यात कॉलेजमध्ये होता. तो स्वयंसेवक म्हणून किती तऱ्हेची कामं करायचा हे तुम्हाला ठाऊकच आहे. प्लेगच्या साथीत उंदीर मारणं, दामोदरला पूर येताच तिकडे धावत सुटणं– ह्या गोष्टीच्या भरात तो एफ.ए. ला दोनदा नापास झाला. पण त्याचा उत्साह काही आटला नाही. मी त्याला बोलावून घेतलं आणि म्हटलं, 'शरद, बिंदूची हकिकत कळायला हवी. मला पत्र लिहिण्याचा धीर होत नाही आणि तिनं लिहिलं तरी मला मिळणार नाही.'

हे काम सांगण्याऐवजी बिंदूच्या घरावर डाका घालून तिला इकडे आणायला सांगितलं असतं किंवा तिच्या नवऱ्याचं टाळकं फोडायला सांगितलं असतं तर तो जास्त खूश झाला असता.

मी शरदशी बोलत असतानाच तुम्ही तिथं आलात आणि म्हणालात, 'आता आणखी काय भानगड करून ठेवलीयस?'

मी म्हटलं, 'मी तुमच्या घरात आले हीच तर मुळात भानगड होऊन बसलेय. पण ती तर तुमचीच करामत!'

तुम्ही विचारलंत, 'बिंदूला आणून कुठं लपवून ठेवलंयस का?''

मी म्हटलं, 'आली असती तर नक्कीच लपवून ठेवली असती. पण ती यायची नाही. तेव्हा तुम्हाला काळजी वाटायला नको.'

शरदला पाहून तुम्हाला जास्तच संशय आला. शरद आलेला तुम्हाला आवडत नव्हतं हे मला माहीत होतं. त्याच्यावर पोलिसांची नजर आहे, अशी भीती तुम्हाला होती. तो राजकारणाच्या भानगडीत सापडला तर तुम्हीही त्यात अडकाल असं तुम्हाला वाटत होतं. म्हणून तुम्ही घाबरत होतात. म्हणूनच मी त्याला जे काही द्यायचं ते लोकांकरवी पाठवत असे. घरी बोलावत नसे.

तुमच्याकडूनच मला कळलं की बिंदू पुन्हा घरातून पळाली होती आणि तिचा दीर तिला शोधायला आला होता. हे कळताच माझ्या काळजात चर्र झालं. त्या

दुर्दैवी पोरीला किती सोसावं लागत होतं! मी मात्र काहीच करू शकत नव्हते.

शरद तिची बातमी काढण्यासाठी धावला. संध्याकाळी येऊन त्यानं सांगितलं, 'बिंदू तिच्या चुलत भावाकडे गेली होती. तो चिडला. तिला खूप बोलला आणि त्यानं ताबडतोब तिला सासरी पोहोचवून दिलं. त्यापायी त्याचा जो गाडीभाड्याचा खर्च झाला आणि जे काही नुकसान झालं त्याचा राग अजून त्याच्या मनात धुमसतोय.'

ह्याच वेळी तुमची चुलती तीर्थयात्रेला जाण्यासाठी तुमच्या घरी उतरली होती. मी तुम्हाला म्हणाले की मीही जाते त्यांच्याबरोबर. अचानक माझ्या मनात धर्माबद्दल ओढ निर्माण झालेली पाहून तुम्हाला बरंच वाटलं. तुम्ही मला अडवलं नाहीत. मी कोलकात्यात राहिले तर पुन्हा बिंदूच्या भानगडीत पडून काहीतरी गोंधळ करून ठेवीन ही शंकाही होतीच. मी म्हणजे एक कटकटच.

बुधवारी इथून निघायचं असं रविवारी ठरलं. मी शरदला बोलावून घेतलं आणि म्हटलं, 'कसंही करून बिंदूला बुधवारी पुरीच्या गाडीत बसवून दे.'

शरदचा चेहरा एकदम उजळला. तो म्हणाला, 'काळजी करू नकोस. दीदी. मी तिला घेऊन पुरीपर्यंत येईन. त्या निमित्तानं जगन्नाथाचं दर्शनही होईल.'

पण त्याच दिवशी संध्याकाळी शरद पुन्हा आला. त्याचा चेहरा पाहूनच माझ्या काळजात धस्स झालं. मी विचारलं, 'काय रे शरद, जमलं नाही वाटतं?'

तो म्हणाला, 'नाही.'

मी विचारलं, 'तिला राजी नाही का करू शकलास?'

तो म्हणाला, 'त्याची गरजच पडली नाही. काल रात्रीच पेटवून घेऊन तिनं आत्महत्या केली. मी तिच्या पुतण्याशी दोस्ती केली होती. त्यानंच मला ही बातमी सांगितली. तुझ्यासाठी एक चिठी लिहून ठेवली होती तिनं. पण तिच्या सासरकडच्या लोकांनी ती फाडून टाकली.'

'जाऊ दे. सुटली बिचारी!'

मात्र इतर सगळेच बिंदूवर चिडले. म्हणायला लागले की बायकांनी कपडे पेटवून घेऊन मरायची फॅशनच झाली आहे अलीकडे.

तुम्ही म्हणालात, 'हे सगळं नाटक.' असेल. पण ह्या नाटकाचा तमाशा बंगाली बायकांच्या पातळावरूनच कसा होतो? बंगाली वीरपुरुषांच्या धोतरावरून का नाही होत, ह्याचाही विचार करायला हवा.

बिंदीचं कपाळच फुटकं! जिवंत असेपर्यंत रूपागुणामुळे काही मिळावं, तर ते नाहीच. मरताना तरी डोकं चालवून काही नवीन पद्धत शोधून काढून त्या पद्धतीनं मरावं की नाही– म्हणजे मग पुरुषांनी खूश होऊन टाळ्या तरी दिल्या असत्या. तसंही काही घडलं नाही. मेली तीही लोकांना भडकवून देऊन.

जाऊबाई रडल्या, पण चोरून. पण त्या रडण्यातही एक दिलासा होता. सुटली एकदाची! जगून काय होणार होतं!

मी क्षेत्राच्या ठिकाणी आलेय. बिंदूला इथं यावं लागलं नाही पण मला यावं लागलं.

लोक 'दुःख' म्हणताच जे समजतात ते मला तुमच्या संसारात भोगावं लागलं नाही. तुमच्या घरात जेवणखाण, कपडालत्ता ह्यात काहीच कमतरता नव्हती. तुमच्या थोरल्या भावाचं चारित्र्य कसंही असो, तुमच्यात असं काही नव्हतं की मी देवाला दोष द्यावा. तुम्ही तुमच्या भावासारखे असता तरीही माझे दिवस असेच सरले असते. मीही माझ्या पतिव्रता जावेसारखंच पतिदेवांना दोष न देता देवालाच दोष दिला असता. म्हणूनच तुमच्याबद्दल माझी काहीच तक्रार नाही. माझं हे पत्र त्यासाठी नाही.

मात्र ह्या पुढे कधीही मी तुमच्या त्या सत्तर नंबरच्या माखन बडाल गल्लीतल्या घरात परत येणार नाही. मी बिंदूला पाहिलंय. संसारात स्त्रीचं स्थान काय असतं ते माझ्या लक्षात आलंय. आता आणखी काही कळायला नको.

आणि हेही पाहिलं की ती बाई असूनही देवानं तिला दूर ढकललं नाही. त्याच्यावर तुम्ही कितीही जोर केलात तरी तुमचं काही चालायचं नाही. तो ह्या दुर्दैवी मानवी जन्मापेक्षा मोठा आहे. तुमच्या मर्जीप्रमाणे आणि नियमाप्रमाणे बायकांना नेहमीसाठी पायदळी तुडवण्याइतके तुम्ही मोठे नाही. मृत्यू तुमच्यापेक्षा वरचढ आहे. त्या मृत्यूच्या राज्यात ती महान ठरते. तिथं बिंदू केवळ बंगाली घरातली मुलगी नाही, चुलत भावाची बहीण नाही, वेड्या नवऱ्याची फसवली गेलेली बायको नाही, तिथं ती असीम आहे.

ती मृत्यूची बासरी त्या मुलीच्या भंगलेल्या हृदयातून, माझ्या जीवनाच्या यमुनाकाठी जेव्हा वाजली तेव्हाच माझं हृदय घायाळ झालं. मी देवाला विचारलं की ह्या जगात जे सर्वांत तुच्छ, क्षुद्र तेच सर्वांत कठीण का? ह्या गल्लीच्या मध्यभागी असलेल्या, चारी बाजूंनी भिंतींनी घेरलेल्या विषादाच्या बुडबुड्याला एवढा विरोध का? तुझं हे जग त्याचं सहा ऋतूंचं सुधापात्र हातात घेऊन कशीही हाक मारो, मी एका क्षणासाठीसुद्धा अंतःपुराची चौकट ओलांडून एक पाऊलही बाहेर का नाही टाकू शकत? तुझं जग एवढं मोठं असताना माझं हे जीवन त्या क्षुद्र दगडाविटांच्या आड तिळातिळानं का म्हणून संपवायचं? रोजच्या सवयी, ठराविक भाषा, ठरलेलं मरण– पण अखेर ह्या दैन्याच्या नागपाशाचीच व्हायची आहे जीत– आणि हार व्हायची आहे का तू स्वतः निर्माण केलेल्या आनंदलोकाची?

पण मृत्यूची बासरी वाजू लागताच– कुठं आहे हे ती गवंड्यांनी बांधलेली भिंत? कुठं आहे तुमचं ते कडक नियमांचं काटेरी कुंपण? कोणतं दुःख माणसाला

कैद करून ठेवू शकतं? कोणता अपमान त्याला बंदी बनवू शकतो? इथं तर मृत्यूच्या हातात जीवनाची विजयपताका फडफडतेय. मधल्या सूनबाई, अग, तुला कसली भीती! मधली सूनबाई म्हणून असलेली ही तुझी खोळ गळून पडायला क्षणसुद्धा लागायचा नाही.

तुमच्या गल्लीला आता मी भीत नाही. माझ्या समोर आहे निळा समुद्र. माथ्यावर आहेत आषाढातले ढग.

तुमच्या सवयींच्या काळोखात तुम्ही मला झाकून टाकलं होतंत. क्षणभरासाठीच बिंदू आली आणि एका छिद्रातून तिनं मला पाहिलं. त्या पोरीनंच स्वत:च्या मरणानं माझ्याभोवतीचा पडदा फाडून टाकला. आज मी बाहेर आलेय. आणि बाहेर आल्यावर कळलं की माझ्या गौरवाला ह्यापरती दुसरी जागा नाही. माझं दुर्लक्षित रूप ज्याच्या नजरेत भरलं तोच ह्या संपूर्ण सुंदर आकाशातून मला निरखतोय. आता मधली सून संपली.

तुम्हाला वाटत असेल की मी मरायला निघालेय– भिऊ नका. अशी जुनी थट्टा मी तुमच्याशी करणार नाही. मीराबाईही माझ्यासारखीच बाईमाणूस होती– तिची बेडीही काही कमी वजनाची नव्हती. तिला जगण्यासाठी मरावं लागलं नाही. मीराबाई गाताना म्हणाली होती, 'सोडून दे आईबाप. सोडून दे जे जिथं असेल ते. प्रभू, मीरा आता गुंतलीय. आता जे व्हायचंय ते होईल.' हे गुंतणं म्हणजेच जगणं.

मीही जगेन. मी जगलेच.

तुमचा चरणाश्रय सोडणारी,

मृणाल

■

(स्त्रीर पत्र)

वर-वधू

ह्या आधी कधीही प्रजापती* माझ्या कपाळी बसला नसला तरी एकदा मानसकमळावर बसला होता. त्या वेळी मी असेन सोळा वर्षांचा. त्यानंतर माझी दशा कशी झाली? तर डोळा लागत असतानाच उठवलं तर पुन्हा झोप येत नाही तशी. माझ्या मित्रांपैकी काहींना लग्नाच्या बाबतीत दोनदाच नव्हे तर तीनदा प्रमोशन मिळालं. पण मी मात्र ब्रह्मचर्याच्या शेवटच्या बाकावर बसून, एकटाच तुळया वासे मोजत दिवस ढकलत राहिलो.

मी चौदाव्या वर्षीच एन्ट्रन्स पास झालो. त्या काळी एन्ट्रन्स परीक्षेला वयाचा विचार करत नसत तसाच लग्नाच्या वेळेलाही करत नसत. मी कधीच क्रमिक पुस्तकं नुसतीच गिळली नव्हती. त्यामुळे शारीरिक किंवा मानसिक अजीर्ण मला कधीच झालं नाही. चावता येण्यासारखी कुठलीही गोष्ट समोर दिसताच उंदीर ती कुरतडतो. मग ती खाण्यास योग्य आहे की अयोग्य ह्याचा विचार करत नाही, तसंच लहानपणापासून पुस्तक दिसताच मी ते वाचून काढल्याशिवाय राहत नसे. जगात अभ्यासाच्या पुस्तकांपेक्षा इतर पुस्तकांची संख्या खूपच मोठी आहे. म्हणूनच माझ्या पुस्तकांच्या सौरमंडळात क्रमिक पृथ्वीपेक्षा अक्रमिक सूर्य चौदा लक्ष पटीनं मोठा होता. त्यामुळे संस्कृतच्या मास्तरांनी भयंकर भविष्य वर्तवूनही, मी परीक्षेत पास झालो.

माझे वडील डेप्युटि मॅजिस्ट्रेट होते. तेव्हा आम्ही सातक्षीर किंवा जहानाबाद अथवा अशाच कुठल्यातरी गावी राहत होतो. आधीच सांगितलेलं बरं की स्थल-कालासंबंधी ह्या गोष्टीत आलेले उल्लेख काल्पनिक आहेत. ज्यांना रसापेक्षा चौकशा करण्यात जास्त रस असेल त्यांची फसवणूक होईल.

---

* प्रजापती : ब्रह्म. इथं अर्थ विवाहाचा देव.

बाबा कामासाठी बाहेरगावी गेले होते. आईनं कसलंतरी व्रत केलं होतं. त्यासाठी ब्राह्मणाला जेवायला घालून दक्षिणा द्यायची होती. अशा पारमार्थिक गरजेच्या वेळी माझे मास्तर आईच्या मदतीला येत. त्यामुळे आईला त्यांच्याबद्दल कृतज्ञता वाटली तरी बाबांच्या भावना तिच्या अगदी उलट असत.

आईच्या ह्या व्रताच्या उद्यापनाचं जेवण उरकल्यावर मास्तरांना जी दान-दक्षिणा दिली गेली त्यात माझाही समावेश झाला. त्या वेळी जी चर्चा झाली त्याचा मतितार्थ असा होता की लवकरच कॉलेज-शिक्षणासाठी मी कोलकात्याला जाईन. तेव्हा माझ्या आईला होणारं पुत्रविरहाचं दुःख कमी करण्यासाठी काहीतरी उपाय शोधायला हवाच. जर एक छोटीशी सून घरात आली तर तिला संभाळण्यात आईचा वेळ जाईल. आणि मास्तरांची मुलगी काशीश्वरी ह्यासाठी अगदी योग्य होती. कारण ती लहान तर होतीच पण सुशीलही होती आणि कूळ-गोत्राचं गणित बरोबर जमत होतं. त्याशिवाय ब्राह्मणाला मुलीच्या जबाबदारीतून मोकळं केल्यास पुण्य मिळणारच होतं.

आईच्या मनाची चलबिचल झाली. मुलीला एकदा पाहायला तरी हवं, असं तिनं नुसतं सूचित करताच मास्तर म्हणाले की त्यांचं कुटुंब उद्या रात्रीच मुलीला घेऊन त्यांच्याकडे येईल. आईला मुलगी पसंत पडायला वेळ लागला नाही. मुलगी तर चांगली होतीच पण त्यात पुण्याची भर पडणार असल्यानं वजन अधिकच वाढलं. आई म्हणाली, 'मुलगी सुलक्षणी आहे.' म्हणजे अतिशय देखणी नसली तरी समाधानाला जागा होती.

ही गोष्ट यथाकाल माझ्यापर्यंत येऊन पोहोचली. ज्या मास्तरांना धातुरूपांमुळे मी खूप भीत होतो त्यांच्याच मुलीशी माझं लग्न... ह्या विरोधाभासाचं मला भलतंच आकर्षण वाटलं. परीकथेसारखं विभक्ती-प्रकरण अचानक त्याचे अनुस्वार, विसर्ग झाडून टाकून एकदम राजकन्येच्या रूपात सामोरं आलं.

एके दिवशी दुपारी आईनं मला तिच्या खोलीत बोलावलं. म्हणाली, 'सनू, मास्तरांच्या घरून आंबे आणि मिठाई आलीय. खाऊन तर बघ!'

आईला चांगलं माहीत होतं की मला पंचवीस आंबे खायला दिले तर आणखी पंचवीसचं पादपूरण असल्याशिवाय माझा छंद जमणार नव्हता. म्हणून तिनं माझं हृदय जिंकण्यासाठी रसनेचा रसाळ मार्ग निवडला. काशीश्वरी तिच्या जवळच बसली होती. आता आठवण पुसट झालीय तरी आठवतं की तिनं फितीनं खोपा बांधला होता. अंगात कोलकात्याहून आणलेलं सॅटिनचं जॅकिट. त्याचा लाल आणि निळा रंग, त्याला लावलेली लेस आणि फिती सगळंच विसंगत होतं. जेवढं आठवतं त्यावरून ती सावळीच होती. भुवया दाट. डोळे पाळलेल्या प्राण्यासारखे– अजिबात संकोच वगैरे नसलेले. बाकी मला काही आठवत नाही. बहुतेक देवानं नुसता आकार

घडवून ठेवला होता. अजून घडण पूर्ण झाली नसावी. ते काही असो, ती अगदी निष्पाप दिसत होती एवढं खरं!

माझी छाती फुगली. कलाबतूची फीत बांधलेली, जॅकिट घातलेली ही चीज सोळा आणे माझी आहे, हे मला मनातून कळून चुकलं. मी तिचा परमेश्वर. मी तिचा देव. बाकी सर्व दुर्लभ गोष्टींसाठी तपस्या करावी लागते. केवळ ही एकच गोष्ट अगदी सहजपणे मिळते. मी नुसता बोटानं इशारा करण्याचाच काय तो अवकाश! ईश्वर हा वर देण्यासाठीच जणू मला शोधत फिरत होता!

मी आईला पाहत होतो ना! तिच्यावरूनच मला 'स्त्री' ची कल्पना आली होती. मला कळून चुकलं होतं की आईच्या इतर सर्व व्रतांच्या बाबतीत बाबा भयंकर चिडत पण वटसावित्रीच्या वेळी मात्र ते वरवर काही बोलले तरी मनातून त्यांना आनंद होत असे. आईचं त्यांच्यावर प्रेम होतं, हे माहीत आहे मला पण त्यांच्या रागावण्याची, चिडण्याची जी तिला भीती वाटायची ना त्याचा त्यांच्या पुरुषार्थाच्या जोरावर ते सर्वांत जास्त उपभोग घ्यायचे. देव पूजेची फिकीर करत नाहीत कारण तो त्यांचा हक्कच असतो. पण माणसाला असा हक्क नसतो. त्याला जे मिळतं ती त्याची वरची कमाई असते. म्हणूनच ह्या कमाईसाठी तो कासावीस होतो. त्या मुलीच्या रूपागुणाची ओढ मला लागली नाही; पण मी पूजनीय आहे ही गोष्ट त्या दिवशी माझ्यातील पुरुषी रक्तात गर्जून उठली. तेव्हा मी चौदा वर्षांचा होतो. त्या दिवशी छाती फुगवून आंबे खाल्ले. एवढंच नाही तर मोठेपणानं तीन आंबे बाकी ठेवले. असं पूर्वी कधीच घडलं नव्हतं आणि ते तीन आंबे खाल्ले नाहीत म्हणून दुपारभर मला वाईट वाटलं.

त्या दिवशी काशीश्वरीला आमच्या नात्याची कल्पना नसावी. पण घरी गेल्यावर तिला सर्व समजलं असावं. कारण नंतर केव्हाही आमची भेट झाली की ती गोंधळून कुठंतरी लपण्याचा प्रयत्न करायची. मला पाहताच तिची होणारी तारांबळ बघायला मला फार आवडायचं. माझ्या उपस्थितीमुळे जगातील एका जागी एका विशिष्ट रूपात प्रचंड प्रभाव पडतोय, हे जैवरासायनिक सत्य मला फार मनोरम वाटायचं. मला पाहताच कुणीतरी घाबरतंय, लाजतंय, गडबडून जातंय हे खरोखरच विलक्षण होतं. तिचं लपणं, पळणं मला गूढपणे जाणवून द्यायचं की ह्या जगात ती फक्त माझी आणि माझीच आहे.

कालपर्यंत मी अगदी क्षुद्र प्राणी होतो आणि आज अचानक मला एक प्रतिष्ठेचं पद मिळालं होतं. त्यामुळे काही दिवस माझं डोकं ठिकाणावर नव्हतं. आईच्या कर्तव्यातील किंवा स्वयंपाकातील अथवा घरातील व्यवस्थेसंबंधातील त्रुटी दाखवून बाबा आईला हैराण करत. त्यांचाच कित्ता मी मनातल्या मनात गिरवायला लागलो. बाबांना पसंत नसलेली एखादी गोष्ट साध्य करण्यासाठी आई नाना प्रकारच्या युक्त्या

योजायची. काशीश्वरीलाही मी कल्पनेनं तसंच करताना पाहू लागलो. मधून मधून मनातल्या मनातच तिला मी अकारण, भारावून जाऊन मोठी रोख रक्कम किंवा हिऱ्याचा एखादा दागिनाही देऊ लागलो. कधी कधी जेवायला बसलो असताना माझ्या डोळ्यांसमोर, न जेवता, खिडकीत बसून पदरानं डोळे पुसणारी काशीश्वरी दिसायची. त्यामुळे मला किती वाईट वाटायचं हे सांगता येणं कठीणच! लहान मुलांनी स्वावलंबी असावं म्हणून बाबा फार जागरूक असत. स्वत:ची खोली आवरणं, कपडे व्यवस्थित ठेवणं, सगळं मला स्वत:च करावं लागायचं. पण माझ्या मनात माझ्या संसाराचं एक चित्र स्पष्ट होतं. अर्थात माझ्या पैतृक इतिहासात घडलेल्या घटनेवरूनच हे चित्र रेखाटलं गेलं होतं. त्यात माझी ओरिजिनॅलिटि काही नव्हती. ते चित्र असं होतं– रविवारी दुपारच्या जेवणानंतर मी कॉटवर पाय पसरून उशांवर रेलून आरामात वर्तमानपत्र वाचत पहुडलोय. हातात गुडगुडी. झोपेच्या गुंगीनं गुडगुडी हातातून खाली पडते. व्हरांड्यात काशीश्वरी धोब्याला कपडे मोजून देतेय. मी हाक मारताच ती गडबडीनं उठून येते आणि गुडगुडीची नळी उचलून माझ्या हातात देते. मी तिला म्हणतो, 'माझ्या बैठकीच्या खोलीतील डाव्या बाजूच्या कपाटातील तिसऱ्या कप्प्यात एक निळ्या रंगाचं जाड इंग्रजी पुस्तक आहे ते जरा आण बघू.' काशी एक निळ्या रंगाचं पुस्तक आणते. मी म्हणतो, 'अग, हे नव्हे. ह्याहून जाड आहे आणि त्याच्या मागे सोनेरी अक्षरात नाव लिहिलंय.' ह्या वेळी ती एक हिरव्या रंगांचं पुस्तक आणते. ते मी फटकन् फेकून देतो. माझा पारा चढतो. काशीचं तोंड एवढंसं होतं. तिच्या डोळ्यांत पाणी येतं. मी स्वत: बैठकीत जाऊन पाहतो तर ते पुस्तक तिसऱ्या कप्प्यात नसून पाचव्यात असतं. गुपचूप पुस्तक घेऊन मी येतो. चूक झाल्याचं काशीला बोलतच नाही. ती मान खाली घालून निघून जाते आणि धोब्याला कपडे मोजून द्यायला लागते. तिच्या बिनडोकपणामुळे तिच्या नवऱ्याच्या विश्रांतीत व्यत्यय आला म्हणून ती ओशाळते.

तिकडे बाबा दरोड्याची चौकशी करत होते आणि इकडे माझे दिवस हे असे चालले होते. मास्तरांची भाषा आणि वागणूक एका क्षणात बदलली. ते कर्तरी प्रयोगातून भावे प्रयोगात आले आणि त्यात फक्त सद्भावच होता.

ह्याच सुमाराला चौकशीचं काम संपवून बाबा घरी परतले. आई बाबांच्या आवडीचे पदार्थ करून हळूहळू इकडचे तिकडचे विषय काढून सर्व हकिकत त्यांच्या कानावर घालण्याच्या तयारीत आहे, हे मला माहीत होतं. बाबा मास्तरांना पैशाचा हावरट म्हणायचे. त्यांचा राग करायचे. आईनं सुरुवातीला मास्तरांची निंदा आणि त्यांच्या बायको-मुलीची भलावण करून पाया भक्कम केला असता ह्यात शंका नाही. पण दुर्दैवाची गोष्ट म्हणजे मास्तरांना इतका आनंद झाला होता की तो मनात ठेवता येणं त्यांना शक्य नव्हतं. त्यांनी ही बातमी गावभर केली. लग्न पक्कं झालंय.

आता मुहूर्तच ठरायचा हे त्यांनी सगळ्यांनाच सांगून टाकलं. एवढ्यावरच ते थांबले नाहीत तर लग्नाच्या वेळी शिरस्तेदारांचं घर त्यांना लागेल हेही त्यांनी बोलून ठेवलं. ह्या शुभकार्याला त्यांना मदत करायला सर्वच तयार होते. बाबांच्या कोर्टातील वकिलांनी वर्गणी काढून लग्नाच्या खर्चाला हातभार लावायचंही नक्की केलं. गावातल्या एन्ट्रन्स स्कूलच्या सेक्रेटरींचा– वीरेश्वरबाबूंचा– तीन नंबरचा मुलगा तिसरीत होता. त्यानं चंद्र आणि कुमुदिनी ह्यांचं रूपक घेऊन लग्नासाठी एक कविताही त्रिपदीत लिहिली. वीरेश्वरबाबू ती कविता दिसेल त्याला धरून ऐकवत. गावात लोक त्यांच्या मुलाकडून आता फार मोठी अपेक्षा करायला लागले होते.

ह्याचा परिणाम असा झाला की बाबा परत येताच त्यांना ही चांगली बातमी समजली. त्यानंतर आईचं रडणं आणि उपाशी राहणं, घरातलं भीतीचं वातावरण, नोकरांना विनाकारण दंड, कोर्टातील खटले झपाट्यानं डिस्मिस होणं, भरमसाट शिक्षा, मास्तरांची नोकरी जाणं आणि फिती बांधलेल्या वेण्यांसह काशीश्वरीला घेऊन त्यांचं अंतर्धान पावणं, सुटी संपण्यापूर्वीच आईपासून दूर करून माझी कोलकात्याला रवानगी. माझं मन हवा गेलेल्या फुटबॉलसारखं झालं. आकाशात त्याचं उडणं, वाऱ्याबरोबर धावणं एकदम बंद झालं.

माझ्या लग्नाच्या बाबतीत सुरुवातीलाच असं विघ्न आलं. त्यानंतर दैवानं वारंवार पक्षपात केला. त्याची सविस्तर हकिकत सांगण्याची माझी इच्छा नाही. त्याच्या एक-दोन संक्षिप्त टिपा देतो. वीस पूर्ण होण्याआधीच मी पुऱ्या दमात एम.ए. होऊन, चष्मा घालून, मिशांवर ताव देण्याच्या योग्य झालो. बाबा तेव्हा रामपूरहाट, नोआखाली किंवा बारासात असेच कुठंतरी होते. एवढी वर्षं शब्दसागराचं मंथन करून पदवीचं रत्न मिळवलं आता अर्थसागराच्या मंथनाची पाळी. बाबा त्यांच्या मोठमोठ्या आश्रयदात्यांचे स्मरण करू लागले. तेव्हा त्यांच्या लक्षात आलं की ज्यांची फार मोठी मदत झाली असती ते परलोकवासी झालेत. त्यांच्याहून खालचे निवृत्त होऊन विलायतेत गेलेत, त्यांच्याव्यतिरिक्त ज्यांची मदत करण्याची थोडीतरी कुवत आहे त्यांची पंजाबला बदली झालीय आणि जे बंगालमध्ये होते ते उमेदवाराला उपोद्घातात आश्वासन देत पण उपसंहारात त्याचा संहार करत. माझे आजोबा डेप्युटि असताना आश्रयदात्यांच्या बाजारात एवढी तंगी नव्हती. नोकरीनंतर पेन्शन आणि पेन्शननंतर वारसाला नोकरी असा वडिलार्जित हक्काचा खाक्या होता. पण आता दिवस वाईट आले होते. आपला वंशांकुर गव्हर्मेन्ट ऑफिसच्या वरच्या पिंजऱ्यातून मर्चंट ऑफिसच्या खालच्या दांडीवर आणून बसवावं की नाही, ह्या काळजीत बाबा असताना एका श्रीमंत ब्राह्मणाची मुलगी त्यांच्या नजरेत आली. हा ब्राह्मण कॉन्ट्रॅक्टर होता. त्याच्या कमाईचा मार्ग उघड्यावरून जाण्यापेक्षा अदृश्य

रसातळाकडून जाणारा होता. उत्सवाची पर्वणी साधून योग्य त्या माणसांना फळं आणि इतर काही पाठवण्याच्या उद्योगात तो असतानाच आमचं त्याच्या गावात अवतरण झालं. त्याचं घर आमच्या घराच्या अगदी समोरच होतं. मध्ये फक्त रस्ता होता. डेप्युटिंचा एम.ए. झालेला मुलगा म्हणजे मुलगी उजवण्याच्या काळजीत असलेल्या बापाच्या दृष्टीनं घबाडच. त्यामुळे कॉन्ट्रॅक्टरबाबूंचे हात आमच्या दिशेनं पसरले. त्या हातात पैसा असल्याचं ह्या आधी सांगितलंच आहे. ते हात डेप्युटिसाहेबांच्या हृदयापर्यंत सहज पोहोचले. पण माझं हृदय मात्र बऱ्याच उंचीवर होतं.

कारण मी विशी ओलांडत होतो. त्यामुळे शंभर नंबरी स्त्रीरत्नाखेरीज इतर रत्नांचा मला लोभ नव्हता. फक्त एवढंच नाही तर त्या वेळी मन भावुक होतं. सहचारिणीचा जो अर्थ माझ्या मनात होता तो बाजारात प्रचलित नव्हता. सध्या आमच्याकडे संसाराचा अर्थ अतिशय संकुचित झालाय. मननसाधनेच्या वेळी ज्ञान आणि विचार ह्यांच्या विशाल क्षेत्रात मनाला विहरू द्यायचं आणि व्यवहारात त्याला अतिशय संकुचित करून मर्यादित क्षेत्रातच अडकून ठेवायचं, हे मला सहन होणं शक्यच नव्हतं. ज्या स्त्रीला माझ्या आदर्शमार्गावरील मी माझी जीवनसाथी म्हणून निवडणार तिनं संसार पिंजऱ्यात पायातील बेडी होऊन राहायचं आणि प्रत्येक बाबतीत झणत्कार करत मागे खेचायचं, हा दुष्टपणा मला खपणारा नव्हता. खरं सांगायचं तर फार्समध्ये आधुनिक म्हणून ज्याची टर उडवली जाते, त्या कॉलेजमधून नुकत्याच बाहेर पडलेल्या मुलांच्या वर्गात मी बरोबर बसणारा होतो. आमच्या तरुणपणी असे आधुनिक आतापेक्षा खूपच जास्त होते. आश्चर्याची गोष्ट अशी की समाजाबरोबर चालणं म्हणजे अवनती आणि समाजाला आपल्या मनाप्रमाणे चालवणं म्हणजे प्रगती अशी ह्या आधुनिकांची पक्की खात्री होती.

असा मी श्री. सनतकुमार एका जबरदस्त मुलीच्या बापाच्या पैशाच्या आ वासलेल्या थैलीसमोर येऊन पडलो. बाबा म्हणाले, 'शुभस्य शीघ्रम!' मी गप्पच राहिलो. मी ठरवलं की सगळं पाहूनसवरून घ्यायचं. कान आणि डोळे उघडे ठेवले. अगदी थोडं पाहणं आणि बरचसं ऐकणंच झालं. मुलगी बाहुलीसारखी ठेंगणीठुसकी आणि सुंदर होती. तिला पाहिल्यावर ती स्वाभाविकपणे वाढली होती असं वाटतं नव्हतं. कुणीतरी तिचे केस स्वतःच्या मनाप्रमाणे वळवून तिच्या भुवया रेखून तिला स्वतःला पाहिजे तसं घडवलं असावं. ती संस्कृतमधून गंगास्तोत्र म्हणू शकत होती. तिची आई दगडी कोळसासुद्धा गंगाजलानं धुतल्याशिवाय चूल पेटवत नसे. जीवदात्री वसुंधरेवर नाना जातींचे प्राणी राहत असल्यानं तिच्या जवळ जाण्यासही ती धजावत नसे. तिचा बराचसा व्यवहार पाण्याबरोबरच चालायचा. कारण पाण्यात राहणारे मासे मुसलमान नव्हते आणि पाण्यात कांदा होत नव्हता. तिच्या आयुष्यातील सर्वांत मोठं काम म्हणजे स्वतःचा देह, घर, कापडचोपड, भांडीकुंडी, खाटापलंग

वगैरे शुद्ध करणं, घासणंपुसणं. हे तिचं काम उरकायला अडीच वाजत. तिनं आपल्या मुलीला इतकं शुद्ध करून टाकलं होतं की तिला स्वत:चं मत किंवा इच्छा असण्याची भानगडच उरली नव्हती. त्यामुळे कुठलीही गोष्ट कितीही अडचणीची का असेना, त्या गोष्टीचं तार्किक कारण माहीत नसलं तरी ती करण्यात तिला अजिबात कटकट वाटत नसे. ती जेवताना ओवळे होईल म्हणून चांगली वस्त्रं नेसत नसे. सावलीचाही विचार करायला ती शिकली होती. ती पालखीत बसूनच गंगास्नान करायची. अठरा पुराणात सांगितल्याप्रमाणेच ती वागायची. माझी आईही सोवळं-ओवळं पाळायची. पण तिच्यापेक्षा कुणी कडक सोवळं पाळत असेल आणि त्याबद्दल त्या व्यक्तीला फार गर्व वाटत असेल तर ते मात्र तिला चालण्यासारखं नव्हतं. त्यामुळे मी जेव्हा आईला म्हणालो, 'आई, मी ह्या मुलीला योग्य नाही.' तेव्हा ती हसून म्हणाली, 'ह्या कलियुगात पाहिजे तसं स्थळ मिळणं अवघडच आहे हो बाबा!'

'तर मग माझं काम झालं!'

'हे रे काय सुनू! तुला ती पसंत नाही? का रे? दिसायला तर चांगली आहे.'

'अग, बायको काय नुसती बघण्यासाठी असते? तिला बुद्धीही हवी.'

'ऐका आता! इतक्यातच तुला तिला बुद्धी कमी असल्याचा पुरावा मिळाला तरी कुठं?'

'अग, बुद्धी असलेलं माणूस अशी निरर्थक काम करत बसणारच नाही. अशा रीतिरिवाजांच्या अडसरामुळे गुदमरून मरेल तो!'

आईचं तोंड उतरलं. ह्या मुलीच्या वडिलांना माझ्या वडिलांनी शब्द दिलाय हे तिला माहीत होतं. दुसऱ्याला इच्छाआकांक्षा असतात ह्याची माझ्या वडिलांना कल्पनाच नाही, हेही ती जाणून होती. माझ्या वडिलांनी जर माझ्यावर टोकाची जबरदस्ती केली नसती, प्रचंड आदळआपट केली नसती तर कदाचित् ह्या पुराणकाळातील बाहुलीबरोबर लग्न करून मीही एक दिवस स्नान, आन्हिक, उपासतापास करून सद्गती मिळवायला समर्थ झालो असतो. आईवर जर हे लग्न ठरवण्याची जबाबदारी सोपवली असती तर तिनं काळवेळ पाहून, मला हळूहळू समजावून, वेळी आसवं गाळून आपलं काम साधून घेतलं असतं. वडील जेव्हा फारच आरडाओरड करायला लागले तेव्हा कशाचीही भीडभाड न ठेवता मी म्हणालो, 'लहान असल्यापासून सर्व गोष्टीत स्वावलंबी होण्याचा उपदेश केलात. मग आता लग्नाच्याच बाबतीत असं का?' कॉलेजमध्ये पास होण्यापुरताच लॉजिकचा उपयोग असा माझा समज होता. कारण तेवढा उपयोग सोडून लॉजिकच्या जोरावर इतरत्र कुणी यश मिळवल्याचं माझ्या पाहण्यात नव्हतं. सुसंगत मुद्दे कुतर्काच्या आगीत पाण्याचं काम न करता तेलाचंच काम करतात. वडिलांच्या मते

लग्नासाठी त्यांनी दिलेला शब्द लग्न होण्यास पुरेसा होता. पण आईनंही मास्तरांना असाच शब्द दिला होता. आणि त्यावेळी फक्त आमचं लग्नच मोडलं नाही तर मास्तरांची नोकरीही गेली, ह्या गोष्टीची आठवण मी करून दिली असती तर प्रकरण फौजदारीपर्यंत गेलं असतं. बुद्धी, विचार, अभिरूची ह्यांच्यापेक्षा शुचिता, मंत्रतंत्र, क्रियाकर्म फार चांगली, त्यातलं कवित्व अधिक खोल आणि सुंदर, त्यातली निष्ठा महत्त्वाची, त्याचं फळ नेहमी उत्तमच मिळत, सिम्बॉलिझम म्हणजेच आइडियालिझम वगैरे गोष्टी माझे वडील मला वेळी-अवेळी सुनवत. मी जिभेला आवरलं होतं पण मनाला आवरणं शक्य नव्हतं. म्हणावसं वाटायचं की हे सर्व तुम्हाला पटतं तर कोंबड्या का पाळता? आणखी एक गोष्ट. एके काळी व्रतवैकल्य, विधिनिषेध, दानदक्षिणा, ह्यामुळे नुकसान किंवा गैरसोय झाल्यास हेच आईला कडक शब्दांत सुनवत की हे सर्व ढोंग आहे. तेव्हा आई पड खात असे. बाईची जात अडाणी, अबला म्हणून मान खाली घालून राग गिळत असे आणि ब्राह्मणभोजनाच्या तयारीला लागत असे. पण विश्वकर्मा तर्कशास्त्राच्या साच्यातून जीव तयार करत नाही. म्हणूनच माणसाच्या वागण्या बोलण्यात विसंगती असली तरी त्याला लगाम घालता येत नाही, रागावता येतं मात्र. तर्कशास्त्राच्या ग्वाहीनं अन्यायाची तीव्रता फक्त वाढते. जे राजकीय किंवा सामाजिक आंदोलनावर विश्वास ठेवतात त्यांनी ही गोष्ट लक्षात ठेवावी. घोडा जेव्हा त्याच्या मागे असणारी गाडी हा त्याच्यावर होणारा अन्याय आहे असं मानून लाथ झाडतो तेव्हा तो अन्याय तर दूर होतच नाही पण त्याच्या पायाला मात्र लागते. तारुण्याच्या आवेशात वाद घालायला गेलो आणि माझीही दशा तशीच झाली. पुराणकाळातील मुलीपासून बचावलो पण वडिलांच्या पैशाला अंतरलो. वडील म्हणाले, 'चालू लाग. हो स्वावलंबी!' 'जशी आज्ञा' म्हणून मी निघालो. आईनं रडून गोंधळ घातला.

वडिलांनी उजवा हात आखडता घेतला पण आईचा पाठिंबा असल्यानं मधून मधून मनिऑर्डर घेऊन पोस्टमन यायचा. ढग बरसत नव्हते पण सुखद रात्री हळूच शिशिराचा अभिषेक होत होता. त्याच जोरावर व्यवसाय सुरू केला. एकोणऐंशी रूपयांचं भांडवलं होतं. आज व्यवसायात जे भांडवल आहे ते मत्सरग्रस्त लोकापवादापेक्षा पुष्कळच कमी असलं तरी वीस लाखांपेक्षा कमी नाही.

प्रजापतीची प्यादी माझ्या मागे मागे फिरायला लागली. आधी जी दारं बंद होती त्यांच्या कड्या आता उघडल्या गेल्या. आठवतं की तारुण्यातील अनिवार इच्छेमुळे एका षोडशीपाशी (मुलीचं वय वाचकांना पटेल असं सांगितलंय) माझं हृदय मोकळं केलं. पण तिच्या आईला मुलकी अधिकारीच जावई म्हणून हवा होता. बॅरिस्टरपेक्षा कमी अधिकारावरचा मुलगा तिला नको होता. मी तर तिच्या इच्छेच्या मीटरच्या शून्य अंशाच्या खाली होतो. पुढे केव्हातरी त्या मुलीच्या घरी मी फक्त चहाच घेतला

नाही तर दुपारी जेवलो, रात्री जेवलो, तिच्याशी व्हिस्टही खेळलो, तिच्या तोंडचं खास विलायती इंग्रजीही ऐकलं. माझी अडचण अशी होती की मी इंग्रजी शिकलो होतो ते रॅसेलस, डिझर्टेड व्हिलेज आणि ॲडिसन स्टिल वाचून. ह्या मुलींच्या तोडीला तोड होणं मला जमण्यासारखं नव्हतं. O my, O dear, O dear वगैरे शब्द त्यांच्याप्रमाणेच माझ्या तोंडातून निघणं शक्यच नव्हतं. मला जे काही इंग्रजी येत होतं त्याच्या जोरावर मी बाजारात वेळ मारून नेऊ शकलो असतो, पण विसाव्या शतकातील इंग्रजीत प्रेम व्यक्त करायचं म्हटलं असतं तर माझ्या प्रेमानंच पळ काढला असता. अर्थात त्या मुलीच्याकडे बंगाली भाषेचं एवढं दुर्भिक्ष होतं की बंकिमी सुरात मधुर बोलणंही चुकीचंच होतं. त्याचा काही फायदा झाला नसताच. ते काही असो, ह्या सगळ्या विलायती गिलीट केलेल्या मुली एके काळी मला सहज मिळण्याजोग्या होत्या. पण बंद दरवाज्याच्या फटीतून जी मायानगरी पाहिली होती तिचं, दरवाजा उघडताच, नामोनिशाणही दिसलं नाही. तेव्हा माझ्या मनात आलं की व्रतवैकल्यं, निरर्थक चालीरीती ह्यातच अहोरात्र फिरत राहून ज्या मुली आपल्या मूर्खपणातच समाधान मानत होत्या तशाच ह्या मुली त्याच मूर्खपणाच्या जोरावर विलायती शिष्टाचारांच्या नावाखाली अगदी तुच्छ, क्षुल्लक गोष्टींतच दिवसरात्र फिरून न थकता, आपलं आयुष्य घालवत होत्या. त्या कुठं शिवाशिव झाली तर तुच्छतेनं त्या व्यक्तीकडे पाहत– तशाच ह्याही उच्चारात जरा चूक झाली किंवा काटाचमचा धरण्यात गडबड झाली तर त्या व्यक्तीच्या माणुसकीबद्दल संशय घेत. त्या देशी बाहुल्या तर ह्या विलायती. ह्या मुली मनाप्रमाणे न वागता किल्ली दिल्याप्रमाणे वागत.

ह्याचा परिणाम असा झाला की बायकांबद्दलच मला आदर वाटेनासा झाला. ज्यांना बुद्धीच कमी त्या स्नान, आचमन, उपवास ह्या क्रियाकर्मांना महत्त्व दिल्याशिवाय जगणारच कशा! मी वाचलंय की असे काही प्राणी असतात जे सतत गोल गोल फिरत असतात. पण माणूस फिरत नाही. तो चालतो. ह्या प्राण्यांच्या सुधारलेल्या आवृत्तीबरोबरच विधात्यानं दुर्दैवी पुरुषमाणसाच्या लग्नाचा योग जुळवून आणलाय का?

वयाबरोबर लग्नाबद्दलची साशंकताही वाढत होती. एक वय असं असतं की काहीही विचार न करता माणूस लग्न करून मोकळा होतो. पण ते वय उलटलं की फार मोठ्या धाडसाची गरज असते. मी अशा अविचारी लोकांपैकी नव्हतो. शिवाय कोणतीही सर्वसामान्य मुलगी विनाकारण पटकन माझ्याशी लग्न करायला का तयार होईल? प्रेम आंधळं असतं असं ऐकलं होतं. पण इथं तर तसा प्रश्नच नव्हता. संसारीबुद्धीला दोनपेक्षा जास्त डोळे असतात. ते डोळे कुठल्याही धुंदीला शरण न जाता माझ्याकडे पाहायला लागले तर त्यांना माझ्यात काय दिसेल बरं? माझ्यात

अनेक गुण आहेत. पण ते कळण्यास वेळ लागणार. एका दृष्टिक्षेपात ते कसे कळतील? मी नकटा आहे. पण ही कमतरता बुद्धीनं भरून काढलीय. देवानं बुद्धीला निराकार केलंय. प्रत्यक्ष दिसतं ते नाकच. काहीही असो, एखादी सज्ञान मुलगी जेव्हा चटकन माझ्याशी लग्न करायला तयार होत असे तेव्हा स्त्रियांबद्दलचा माझा आदर आणखीनच कमी व्हायचा. मी जर मुलगी असतो तर श्री. सनतकुमारच्या नि:श्वासातूनच आशा आणि अहंकार धुळीला मिळवला असता.

अशा रीतीनं लग्नाचं ओझं नसलेली माझी नाव मधून मधून डगरीवर आदळली पण किनाऱ्याला लागली नाही. व्यवसायाच्या वाढीबरोबर संसारात स्त्री सोडून सर्व गोष्टी वाढल्या. हो! सांगायला विसरलोच. वयही वाढलं. अचानक घडलेल्या घटनेनं ह्या गोष्टीची आठवण करून दिली.

अभ्रकाच्या खाणीच्या शोधात छोट्या नागपूरच्या एका लहानशा गावात गेलो होतो. तिथं एका लहानशा नदीकाठी शालबनात एक छानसं घर बांधून मास्तर मजेत राहत होते. त्यांचा मुलगा तिथंच नोकरी करत होता. त्या शालबनाच्या टोकाला माझा तंबू पडला होता. माझ्या श्रीमंतीची कीर्त आता सगळीकडे पसरली होती. मास्तर म्हणाले की मी असा कुणीतरी मोठा होणार हे त्यांनी पूर्वीच ओळखलं होतं. असेलही. पण त्यांनी ही गोष्ट कुणालाच सांगितली नव्हती. त्यांना कशावरून मी मोठा होणार हे कळलं होतं तेही ते सांगू शकले नाहीत. असामान्य माणसांना विद्यार्थिदशेत अक्कल नसावी.

काशीश्वरी सासरी होती. त्यामुळे मास्तरांच्या घरचाच होऊन जाण्यास मला काहीच अडचण आली नाही. काही वर्षांपूर्वीच मास्तरांच्या पत्नी वारल्या होत्या. पण मास्तर नातींत रमले होते. ह्या नातींतच दोन त्यांच्या दादाच्याही होत्या. म्हाताऱ्या मास्तरांनी ह्या नातवंडाच्या आधारे आपल्या वार्धक्याची दुपार रंगीत केली होती. 'अमरुशतक', 'आर्यासप्तशती', 'हंसदूत,' 'पदांकदूत' ह्यातील मास्तरांनी म्हटलेले श्लोक, दगडगोट्यांना घेरून फेसाळणाऱ्या नदीप्रवाहासारखे त्यांच्या नातींना घेरून, त्या नातींच्या हसण्यात मिसळून जात होते. मी हसून विचारलं, 'मास्तरमोशाई, भानगड काय आहे?'

ते म्हणाले, 'अरे बाबा, तुमच्या इंग्रजी शास्त्रात शनी चंद्रांची माळ धारण करतो असं सांगितलंय ना? मग ही माझी चंद्रमालाच आहे असं समज.'

त्या दरिद्री घरातील ह्या दृश्यानं मी एकटा असल्याची आठवण करून दिली. मी स्वत:च्याच ओझ्यानं थकलोय ह्याची जाणीव झाली. मास्तरांना त्यांचं वय झाल्याची जाणीव नव्हती. पण मला माझं वय झाल्याचं स्पष्ट जाणवलं. वय झालंय ह्याचा अर्थ माझ्या चारी बाजू सुटल्या त्या. चारी बाजू सैल झाल्यानं त्यांना भेगा पडल्या होत्या. त्या भेगा पैसा, कीर्ती ह्यांनी बुजवता येत नव्हत्या. जगातून रस

मिळत नव्हता, फक्त वस्तू गोळा करत होतो आणि त्यातील निरर्थकता सवयीनं विसरत होतो. पण मास्तरांचं घर पाहिल्यावर लक्षात आलं की माझे दिवस कोरडेपणानं सरत होते आणि रात्रींत शून्यतेशिवाय काही नव्हतं. मास्तर मला नक्कीच त्यांच्यापेक्षा भाग्यवान समजत असतील, हे मनात येताच मला हसू आलं. ह्या ऐहिक जगाला एक अदृश्य आनंदजगानं घेरलं आहे. ह्या आनंदाच्या जगाशी आपलं नातं जोडलं गेलं नाही तर आपली अवस्था त्रिशंकूसारखी होते. मास्तरांचं त्या जगाशी नातं जुळलं होतं आणि माझं नव्हतं. एवढा फरक होता आमच्यात. मी आरामखुर्चीवर आरामात पडून सिगारेट ओढता ओढता विचार करायला लागलो की पुरुषाच्या आयुष्यात चार आश्रम असतात. प्रत्येक आश्रमाची एक आराध्य देवता असते. बालपणात आई, तारुण्यात पत्नी, प्रौढ वयात कन्या किंवा सून आणि वार्धक्यात नात किंवा नातसून. अशा प्रकारे स्त्रीच्या आधारे पुरुष पूर्णत्व मिळवतो. सळसळणाऱ्या शालबनात ह्या सत्यानं माझ्या मनाचा ताबा घेतला. डोळ्यांसमोर माझ्या भविष्यातील वृद्धत्वातील दृश्य उभं राहिलं. ते वृद्धत्व अतिशय नीरस होतं. त्यामुळे माझ्या हृदयात हाहाकार माजला. ते दिवस म्हणजे जणू वाळवंट होतं. नफ्याचा बोजा डोक्यावर घेऊन त्या वाळवंटातून चालताना तोंडघशी पडून मला मरावं लागणार होतं. आता उशीर करण्यात अर्थ नव्हता. नुकतीच चाळिशी ओलांडली होती. यौवनातील शेवटची थैली झाडून बघण्यासाठी पन्नास रस्त्याच्या कडेला बसला होता. त्याच्या काठीचं टोक इथून दिसत होतं. आता खिशापेक्षा आयुष्याकडे जरा लक्ष द्यायला हवं होतं. पण आयुष्यातील जो भाग मी तोडला होता तो परत मिळवणं शक्य नव्हतं. मात्र त्याला ठिगळ लावणं अजूनही शक्य नव्हतं.

इथून कामासाठी मला पश्चिमेकडच्या एका शहरी जावं लागलं. तिथं विश्वपतीबाबूंशी माझं काम होतं. ते बडे, बंगाली व्यापारी होते. माणूस मोठा चलाख होता. त्यामुळे त्याच्याशी कोणतीही गोष्ट पक्की करायची म्हणजे बराच वेळ खाणारी बाब. अखेर एके दिवशी वैतागून ठरवून टाकलं की विश्वपतीबाबूंशी आपलं काही जमायचं नाही तेव्हा इथून निघावं हे उत्तम. नोकराला सामान आवरायलाही सांगितलं. त्याच संध्याकाळी विश्वपतीबाबू माझ्याकडे आले. म्हणाले, 'आपली अनेक लोकांबरोबर ओळख असणारच. जरा मनावर घेतलंत तर बिचारी विधवा वाचेल.'

झालं होतं असं–

नंदकृष्णबाबू बरेलीला आले ते बंगाली-इंग्रजी शाळेचे हेडमास्तर म्हणून. फार चांगलं काम केलं त्यांनी. एवढा सज्जन सुशिक्षित माणूस आपला देश सोडून एवढ्याशा पगारावर एवढा दूर आला ह्याचं लोकांना फार आश्चर्य वाटायचं. मुलांना पास करण्याबद्दल तर ते प्रसिद्ध होतेच. एवढंच नव्हे, प्रत्येक चांगल्या कामाला त्यांचा हातभार लागायचा. ह्याच सुमारास कशी काय पण गावात बातमी फुटली की

त्यांची बायको सुंदर होती पण चांगल्या घराण्यातली नव्हती. तिची जातही अशी होती की ती शिवली तर पाण्याचं पाणीपण आणि इतर गूढ गुण कमी झाले असते. सर्व लोकांनी त्यांना ह्या बाबतीत सतावण्यास सुरुवात केल्यावर त्यांनी कबूल केलं की त्यांची बायको इतर जातीची असली तरी ती त्यांची लग्नाची बायको आहे. तेव्हा हे लग्न कायदेशीर कसं मानायचं असा प्रश्न लोकांना पडला. ज्यांनी हा प्रश्न प्रथम विचारला त्यांना नंदकृष्णबाबू म्हणाले, 'आपण तर आपल्या कुलदैवताच्या शाळीग्रामाच्या साक्षीनं दोन लग्नं केलीत आणि त्यातही तुम्ही संतुष्ट नाही ह्याचा पुरावा आहे. शाळीग्रामाचं बोलत नाही पण अंतर्यामीला स्मरून सांगतो की तुमच्यापेक्षा माझं लग्न हजार पटीनं वैध आहे. ह्याहून जास्त काही मला तुमच्याशी बोलायचं नाही.' नंदकृष्णबाबूंचं हे बोलणं, अर्थातच, त्या गृहस्थांना आवडलं नाही. शिवाय दुसऱ्याचं वाईट करण्याइतकं सामर्थ्य त्यांच्यात होतं. म्हणूनच नंदकृष्णबाबूंनी बरेली सोडलं आणि ते आमच्या गावी येऊन वकिली करायला लागले. माणूस भलताच करड्या स्वभावाचा होता. उपाशी राहावं लागलं तरी खोटा खटला कधी घेत नसत. सुरुवातीला त्यांची बरीच गैरसोय झाली. पण पुढे मात्र त्यांना चांगले दिवस आले. कारण न्यायाधीशांचा त्यांच्यावर संपूर्ण विश्वास होता. घरबिर बांधून त्यांनी चांगलं बस्तान बसवलं नाही तोच दुष्काळ पडला. देश उजाड झाला. ज्यांच्यावर मदत वाटण्याची जबाबदारी सोपवली होती त्यांच्यातीलच काहींनी चोरी केली. हे त्यांनी मॅजिस्ट्रेटच्या कानावर घातलं. तेव्हा मॅजिस्ट्रेट म्हणाले, 'सज्जन आहेतच कुठं!'

ते म्हणाले, 'आपला माझ्यावर विश्वास असेल तर ह्या कामाची जबाबदारी मी घ्यायला तयार आहे.'

त्यांनी जबाबदारी उचलली. हे काम करत असतानाच एक दिवस अचानक दुपारच्या वेळी माळावरच्या एका झाडाखाली त्यांनी प्राण सोडला. डॉक्टरांच्या मते हृदयक्रिया बंद पडून त्यांचा मृत्यू झाला.

इथपर्यंतची हकिकत मला आधीच माहीत होती. एका आदराच्या भावनेनं एकदा क्लबमध्ये मी ही गोष्ट काढली. म्हणालो, 'नंदकृष्णबाबूंसारखे लोक ह्या जगात असेच मरणार. त्यांना यश मिळणं शक्यच नाही. ना राहिलं नाव ना राहिला पैसा. अशी माणसं म्हणजे देवमाणसं. ह्यांच्यासारख्यांमुळेच जग तारलं...'

माझं बोलणं अर्धवटच राहिलं. कारण शीड उभारलेली नाव अचानक डगरीवर आदळावी तसंच माझं बोलणं मध्येच तोडत आमच्या क्लबमधीलच एक अत्यंत श्रीमंत आणि प्रतिष्ठित गृहस्थ तोंडासमोरचं वर्तमानपत्र बाजूला सारून चष्म्यातून माझ्याकडे रोखून पाहत ओरडले, 'हिअर! हिअर!'

ते जाऊ दे. असं कळलं की नंदकृष्णांची विधवा त्यांच्या मुलीला घेऊन आमच्या भागातच राहात होती. मुलीचा जन्म दिवाळीच्या रात्री झाला म्हणून

नंदकृष्णबाबूंनी तिचं नाव ठेवलं होतं दीपाली. त्यांच्या विधवेला समाजात कोणी विचारत नव्हतं. तिनं एकटीनंच मुलीला शिकवून सवरून मोठं केलं होतं. सध्या त्या मुलीचं वय पंचवीसपेक्षा जास्त होतं. नंदकृष्णबाबूंच्या बायकोचं आता वय झालं होतं. त्यातून तिची प्रकृतीही बरी नव्हती. ती अचानक गेली तर ह्या मुलीचं काही खरं नव्हतं. म्हणून विश्वपतीबाबू अगदी काकुळतीनं म्हणाले, 'जर त्या पोरीसाठी एखादं स्थळ सांगितलंत तर फार मोठं पुण्य पदरात पडेल आपल्या.'

मी विश्वपतीला अतिशय कोरडा, स्वार्थी, व्यवहारी माणूस समजत होतो आणि म्हणूनच त्याच्याकडे फारसं लक्षच देत नव्हतो. पण विधवेच्या मुलीबद्दल त्याला वाटणारा कळवळा पाहून माझं मत बदललं. अतिप्राचीन काळी पृथ्वीवर अस्तित्वात असलेल्या मॅमथच्या पोटात मिळालेल्या बीतून अंकुर फुटावा तशीच माणसातली माणुसकी प्रचंड मृत्युस्तूपातही संपूर्ण मरत नाही, असं मनात येऊन गेलं. मी म्हणालो, 'स्थळ माझ्या चांगल्या माहितीतलं आहे. काही अडचण येणार नाही. आपण तिथी आणि लग्न पक्कं करून टाका.'

'पण मुलगी पाहिल्याशिवाय....'

'नाही पाहिली तरी चालेल.'

'पण मुलाला जर भरभक्कम हुंडा हवा असेल तर तसं काही मिळणार नाही. मुलीला आईच्या मागे तिचं घर आणि सटरफटर काही मिळेल.'

'त्याची काळजी नको. मुलाकडे पैसा आहे.'

'त्याचं नाव, गाव...'

'ते आताच सांगत नाही. बोभाटा झाल्यास लग्न मोडायचं.'

'पण मुलीच्या आईला तरी मुलाची माहिती नको?'

'सांगा की मुलगा चारचौघांसारखा आहे. काळजी करावी असं काही नाही. असामान्य आहे असंही नाही. माझ्या माहितीप्रमाणे मुलींच्या आईवडिलांना पसंत पडावा असाच आहे. मुलीचं काही सांगता येत नाही.'

विश्वपतीबाबूंनी मनापासून कृतज्ञता व्यक्त केली तेव्हा त्यांच्याविषयी माझाही आदर वाढला. त्यांच्याशी व्यवहार करायला ह्या आधी मी तयार नव्हतो. पण ह्या प्रसंगानंतर नुकसान सोसून व्यवहार करायला मी तयार झालो. जाता जाता विश्वपतीबाबू म्हणाले, 'मुलाला सांगा की इतर काही असो, अशी गुणी मुलगी शोधून सापडायची नाही.'

जिला समाजानं दूर सारलंय, लोक जिला नावं ठेवताहेत तिला हृदयात स्थान दिल्यास ती संपूर्ण आत्मसमर्पण केल्याशिवाय कशी बरं राहील? जिची आकांक्षा मोठी तिच्या अपेक्षाही खूप. पण हा दिवा मातीचा होता. तेव्हा माझ्यासारख्याच्या मातीच्या घरात त्याची अवहेलना होणं शक्यच नव्हतं.

संध्याकाळी दिवेलागण झाल्यावर इंग्रजी वर्तमानपत्र वाचत होतो तेवढ्यात एक मुलगी मला भेटायला आल्याचं कळलं. घरात कुणी बाईमाणूस नसल्यानं मी गोंधळलो. सभ्यपणे तिला कसं सामोरं जावं असा विचार करत होतो तेवढ्यात तीच समोर येऊन उभी राहिली. वरकरणी पाहिलं तर कुणाला खरं वाटलं नसतं. पण मी अत्यंत लाजरा होतो. मी तिच्या तोंडाकडे पाहिलं नाही की तिच्याशी काही बोललो नाही. तीच बोलायला लागली. म्हणाली, 'मी दीपाली.'

तिचा आवाज़ फारच गोड होता. धीर करून तिच्या तोंडाकडे पाहिलं. चेहरा नाजूक होता. त्यावर बुद्धीची चमक होती. तिनं डोक्यावरून पदर वगैरे घेतला नव्हता. नेसली होती पांढरी, देशी साडी. बंगाली पद्धतीनं नव्हती नेसली तर त्या गावच्या पद्धतीप्रमाणे नेसली होती. काय बोलावं म्हणून विचार करत होतो तेवढ्यातच ती पुढे म्हणाली, 'माझं लग्न लावून देण्याची खटपट आपण करू नये.'

दीपाली असं काही म्हणेल असं मला वाटलं नव्हतं. उलट मला वाटलं होतं की मी लग्न करून देतोय असं ऐकल्यावर तिचं मन कृतज्ञतेनं भरून येईल. 'ओळखीच्या किंवा अनोळखी कुठल्याच मुलाशी तू लग्न करणार नाहीस?'

'नाही. कुणाशीही नाही.'

मनापेक्षा व्यवहार मला जास्त कळत होता. आणि स्त्रीचं मन कळणं तर माझ्या आवाक्याबाहेरचं होतं. तरीही ती खरं बोलतेय असं वाटलं नाही. मी म्हणालो, 'मी तुझ्यासाठी पाहिलेलं स्थळ दुर्लक्ष करण्यासारखं नाही.'

'मी कुणाची उपेक्षा करत नाही. पण मला लग्नच करायचं नाही.'

'त्याला तुझ्याबद्दल फार वाटतंय.'

'तरीही मला लग्न करायला सांगू नका.'

'ठीक आहे. पण मी तुला काही मदत करू शकतो का?'

'एखाद्या मुलींच्या शाळेत नोकरी दिलीत आणि इथून कोलकात्याला घेऊन गेलात तर फार उपकार होतील.'

'ठीक आहे. देईन मिळवून नोकरी.' हे काही खरं नव्हतं. मला मुलींच्या शाळेची काही माहिती नव्हती. पण मुलींसाठी शाळा काढण्यात काही चूक नव्हती. दीपाली म्हणाली, 'आपण आमच्या घरी येऊन आईला हे सांगाल का?' मी म्हणालो, 'उद्या सकाळीच येतो मी.'

दीपाली गेली. मी वर्तमानपत्र बाजूला ठेवून दिलं. गच्चीत जाऊन बसलो. नक्षत्रांकडे पाहत त्यांच्याशी बोलायला लागलो. त्यांना विचारलं, 'एवढ्या दुरून तुम्ही माणसांच्या नात्याचा आणि आयुष्याचा गोफ खरोखरच विणता का?'

तेवढ्यात अचानक विश्वपतीबाबूंचा मधला मुलगा श्रीपती तिथं हजर झाला. त्याच्या बरोबर जे बोलणं झालं त्याचं सार असं–

श्रीपतीला दीपालीशी लग्न करायचं होतं. समाजाचीही त्याला पर्वा नव्हती. त्यानं असं काही वेडंवाकडं केलं तर घरातून हाकलून देण्याची धमकी बापानं दिली होती. दीपालीच्या मते त्यानं एवढा त्याग करावा एवढी काही तिची लायकी नव्हती. शिवाय जन्मापासून श्रीमंतीत आणि लाडाकोडात वाढलेल्या श्रीपतीला घर सोडून दारिद्र्यात दिवस काढणं जमण्यासारखं नव्हतं. दोघांत ह्या वरून वाद चालू असतानाच मी त्यांच्यामध्ये पडलो होतो. त्यामुळे त्यांच्या प्रश्नांची गुंतागुंत वाढली होती. म्हणून प्रुफशीटमधील कापून टाकलेल्या भागाप्रमाणे मी ह्या नाटकातून दूर व्हावं हे सांगायलाच श्रीपती आला होता.

मी म्हणालो, 'आता ह्यात पडलोच आहे तर गुंता सोडवल्याशिवाय बाहेर पडणार नाही.'

लग्नाचा दिवस बदलला नाही. फक्त मुलगा बदलला. विश्वपतींची विनंती मी मान्य केली. पण त्यामुळे ते नाराजच झाले. दीपालीच्या म्हणण्याप्रमाणे वागलो नाही तरी ती मात्र खूश झाली. शाळेत जागा होती की नाही माहीत नाही. पण माझ्या घरात मात्र मुलीची जागा रिकामी होती ती भरून निघाली. माझ्यासारखे कुचकामी अगदीच कामाचे नसतात असं नाही हे मी श्रीपतीला पटवून दिलं. माझ्या कोलकात्याच्या घरातच त्यांचा संसार थाटून दिला. वाटलं होतं की वेळेवर लग्न न केल्यामुळे झालेलं नुकसान अवेळी लग्न करून भरून काढेन. पण उपरवाला प्रसन्न झाल्यावर एक-दोन क्लास ओलांडून प्रमोशन मिळतं हेच खरं! आज पंचावन्नाव्या वर्षी घर नातींनी गजबजलंय. एक नातूही झालाय. विश्वपतीबाबूंबरोबरचा कारभार मात्र बंद झालाय. कारण त्यांना काही स्थळ पसंत पडलं नाही.

■

(पात्र ओ पात्री)

पहिला नंबर

मला तंबाखूचंसुद्धा व्यसन नव्हतं. मात्र एक गगनगर्ती नशा होती. तिच्या छायेत इतर नशांची मुळंसुद्धा सुकून गेली होती. ती नशा म्हणजे वाचन. माझ्या जीवनाचा मंत्र होता–

यावज्जीवेत् नव्हे वा जीवेत्
ऋणं कृत्वा पुस्तकं पठेत् ।

ज्यांना प्रवास करण्याची आवड असते पण ज्यांच्याजवळ पाथेयाचा अभाव असतो, ते जसं टाइम-टेबल वाचत राहतात तसा मी लहानपणी आर्थिक स्थिती चांगली नसल्यानं पुस्तकांचे कॅटलॉग्ज वाचत असे. माझ्या दादाचे धाकटे चुलत सासरे बंगाली पुस्तक बाहेर पडताच, काहीही विचार न करता विकत घेत. त्यांचं एकही पुस्तक कुठंही हरवलं नव्हतं आणि ह्याचा त्यांना भयंकर अहंकार होता. बंगालमध्ये असं भाग्य आणखी कुणाच्या वाट्याला आलं असेल असं वाटत नाही. कारण धन, आयुष्य, विसरभोळ्या व्यक्तीची छत्री– अशा काही वस्तू ह्या जगात 'गमनशील' म्हणून ओळखल्या जातात. त्यात सर्वांत महत्त्वाची वस्तू म्हणजे पुस्तक. ह्यावरूनच लक्षात येईल की दादाच्या चुलत सासऱ्यांच्या पुस्तकांच्या कपाटांच्या किल्ल्या चुलत सासूला मिळणंही शक्य नव्हतं. लहानपणी दादाबरोबर मी जेव्हा त्याच्या ह्या चुलत सासऱ्याकडे जात असे तेव्हा पुस्तकांच्या कपाटांकडेच पाहात बसत असे. माझी स्थिती दरिद्री माणसानं राजाचा खजिना पाहिल्यावर होईल तशीच व्हायची. तेव्हा माझ्या डोळ्यांना पाणी सुटायचं. थोडक्यात सांगायचं झालं तर लहानपणापासून मी एवढं प्रचंड वाचन केलं की परीक्षेत पास नाही होऊ शकलो. पास होण्यासाठी कमीतकमी वाचणं अत्यावश्यक असतं. पण तेवढा वेळही माझ्यापाशी नव्हता.

मी नापास झालो. मात्र त्यामुळे माझा फायदाच झाला. विश्वविद्यालयाच्या

घड्यात साठवलेल्या विद्येच्या पाण्यानं मला स्नान करावं लागलं नाही– वाहत्या पाण्यात डुबक्या मारायची माझी सवय. हल्ली माझ्याकडे कितीतरी बी.ए., एम.ए. येतात. ते कितीही आधुनिक असोत, आजही ते व्हिक्टोरियन काळाचेच कैदी असतात. त्यांच्या ज्ञानाची कक्षा असते टॉलेमीच्या पृथ्वीसारखी. अठराव्या- एकोणिसाव्या शतकाशी स्क्रूनं एकदम घट्ट केलेली. बंगालच्या विद्यार्थ्यांच्या पिढ्यान्‌पिढ्या सदोदित तिलाच प्रदक्षिणा घालत असतात. त्यांच्या मानसयात्रेचा रथ मोठ्या मुश्किलीनं मिल, बेंथम ह्यांना पार करून कार्लाइल-रस्किनपर्यंत येऊन अडून बसलेला असतो. मास्तरमोशाईच्या व्याख्यानाची चौकट ओलांडून ते आपण होऊन, धाडस करून हवा खायला बाहेर पडत नाहीत.

पण आम्ही ज्या देशाच्या साहित्याला खूंट मानून, मनाला त्या खुंटाला बांधून रवंथ करत होतो, त्या देशाचं ते साहित्य काही स्थिर, अचल, थिजलेलं नव्हतं– ते तिथल्या जीवनाबरोबर चालणारं होतं. त्यातलं ते जीवन आमचं नसेलही, पण त्याच्यामागे जायचा आमचा प्रयत्न होता. मी स्वतःच प्रयत्न करून फ्रेंच, जर्मन, इटालियन शिकलो. थोड्या दिवसांपूर्वी रशियन शिकायला सुरुवात केली होती. ताशी साठ मैलापेक्षा जास्त वेगानं धावणाऱ्या, आधुनिकतेच्या गाडीचं तिकीट मी काढलं होतं. म्हणूनच मी हॅक्सलि-डार्विनपर्यंत येऊनच थांबत नव्हतो. टेनिसनचाही विचार करायला घाबरत नव्हतो. एवढंच नाही तर इब्सेन, मेटरलिंक ह्यांच्या नावांच्या होडक्याला धरून, आमच्या मासिक साहित्यात सवंग कीर्तीचा रतीब घालायला मला संकोच वाटत असे.

माझा शोध घेऊन कुणी मला ओळखेल, असं मला कधीच वाटलं नव्हतं. पण मी पाहिलंय की बंगालमध्येही असे दोन-चार जण निघतात की जे कॉलेज सोडत नाहीत पण कॉलेजबाहेर झंकारणाऱ्या सरस्वतीच्या वीणेनंही भारावून जातात. त्यातलेच एक-एक करून माझ्या घरी यायला लागले.

आता मला एक नवीनच व्यसन जडलं– बडबड करण्याचं. सभ्य भाषेत त्यालाच 'चर्चा' असंही म्हणता येईल. आजूबाजूला चाललेली प्रस्तुत अप्रस्तुत साहित्याची चर्चा एक तर अतिशय बाळबोध असे किंवा अगदीच जुनी. त्यामुळे जीव गुदमरून टाकणाऱ्या कोंदटपणाला उदार विचारांच्या वाऱ्यानं दूर करावंसं वाटत असे. पण लिहिण्याचा कंटाळा. मग मन लावून ऐकणारे भेटले की सुटल्यासारखं वाटत असे.

माझ्याकडे येणारी मंडळी वाढायला लागली. मी गल्लीतल्या दोन नंबरच्या घरात राहत असे. माझं नाव अद्वैतचरण. म्हणून आमच्या मंडळाचं नाव पडलं 'द्वैता-द्वैतसंप्रदाय' आमच्या ह्या संप्रदायातील कुणालाच वेळ-अवेळाचं भान नव्हतं. कुणी ट्रॅमच्या तिकिटाची खूण घालून, नवीनच प्रसिद्ध झालेलं इंग्रजी पुस्तक घेऊन

सकाळीच हजर व्हायचं– मग चर्चा करता करता एक वाजायचा तरी चर्चा चालूच असे. कुणी कॉलेजमधल्या नोट्स घेऊन दुपारीच यायचं. रात्रीचे दोन वाजले तरी उठण्याचं नाव नसे. जे येत त्यांना मी जेवून जायचा आग्रह करत असे. कारण मला कळून चुकलं होतं की जे साहित्यचर्चा करत त्यांची रसज्ञता मेंदूतच नव्हे रसनेतही अपार असे. पण जिच्या भरवशावर मी त्यांना जेवणाचा आग्रह करत असे तिची स्थिती काय होत असेल ह्याकडे मी दुर्लक्षच करत आलो होतो. माझ्या दृष्टीनं हे सर्व अगदी तुच्छ होतं. जगात ज्ञान आणि भाव ह्यांची मोठी मोठी चाकं फिरत असतात, त्यात मानवसभ्यता तयार होतात. काही आण्यात भाजून पक्क्या होतात. काही कच्च्या राहिल्यानं मोडून पडतात. अशा महत्त्वाच्या गोष्टींपुढे संसार आणि चुलीतला विस्तव काय नजरेला पडणार!

भवानीचा भृकुटिभंग भवालाच कळायचा! हे मी काव्यात वाचलंय. अहो, पण भवाला आहेत तीन डोळे. मला फक्त दोन. त्यातून पुस्तकं वाचून वाचून माझी नजर कमजोर झाली होती. त्यामुळे वेळी-अवेळी स्वयंपाक करायला सांगितल्यावर माझ्या बायकोच्या भुवयांची झालेली विचित्र हालचाल काही मला दिसायची नाही. अखेर ह्या घरात अवेळच वेळ आणि अनियम हाच नियम आहे हे तिनं समजावून घेतलं. आमच्या संसाराचं घड्याळ बेताल चालणारं होतं आणि आमचं घर म्हणजे वेड्यांचा बाजार. माझं जे काही आर्थिक सामर्थ्य होतं ते वाहून जाण्यासाठी एकच उघड वाट होती– पुस्तकं विकत घेण्याची. घरातल्या बाकीच्या गरजा हावरट कुत्र्यांप्रमाणे माझ्या शौकरूपी विलायती कुत्र्यांचं उष्टं खाऊन किंवा त्यांना टाकलेलं हुंगून कसे दिवस काढत असतील हे माझ्यापेक्षा माझी बायकोच चांगली जाणून होती.

निरनिराळ्या विषयांवर बोलणं माझ्यासारख्या लोकांना अत्यंत गरजेचं असतं. आपलं ज्ञान सर्वांना जाहीर करण्यासाठी नव्हे किंवा दुसऱ्यांवर उपकार करण्यासाठीही नव्हे, तर असं बोलता बोलता विचार करता येतो. ज्ञान पचवण्याचा हा एक व्यायाम प्रकार. मी लेखक असतो किंवा अध्यापक असतो तर चर्चा हा गुण ठरला असता. जे नियमानं राबतात त्यांना अन्न पचण्यासाठी वेगळे उपाय शोधावे लागत नाहीत– जे घरात बसून नुसतं खातात त्यांना कमीतकमी गच्चीत तरी तरतर करत येरझाऱ्या घालणं गरजेचं असतं. माझी अवस्था ह्या लोकांसारखीच होती. म्हणूनच आमच्या द्वैतमंडळातील कुणी आलं नाही की माझं एकमात्र द्वैत म्हणजे माझी बायको. ती माझ्या मानसिक परिपाकाची सशब्द प्रक्रिया दीर्घकाल निःशब्दपणे सहन करत आली होती. ती मिलच्या साड्या नेसत असली आणि तिच्या अंगावरच्या दागिन्यांच्या सोन्यात खोट असली तरी नवऱ्याकडून ती जे ऐकत असे– मग ते यूजेनिक्सबद्दल असो, मेंड्ल्स लॉ बद्दल असो की मॅथिमॅटिकल लॉजिकविषयी असो– त्यात काही भेसळ नव्हती. माझं मंडळ वाढल्यावर ती मंडळाबाहेर राहिली. त्यामुळे अशा ज्ञान

देणाऱ्या गोष्टी तिला ऐकावयास मिळेनाशा झाल्या. पण त्याबद्दल तिनं कधी तक्रार केली नाही.

माझ्या बायकोचं नाव अनिला. ह्या नावाचा अर्थ मला माहीत नाही. माझ्या सासऱ्यांनाही नाहीत नव्हता. नाव ऐकायला गोड होतं आणि त्याला काहीही अर्थ असणारच असं उगाचच मनात यायचं. कोषातला अर्थ काहीही असो, तिच्या नावाचा खरा अर्थ म्हणजे ती तिच्या वडिलांची लाडकी मुलगी होती. माझ्या सासूबाई वारल्यानंतर अडीच वर्षांच्या मुलाला सांभाळण्यासाठी सासऱ्यांनी एक सुंदर युक्ती योजली. त्यांनी दुसरं लग्नं केलं. त्यांचा हेतू किती सफल झाला हे पुढील गोष्टीवरून दिसून येईल. त्यांच्या मृत्यूच्या दोन दिवस आधी ते अनिलाचा हात धरून म्हणाले, 'पोरी, मी काही आता जगत नाही. आता सरोजची काळजी घेणारं तुझ्याशिवाय कुणी नाही.' त्यांनी त्यांची दुसरी बायको आणि तिच्या मुलांची काय व्यवस्था केली होती ते मला नीट माहीत नाही. पण कुणाच्याही नकळत त्यांनी जमवलेल्या पैशांपैकी साडेसात हजार अनिलाला दिले. म्हणाले, 'हे पैसे व्याजानं गुंतवायची काही गरज नाही. ह्यातून सरोजच्या शिक्षणाचा खर्च भागव.'

ह्या गोष्टीचं मला आश्चर्य वाटलं. माझे सासरे नुसते बुद्धीमानच नव्हते तर सुज्ञही होते. मनात आलं म्हणून काही करत नसत, सर्व हिशेब करून करत. तेव्हा त्यांच्या मुलाच्या शिक्षणाची जबाबदारी टाकायचीच होती तर ती त्यांनी माझ्यावर टाकायला हवी होती. पण जावयापेक्षा मुलगीच ह्या कामाला योग्य आहे असं त्यांना का वाटलं ते सांगणं कठीण! पैशाअडक्याच्या बाबतीत मी त्यांना चोख वाटलो नसतो तर त्यांनी माझ्या बायकोच्या हातात एवढा रोख पैसा कसा दिला असता? खरं सांगायचं तर ते होते व्हिक्टोरियन काळातले फिलिस्टाइन. शेवटपर्यंत त्यांनी मला ओळखलंच नाही.

सुरुवातीला विचार केला की ह्या संबंधात काही बोलायचंच नाही. मी भयंकर रागावलो होतो. काही बोललोही नाही. मला खात्री होती की ह्या बाबतीत अनिलाला मला शरण यावंच लागेल. तेव्हा तिलाच प्रथम विषय काढू देत. पण माझा सल्ला काही अनिलानं घेतला नाही. मला वाटलं की तिला मला विचारण्याची हिंमत होत नसावी. शेवटी एके दिवशी सहज बोलता बोलता विचारलं, 'सरोजच्या शिक्षणाचं काय ठरवलंयस?'

तिनं उत्तर दिलं, 'मास्तर ठेवलेत. शाळेतही जातोय.'

त्याच्या अभ्यासाची जबाबदारी घेण्यास तयार असल्याचं मी आडून आडून सुचवलं. हल्ली शिक्षणाच्या नवीन नवीन पद्धती कशा निघाल्यात तेही तिला समजावून सांगण्याचा प्रयत्न केला. ती 'हो' ही म्हणाली नाही आणि 'नाही'ही. इतक्या वर्षांनंतर मला संशय आला की अनिलाचा माझ्यावर विश्वास नाही. मी पदवी

मिळवली नव्हती. त्यामुळेच बहुधा शिक्षणाच्या बाबतीत काही बोलण्याचा माझा अधिकार नाही, असंच तिला वाटत असावं. इतक्या दिवस मी तिला यूजेनिक्स, थिअरि ऑफ इव्होल्युशन, रेडिओॲक्टिव्हिटी ह्याबद्दल जे काही सांगितलं होतं, त्याचं महत्त्व तिला कळलं नव्हतं. दुसरीतील पोरांनाही ह्यापेक्षा जास्त माहिती असेल, असंच तिला वाटत असावं. कारण मास्तरांनी कान पिळून पिळून विद्या त्यांच्या मनात घट्ट बसवलेली असते. रागानं मनातल्या मनात म्हटलं की विद्वत्ता हीच ज्याची खरी संपत्ती आहे त्यानं बायकांपुढे स्वत:ची योग्यता सिद्ध करण्याचा प्रयत्न न केलेलाच बरा!

संसारातील जास्तीत जास्त जीवननाट्यं पडद्याआडच राहतात आणि पाचव्या अंकानंतर पडदा अचानक उचलला जातो. मी जेव्हा माझ्या द्वैतमंडळींबरोबर बर्गसाँचं तत्त्वज्ञान आणि इब्सेनचं मानसशास्त्र ह्यांच्यावर चर्चा करत होतो तेव्हा माझी कल्पना होती की अनिलाच्या जीवनयज्ञाच्या वेदीत अग्नी पेटलाच नाहीये. पण आज जेव्हा मागे वळून भूतकाळाकडे पाहतो तेव्हा मला स्पष्ट दिसतं की जो जगतस्रष्टा आगीत भाजून हातोडीनं पिटून जीवनाची प्रतिमा तयार करत असतो, तो अनिलाच्या हृदयाच्या गाभ्यात जागृत होता. तिथं एक धाकटा भाऊ, त्याची मोठी बहीण आणि सावत्र आई ह्यांच्यात रोजच आघात-प्रत्याघाताची लीला चाललेली होती. पुराणातल्या वासुकीनं तोलून धरलेली पौराणिक पृथ्वी स्थिर होती. पण जगात ज्या स्त्रीला दु:खाची पृथ्वी वाहावी लागते त्या पृथ्वीवर क्षणाक्षणाला आघात होत असतात. रोजच अशा दु:खाचं ओझं छातीवर घेऊन संसारातील बारीकसारीक कटकटी सहन कराव्या लागणाऱ्याचं अंतर तो अंतर्यामीच जाणो! निदाम मला तरी ते शक्य नव्हतं एवढं खरं! किती काळज्या, किती अपमानकारक गोष्टी, प्रेम दाबून ठेवावं लागल्यामुळे येणारी व्याकुळता हे सर्व मूकपणे माझ्या अगदी जवळ खळबळ माजवत होतं ह्याचा मला अजिबात पत्ताच नव्हता. मला एवढंच माहीत होतं की द्वैत मंडळाचं भोजन हेच अनिलाच्या जीवनातील प्रमुख कार्य होतं. आज मला कळतंय की एवढ्या दु:खात तो लहान भाऊच त्याच्या दीदीच्या जिवाचा कलिजा होता. सरोजला वाढवताना माझा सल्ला आणि मदत ह्याकडे पूर्णपणे दुर्लक्ष केल्यानं, मी तो विषयच सोडून दिला होता. त्यांचं कसं काय चाललंय ह्याची चौकशीही मी कधी केली नाही.

ह्याच सुमाराला आमच्या गल्लीतील पहिल्या नंबरच्या घरात कुणीतरी राहायला आलं. ते घर पूर्वीच्या काळातील नामवंत श्रीमंत व्यापारी उद्धव बडाल ह्यांच्या काळात बांधलेलं होतं. दोन पिढ्यांनंतर त्यांच्या वंशाचं कुणी उरलं नव्हतं. पैसाही गेला होता. आता फक्त त्या घराण्यातील एक-दोन विधवाच काय त्या मागे राहिल्या होत्या. त्या ह्या घरात राहत नसल्यानं घर पडीक होतं. कधी कधी

लग्नकार्यासाठी कुणी कुणी काही दिवसांसाठी ते घर भाड्यानं घेत. पण एरवी एवढ्या मोठ्या घरासाठी भाडेकरू मिळत नसत. धरून चला की आता जे राहायला आलेत, त्यांचं नाव राजा सितांशुमौली– नरोत्तमपूरचे जमीनदार.

माझ्या घराशेजारी एवढी मोठी घटना घडलीय हे मला कळलंही नसतं. कारण कर्णाप्रमाणेच एक कवच धारण करूनच मी ह्या पृथ्वीवर अवतरलो होतो. हे कवच अतिशय मजबूत होतं. ते म्हणजे माझी विमनस्कता. म्हणूनच जगात नेहमी जी गडबड चालते, गोंधळ उठतो, शिव्याशाप दिले जातात त्या सर्वांपासून स्वत:चा बचाव करण्याचं भक्कम साधन माझ्यापाशी होतं.

पण आधुनिक काळात बडे लोक स्वाभाविक उपद्रवापेक्षाही जास्त त्रासदायक असतात. ते असतात अस्वाभाविक उत्पात. दोन हात, दोन पाय आणि एक डोकं असलेल्याला 'माणूस' म्हणतात. मात्र अचानक ज्यांना पुष्कळ हात-पाय, डोकी फुटतात त्यांना म्हणतात 'राक्षस'. हे नेहमीच हलकल्लोळ करतात. आपली मर्यादा ओलांडतात आणि आपल्या ज्यादापणामुळे ह्या जगातच नव्हे तर स्वर्गातही खळबळ माजवून सोडतात. त्यांच्याकडे दुर्लक्ष करून चालण्यासारखं नसतं. त्यांच्याकडे लक्ष देण्याचं कारण नसतं पण न देऊनही चालत नाही. हेच असतात जगाचं खरं अनारोग्य. खुद्द इंद्रही अशांना भितो.

सितांशुमौली अशा माणसांत मोडणारा आहे, हे माझ्या लक्षात आलं. हा एकटा एवढा भारी ठरेल, हे मला आधी समजलं नव्हतं. गाडी-घोडे आणि स्वत:चा लवाजमा घेऊन आपलं मस्त बस्तान बसवलं होतं त्यानं. त्याच्या ह्या उपद्रवानं आमचा सरस्वतीचा दरबार मोडायला लागला.

सितांशुबरोबर माझी ओळख झाली ती आमच्या गल्लीच्या कोपऱ्यावर. ह्या गल्लीचं एक वैशिष्टय म्हणजे माझ्यासारखा विमनस्क माणूस मागे-पुढे, डावीकडे-उजवीकडे न पाहता अगदी निर्धास्तपणे फिरू शकत असे. एवढंच नाही तर चालता चालता मेरेडिथच्या गोष्टी, ब्राउनिंगच्या कविता किंवा आमच्या एखाद्या आधुनिक बंगाली कवीची रचना ह्यावर मनातल्या मनात विचार केला तरी अपघाताची भीती नसे. पण त्या दिवशी, अचानक 'हेइयोऽऽ' अशा आरोळीनं दचकून मी मागे वळून पाहिलं. एका उघड्या ब्रुहॅम गाडीला जोडलेल्या लाल रंगाच्या घोड्यांची जोडी माझ्या अंगावरच आली. गाडीचा मालकच गाडी चालवत होता आणि कोचमन शेजारी बसला होता. त्या बाबूनं दोन हातानं जोरात लगाम खेचून धरला होता. आधीच ती गल्ली अरुंद होती. त्यामुळे एका तंबाखूच्या दुकानाला चिकटून कसाबसा माझा जीव वाचवला. पाहतो तर माझ्यावर बाबू फारच रागावले होते. कारण जे बेजबाबदारपणे गाडी हाकतात त्यांना पायी चालणाऱ्यांचा बेसावधपणा मुळीच सहन होत नाही. ह्याचं कारण ह्या आधीच सांगितलं. ते म्हणजे चालणारा

दोन पायाचा स्वाभाविक माणूस असतो. पण गाडी हाकणाऱ्याला असतात आठ पाय. तो असतो राक्षस. त्याच्या ह्या ज्यादापणाच्या अस्वाभाविक बळावर तो ह्या जगात उपद्रव करतो. दोन पायाच्या माणसाचा देव ह्या आठ पायाच्या अचानक कुरघोडीसाठी तयार नसतो.

स्वभाव स्वास्थ्याच्या नियमाप्रमाणे मी ह्या अश्वरथाला आणि त्याच्या सारथ्याला विसरलोच असतो. कारण ह्या आश्चर्यानं भरलेल्या जगात ही गोष्ट काही लक्षात ठेवण्यासारखी नव्हती. पण गडबड गोंधळ करण्याची प्रत्येक माणसाची जी मर्यादा असते त्यापेक्षा ह्यानं बरीच पुढे मजल मारली होती. त्यामुळे मी ह्या पहिल्या नंबरच्या घरात राहणाऱ्या शेजाऱ्याला क्षणभरही विसरणं शक्य नव्हतं. रात्री त्याच्या पागेतील आठ-दहा घोडे पागेच्या लाकडी जमिनीवर संगीताशिवायच असा काही ताल धरत की माझ्या झोपेचं खोबरं होत असे. घोड्यांना आठ-दहा सईस जेव्हा जोरजोरानं आवाज करत खरारा करायचे तेव्हा सौजन्यानं वागणं अशक्यच व्हायचं. त्याचा उरिया बेरा, भोजपुरी नोकर, ब्राह्मण तिवारी दरवान ह्यांना खालच्या आवाजात बोलणं जसं ठाऊक नव्हतं तसं कमी बोलणंही माहीत नव्हतं. ह्यावरून लक्षात यावं की शेजारी एकटाच असला तरी गोंधळ घालणारे बरेच होते. हेच असतं राक्षसाचं लक्षण! ह्याचा त्याला स्वतःला त्रास होतही नसेल. दशाननाच्या घोरण्यानं त्याची स्वतःची झोप मोडत नसेलही, पण शेजाऱ्याचा जरा विचार! स्वर्गाचं महत्त्वाचं वैशिष्ट्य असतं त्याच्या परिणामातील सौंदर्यात. हे सौंदर्य एकदा दानवांनी नष्ट केलं म्हणजेच त्यांनी परिणामाचं उल्लघन केलं. त्यातलाच एक दानव पैशाच्या थैलीचं वाहन करून माणसांवर आक्रमण करत होता. त्याला टाळावं तर चार घोड्यांना घेऊन अंगावर धावून येत होता आणि वरती स्वतःच डोळे लाल करून पाहत होता.

त्या दिवशी दुपारी आमची द्वैत-मंडळी कुणी आली नव्हती. मी भरती-ओहोटीच्या संबंधातील एक पुस्तक वाचत होतो. तेवढ्यात आमच्या घराच्या कुंपणावरून उडी मारून, दरवाजा ओलांडून, आमच्या शेजाऱ्याचं एक स्मृतिचिन्ह खळकन् खिडकीवर येऊन आदळलं. तो होता टेनिसचा बॉल. चंद्राचं आकर्षण, पृथ्वीच्या नाडीचं स्पंदन, विश्वगीतातील चिरंतन छंदज्ञान ह्या सर्वांऐवजी मला आठवण झाली ती ही की मला एक शेजारी आहे, तो ज्यादा आहे, माझ्या दृष्टीनं त्याला अजिबात महत्त्व नसलं तरी तो महत्त्वाचा आहे. दुसऱ्याच क्षणी आमचा म्हातारा नोकर धावत धावत, धापा टाकत टाकत हजर. हा आमचा एकमेव नोकर. हाक मारली तर ह्याला कधी ऐकू जायची नाही. कधी कारण विचारलंच तर म्हणायचा की एकटा माणूस कुठं कुठं लक्ष देणार! पण आज पाहतो तर धावत येऊन बॉल घेऊन शेजारच्या घराच्या दिशेनं पसार. कळलं ते असं की प्रत्येक वेळी बॉल परत देण्यासाठी त्याला चार पैसे मिळणार होते.

मला कळून चुकलं की माझा शेजारी फक्त माझी खिडकी फोडत नव्हता तर माझ्या शांतीबरोबरच माझा नोकर आणि ओळखीच्यांनाही फोडत होता. माझ्या निष्क्रियतेमुळे माझ्या नोकराला माझ्याबद्दल अनादर वाटणं मी समजू शकतो. पण आमच्या द्वैतमंडळातील मुख्य सरदार कानाइलाल– त्यालाही शेजारच्या घराचं आकर्षण वाटायला लागलं होतं. माझ्यावरची त्याची निष्ठा कामापुरती नाही तर अंत:करणापासूनची आहे, ह्याची मला खात्री होती आणि म्हणूनच मी निश्चिंत होतो. पण आता लक्षात आलं की माझ्या नोकराला मागे टाकून, टेनिसचा बॉल घेऊन आता तोच त्या शेजाऱ्याकडे धावत होता. त्या बॉलच्या निमित्तानं त्याला त्याच्याशी ओळख करून घ्यायची होती. पण त्याच्या मनातील भाव थेट ब्रह्मवादिनी मैत्रेयीसारखे नव्हते– फक्त अमृतानं त्याचं पोट भरणार नव्हतं.

पहिल्या नंबरच्या बाबूगिरीची यथेच्छ थट्टा करण्याचा मी कसोशीनं प्रयत्न करत असे. मी म्हणायचा, 'सजूनधजून मनातली पोकळी झाकणं म्हणजे रंगीत ढगांत आकाश गुंडाळून ठेवण्याची महत्त्वाकांक्षा धरण्यासारखं आहे. एका वाऱ्याच्या झोताबरोबर ढग सरकतील आणि आकाशाची पोकळी उघडी पडेल.' एकदा कानाइलाल मला अडवत म्हणाला, 'तो माणूस काही अगदीच हा नाही. बी.ए. आहे.' कानाइलालही बी.ए. होता. म्हणून ह्या पदवीबद्दल मी काही वक्तव्य करू शकलो नाही.

पहिल्या नंबरचा मुख्य गुण म्हणजे गोंगाट. त्याला क्लॅरिअनेट, चेलो आणि एसराज अशी तीन वाद्यं वाजवता यायची. त्याचं प्रत्यंतर वरचेवर यायचं. सुरासंबंधात मी स्वत:ला गर्वानं 'सुराचार्य' म्हणवून घेत नव्हतो. 'संगीत' ही प्रतिष्ठेची कला आहे असं मी मानत नव्हतो. भाषेच्या अभावी माणूस जेव्हा एका प्रकारे मुका होता तेव्हा गाण्याची सुरुवात झाली. त्या काळात माणूस चिंतन करू शकत नव्हता म्हणून चीत्कार करायला लागला. आजही जी माणसं आदिम अवस्थेत असतात त्यांना फक्त आवाज करायला आवडतं. आमच्या द्वैतमंडळातही असे चारेकजण होते की पहिल्या नंबरचा चेलो वाजताच गणिती तर्कशास्त्रातील सोपं प्रमेयही त्यांना समजत नसे.

आमच्या मंडळातील बरेचजण पहिल्या नंबरकडे वळत होते तेव्हाच एकदा अनिला मला म्हणाली, 'शेजारचा त्रास फारच वाढलाय. आपण दुसरीकडे जागा बघितली तर बरं होईल.'

मी फारच खूश झालो. आमच्या मंडळातील मंडळींना म्हणालो, 'बघितलंत ना, बायकांना उपजतच कशी समज असते! पुराव्यानं सिद्ध होणाऱ्या गोष्टी त्या नाही समजू शकत. पण ज्याला पुरावा लागत नाही त्या त्यांना समजायला अजिबात वेळ लागत नाही.'

कानाइलाल हसून म्हणाला, 'उदाहरणार्थ, सटवाई, ब्रह्मराक्षस, ब्राह्मणाच्या पायधुळीचं माहात्म्य, पतिदेवाच्या पूजेमुळे मिळणारं पुण्य वगैरे, वगैरे.'

मी म्हणालो, 'अरे, तसं नाही. आता हेच पाहा ना! आपण पहिल्या नंबरच्या डामडौलानं हुरळून गेलो. पण अनिला त्याच्या दिमाखाला बधली नाही.'

अनिलानं दोन-तीन वेळा घर बदलण्याविषयी सुचवलं. माझीही तशीच इच्छा होती. पण कोलकात्याच्या गल्ली-बोळांतून घर शोधत फिरण्याचा उत्साह माझ्याकडे नव्हता. अखेर एके दिवशी, पहिल्या नंबरकडे कानाइलालला आणि सतीशला टेनिस खेळताना पाहिलं. त्या नंतर असं ऐकलं की पहिल्या नंबरच्या संगीत मजलशीत यती हार्मोनियमची आणि हरेन तबल्याची साथ करतो आणि अरुणची विनोदी गाणी फारच गाजलीत. ह्या सगळ्यांना मी पाच-सहा वर्षं ओळखत होतो. पण ह्यांच्यात असे काही गुण असतील अशी मला शंकासुद्धा आली नव्हती. माझ्या माहितीनुसार अरुणचा आवडता विषय होता 'तौलनिक धर्मशास्त्र'. तो विनोदी गाण्यांचा उस्ताद आहे हे मला कसं कळावं!

खरं सांगायचं तर, तोंडावर मी ह्या पहिल्या नंबरला कितीही नावं ठेवत असलो तरी मनातून मी त्याचा द्वेषच करत असे. मी विचार करू शकत होतो, चिंतन करू शकत होतो, सर्व गोष्टींतील सार समजू शकत होतो, मोठ्या समस्या सोडवू शकत होतो– मानसिक स्तरावर सितांशुमौलीला माझ्या तोडीचा मानणं शक्यच नव्हतं. तरीही मी त्याचा द्वेष करत होतो. असं का होत होतं हे स्पष्ट करून सांगितलं तर लोक हसतील. सकाळच्या वेळी एका उमद्या घोड्यावर स्वार होऊन सितांशु बाहेर पडायचा. अत्यंत निपुणपणे तो ह्या प्राण्याला ताब्यात ठेवायचा. मी हे रोज पाहत असे. मनात यायचं की मलाही असं स्वार होता आलं असतं तर! जे पटुत्व माझ्यात नव्हतं त्याविषयी मला विशेष ओढ वाटायची. मला संगीतातील काही समजत नव्हतं पण खिडकीतून सितांशुला एसराज वाजवताना पाहून मला वाटायचं की ह्या वाद्यावर त्याचा अबाधित, सौंदर्यपूर्ण प्रभाव आहे. मनात यायचं की हे वाद्य म्हणजे जणू त्याची प्रेयसीच. प्रेयसीप्रमाणेच प्रेम होतं त्याचं त्या वाद्यावर आणि त्या वाद्याचंही त्याच्यावर. ते वाद्य अगदी सहजपणे, स्वेच्छेनं आपले सर्व सूर त्याला देत होतं. घरदार, सामानसुमान, माणसं आणि प्राणी ह्यांच्यावर सितांशुचा जो अगदी सहज प्रभाव होता त्यामुळे एक मोहकता यायची, सौंदर्य निर्माण व्हायचं. ह्या गोष्टीचं वर्णन शब्दांत करणं कठीण होतं. मला हे सर्व अनोखं वाटायचं. मनात यायचं की ह्या माणसाला जगातील कोणत्याही गोष्टीसाठी प्रार्थना करण्याची गरजच नाही. सगळं ह्याला आपोआप मिळणारच. हा जिथं जाईल तिथं ह्याला स्थान मिळणारच.

त्यामुळे आमच्या मंडळातील एकेकजण टेनिस खेळण्यासाठी, गाण्याच्या

ओढीनं पहिल्या नंबरला जाऊन मिळाले तेव्हा स्वत:च जागा बदलून त्यांचा उद्धार करण्याव्यतिरिक्त दुसरा कोणताच पर्याय माझ्यापाशी उरला नाही. दलालानं बातमी दिली की माझ्या मनाजोगती एक जागा बराहनगर-काशीपूर ह्यांच्या जवळ आहे. मी तिथं जायला तयार झालो. तेव्हा वाजले होते सकाळचे नऊ. बायकोलाही आवराआवर करण्यास सांगण्यासाठी आत गेलो. पण ती स्वयंपाकघरात नव्हती की कोठीच्या खोलीतही नव्हती. इकडे तिकडे शोधाशोध केल्यावर ती झोपायच्या खोलीच्या खिडकीच्या गजावर डोकं टेकून बसलेली दिसली. मला पाहताच ती उठली. मी म्हणालो, 'परवाच आपण दुसऱ्या घरात राहायला जायचंय.'

ती म्हणाली, 'आणखी पंधरा-एक दिवस थांबा.'

मी विचारलं, 'का?'

तिनं उत्तर दिलं, 'सरोजच्या परीक्षेचा निकाल आता लवकरच लागेल. त्याची काळजी वाटतेय. इतक्यात हलवाहलव करायला मन घेत नाही.'

अन्य अनेक विषयांमध्ये हा एक असा विषय होता की मी ह्या विषयावर माझ्या बायकोशी बोलत नसे. त्यामुळे काही दिवसांसाठी तरी घर बदलण्याचा बेत मागे पडला. तेवढ्यात कळलं की सितांशु लवकरच दक्षिण भारताच्या सफरीवर जाणारेय. म्हणजे दोन नंबरवरचं सावट काही दिवसांपुरतं तरी टळणार होतं.

अदृष्ट नाटकाचा पाचवा अंक अचानक दिसायला लागला. काल अनिला तिच्या माहेरी गेली होती. आज परत येऊन तिनं खोलीचं दार लावून घेतलं. आज आमच्या द्वैत मंडळाचं पौर्णिमेचं जेवण होतं, हे तिला माहीत होतं. त्या विषयी तिच्याशी बोलण्यासाठी दार वाजवलं. सुरुवातीला काहीच हालचाल दिसेना. पण मी 'अनू' म्हणून हाक मारल्यावर काही वेळानं तिनं दार उघडलं.

मी विचारलं, 'आज रात्रीच्या जेवणाची सर्व व्यवस्था झालीय ना?'

तिनं तोंडातून एकही शब्द न उच्चारता मानेनंच होकार दिला.

मी म्हटलं, 'तुझ्या माशाच्या कचोऱ्या आणि विलायती अंबाडीची चटणी सगळ्यांना फार आवडते. तेव्हा ते विसरू नकोस.' असं सांगून बाहेर येऊन बघतो तर कानाइलाल बसलेला. मी त्याला म्हणालो, 'कानाइ, आज तुम्ही जरा लवकरच या.' कानाइनं आश्चर्यानं विचारलं, 'म्हणजे? काय म्हणता! आज आपली सभा होणार आहे?' मी म्हणालो, 'होणार म्हणजे? होणारच. सगळी तयारी आहे. मॅक्सिम गॉर्कीचा नवीन कथासंग्रह, बर्गसाँची रसेलनं केलेली समीक्षा, माशाच्या कचोऱ्या, एवढंच नाही तर अंबाडीची चटणीसुद्धा.'

कानाइ अवाक् होऊन माझ्या तोंडाकडे पाहतच राहिला. मग हळूच म्हणाला, 'अद्वैतबाबू, आज राहू द्या.'

अखेर विचारपूस केल्यावर कानाइकडून कळलं की माझ्या मेव्हण्यानं- सरोजनं

काल दुपारी आत्महत्या केली होती. परीक्षेत तो नापास झाला म्हणून सावत्र आई त्याला खूप बोलली. ते सहन झालं नाही म्हणून चादरीचा फास घेतला त्यानं.

मी विचारलं, 'तुम्हाला कसं कळलं?'

तो म्हणाला, 'पहिल्या नंबरकडून.'

पहिल्या नंबरकडून! थोडक्यात असं झालं की संध्याकाळी अनिलाला हे कळलं तेव्हा ती गाडी बोलावून आणण्यासाठी थांबली नाही. आमच्या नोकराला बरोबर घेऊन ती निघाली आणि रस्त्यातच भाड्याची गाडी करून माहेरी गेली. आमच्या नोकराकडून ही हकिकत सितांशुला रात्री कळली. लगेच त्यानं पोलिसांना पटवून स्वत: स्मशानात जाऊन अंत्यविधी केला. मी ओशाळलो आणि ताबडतोब आत गेलो. मला वाटलं होतं की अनिला आमच्या झोपायच्या खोलीत दार बंद करून बसली असेल. पण पाहतो तर ती अंबाडीच्या चटणीची तयारी करत होती. तिच्या तोंडाकडे निरखून पाहिल्यावर लक्षात आलं की, एका रात्रीत तिचं आयुष्य पार उलटंपालटं झालंय. मी तक्रारीच्या सुरात विचारलं, 'मला काहीच का बोलली नाहीस?'

तिनं एकदाच तिच्या मोठ्या टपोऱ्या डोळ्यांनी माझ्याकडे पाहिलं. बोलली मात्र काहीच नाही. शरमेनं माझी मान खाली गेली. जर अनिला म्हणाली असती की तुम्हाला सांगून काय उपयोग, तर मी काय उत्तर देणार होतो! जीवनातील संघर्ष, समस्या, संसारातील सुख-दु:ख– मला व्यवहारज्ञान काही नव्हतंच.

मी म्हणालो, 'अनिला, राहू दे हे सगळं. आज आमची सभा होणार नाहीय.' अंबाडीची साल काढता काढताच अनिलानं विचारलं, 'का नाही होणार? होणारच. मी एवढी तयारी केलीय ती काय फुकट जाऊ द्यायची!'

'आज आमची सभा होणं शक्य नाही.'

'तुमची सभा होवो न होवो. आज मी जेवण करणारच.'

मला मनातून बरंच वाटलं. मनात आलं की अनिलाला फार वाईट वाटलेलं दिसत नाही. मी तिच्याशी बऱ्याच मोठ्या विषयांवर बोलत असे. त्यामुळेच तिचं मन असं निरासक्त झालं असावं. जरी सर्व गोष्टी समजण्याइतकं शिक्षण आणि बुद्धी तिच्यापाशी नसली तरी 'पर्सनल मॅग्नॅटिझम' म्हणून काही असतंच ना!

संध्याकाळी आमच्या मंडळातील दोघं-चौघं आलेच नाहीत. कानाइ तर फिरकलाच नाही, पण पहिल्या नंबरकडे टेनिस खेळणारांपैकीही कुणी आलं नाही. कळलं ते असं की पहाटेच्या गाडीनं सितांशु निघणार असल्यानं ते सगळे त्याच्याकडे निरोप-समारंभाच्या मेजवानीला गेलेत. आज अनिलानं कधी केला नव्हता असा जेवणाचा बेत केला होता. एवढंच नाही तर माझ्यासारख्या बेहिशेबी माणसालाही खर्च जास्त झाल्याचं जाणवलं.

त्या दिवशी चर्चा व जेवण उरकेपर्यंत रात्रीचा दीड वाजला! मी थकलो असल्यानं लगेच आडवा झालो. अनिलाला विचारलं, 'झोपायचं नाही?' ती म्हणाली, 'मागचं आवरायचंय.'

दुसऱ्या दिवशी एकदम आठलाच जाग आली. झोपायच्या खोलीतल्या तिपाईवर माझ्या चष्म्याखाली अनिलानं चिठी ठेवली होती. त्या चिठीत तिनं लिहिलं होतं, 'मी जातेय. मला शोधण्याचा प्रयत्न करू नये. शोधलं तरी सापडणार नाही.'

मला काही समजेचना. चष्म्याशेजारी एक डबा होता. तो उघडून बघितला. त्यात अनिलाचे सर्व दागिने होते. अगदी बांगड्या, कंगनसुद्धा, फक्त शांखा व लोहा* नव्हत्या. एका कप्प्यात किल्ल्या. दुसऱ्या कप्प्यात दुमडलेल्या काही नोटा आणि काही सुटे पैसे. ह्याचा अर्थ, महिन्याच्या खर्चातून जे काही उरलं होतं त्यातील पै न पै ती ठेवून गेली होती. एका वहीत घरातल्या भांड्याकुंड्यांची यादी आणि धोब्याकडे दिलेल्या कपड्यांचा हिशेब लिहिलेला होता. ह्या शिवाय किराणामालाचा आणि दुधाचा हिशेबही होता. नव्हता तो फक्त तिचा पत्ता.

अनिला निघून गेलीय एवढं लक्षात आलं. सगळं घर शोधलं. माझ्या सासुरवाडीलाही विचारपूस केली. पण तिचा पत्ता लागला नाही. एखादी विशेष घटना घडली तर काय करायचं असतं ह्याची मला कल्पनाच नव्हती. मनात हाहाकार उडाला. अचानक नजर पहिल्या नंबरच्या घराकडे गेली. दारं-खिडक्या बंद होत्या. देवडीवर दरवान गुडगुडी ओढत बसला होता. राजाबाबू पहाटेच निघून गेले होते. मी एकदम चरकलोच. मी जेव्हा आधुनिक तर्कशास्त्राची चर्चा करण्यात गुंतलो होतो तेव्हा मानवी समाजातील एक प्राचीन दोष माझ्या घरात जाळं पसरवत होता. फ्लोबेयर, टॉलस्टॉय, टुर्गेनिव्ह ह्यांच्यासारख्या बड्या कथाकारांच्या कथेत जेव्हा अशा घटना वाचत असे तेव्हा मोठ्या आनंदानं अतिशय खोलात जाऊन त्यातील नीति-अनीतीबद्दल मी चर्चा करत असे. पण त्यांच्या कथेतल्या सारखीच घटना माझ्या घरात घडेल असं मला स्वप्नातही वाटलं नव्हतं.

पहिल्या धक्क्यातून सावरल्यानंतर मी ह्या घटनेकडे अधिक गांभीर्यानं पाहायचं नाही असं ठरवलं. तसा प्रयत्नही केला. आमच्या लग्नाचा दिवस आठवून मी कोरडेपणानं जरा हसलो. माणूस किती आकांक्षा, किती बेत, किती भावभावना ह्यांची नासधूस करतो, तेही लक्षात आलं. कित्येक दिवस, कित्येक रात्री आणि कित्येक वर्ष अगदी निश्चिंतपणे सरली. 'बायको' नावाची जिवंत गोष्ट घरातच आहे म्हणून डोळे मिटून वावरत होतो. आज अचानक डोळे उघडले आणि बुडबुडा फुटला. फुटला तर फुटला. पण जगातले सर्वच काही बुडबुडे नाहीत. युगायुगांतील

---

* लोहा : लोखंडाची बांगडी. बंगाली स्त्रीचं सौभाग्य चिन्ह.

जन्ममृत्यूला टाळून जे उरलंय त्याला मी ओळखायला शिकलो नव्हतो का?

ह्या धक्क्यामुळे एक गोष्ट मात्र घडली. माझ्यातील आधुनिक ज्ञान मूर्च्छित होऊन पडलं आणि आदिम काळातील एक प्राणी माझ्यात जागा झाला. तो क्षुधेनं व्याकुळ होऊन आक्रोश करत फिरायला लागला. अखेर अनिला जिथं गप्प बसून राहायची त्या आमच्या झोपण्याच्या खोलीत जाऊन, एखाद्या वेड्यासारखा मी सर्व सामान उलथंपालथं करायला सुरुवात केली. अनिलाचा खण उघडताच एक लाल रेशमी धाग्यानं बांधलेला एक पत्रांचा गठ्ठा मिळाला. ही सर्व पत्रं पहिल्या नंबरनं पाठवलेली होती. मन भडकून उठलं. एकदा वाटलं की सर्व पत्रं जाळून टाकावीत., पण दुःख देणाऱ्या गोष्टींचीच ओढ जास्त असते. ती पत्रं वाचल्याशिवाय मला राहवणं शक्य नव्हतं.

ही पत्रं मी पन्नास वेळा वाचली. पहिल्या पत्राचे चार-पाच तुकडे केले होते. बहुतेक वाचल्यानंतर ते फाडून पुन्हा एका कागदावर काळजीपूर्वक चिकटवलं होतं.

पत्र असं होतं–

'माझं हे पत्र न वाचताच तू फाडलंस तरी मला वाईट वाटणार नाही. मला जे सांगायचंय ते सांगितल्याशिवाय मला राहवणार नाही.

मी तुला पाहिलं. एवढे दिवस डोळे उघडे ठेवून जगात फिरतोय पण माझ्या आयुष्याच्या ह्या बत्तीस वर्षात 'पाहणं' असं हे प्रथमच घडलं. डोळ्यांवर गुंगीचा पडदा होता. तू जादूची कांडी फिरवलीस. आज नवजागरण झालं आणि त्यानंतर तुला पाहिलं तेव्हा जाणवलं की तू स्वतः तुझ्या निर्मात्याचं आश्चर्य आहेस, त्याचं अनिर्वचनीय धन आहेस. मला मिळायचं होतं ते मिळालं. आता आणखी काही नको. फक्त तुझी स्तुती तुला ऐकवायची होती. मी कवी असतो तर तुझी प्रशंसा करण्यासाठी हे पत्र लिहिण्याची आवश्यकताच भासली नसती. तुझं स्तुतिस्तोत्र रचून अखिल जगाच्या कंठातून ते ऐकवलं असतं. माझ्या ह्या पत्राचं उत्तर येणार नाही, हे मला माहीत आहे. पण माझ्याबद्दल गैरसमज करून घेऊ नकोस. मी तुला काही त्रास देईन, असं मनातसुद्धा आणू नकोस. माझी ही पूजा फक्त न बोलता स्वीकार. माझ्या ह्या प्रेमाचा तू आदर केलास तर तुझंच भलं होईल. मी कोण, हे लिहिण्याची गरज नाही. तुला ते समजल्यावाचून राहणार नाही.'

अशीच इतर पत्रं. ह्यातील कोणत्याही पत्राला अनिलानं उत्तर लिहिल्याचा उल्लेख त्याच्या पत्रांत नव्हता. जर तिनं उत्तर दिलं असतं तर तिथंच सूर बेसूर झाला असता किंवा जादूच्या काठीची जादू संपून स्तुतिस्तोत्र मुकं झालं असतं.

पण आश्चर्याची गोष्ट म्हणजे सितांशुनं जे क्षणात पाहिलं होतं ते मी आठ वर्ष, अगदी माझ्याजवळ असूनही, त्याच्या पत्रांतून प्रथमच पाहत होतो. माझ्या डोळ्यांवरचा पडदा किती जाड होता कोण जाणे! ब्राह्मणाच्या हातून अनिला मला मिळाली होती

पण तिच्या निर्मात्याच्या हातून तिला मिळवताना द्यायचं मूल्य मी काही दिलं नव्हतं. माझ्या दृष्टीनं माझं मंडळ आणि आधुनिक तर्कशास्त्रच सर्वांत– तिच्यापेक्षाही– महत्त्वाचं होतं. त्यामुळे मी तिला कधीच पाहिलं नाही, एका क्षणापुरतीही ती मला गवसली नाही. तिला दुसऱ्या कुणी स्वतःचं जीवन अर्पून आपलंसं केलं तर मी तक्रार तरी कुणापाशी करावी?

शेवटचं पत्र असं होतं–

'मला बाहेरून तुझी काही माहिती नाही. पण अंतरातील तुझं दुःख मला जाणवलंय. इथंच तर माझी कठीण परीक्षा आहे. माझे हे पुरुषी हात निष्क्रिय राहू शकत नाहीत. वाटतं की स्वर्ग आणि पृथ्वी ह्यांचे सर्व नियम झुगारून तुझं दुःख, अपयश दूर सारावं. पण लगेच जाणवतं की तुझ्या दुःखातच तुझा अंतर्यामी वास करतोय. ते दूर करायचा अधिकार माझा नाही. उद्या पहाटेपर्यंत वाट पाहीन. त्यामध्ये दैवानं माझ्या मनातील द्विधा मिटवली तरच काही होईल. वासनारूपी वाऱ्याचा झोत आपल्या मार्गातला दिवाच मालवून टाकू शकतो, म्हणून मी माझं मन शांत ठेवीन आणि मनापासून प्रार्थना करेन की तुझं कल्याण होवो!'

उघडच होतं की त्याच्या मनातली द्विधा मिटली होती. दोघांचे मार्ग एकत्र आले होते. मधल्यामध्ये एक गोष्ट घडली होती. सितांशुची पत्रं आता माझी पत्रं झाली होती. माझ्याच मनातला स्तुतिमंत्र.

बरेच दिवस उलटले. वाचनातही मन लागत नव्हतं. अनिलाला एकदा तरी पाहण्यासाठी मन अगदी उतावीळ झालं. मी मनाला आवर घालू शकलो नाही. चौकशी केल्यावर समजलं की सितांशु सध्या मसुरीला आहे.

मसुरीला पोहोचलो. तिथं सितांशुला बरेच वेळा फिरताना पाहिलं. पण त्याच्याबरोबर अनिला नव्हती. त्यानं तिला सोडलं तर नाही, अशी शंका आली. माझ्यानं राहवलं नाही. त्याला जाऊन भेटलो.

पुढची हकिकत सविस्तर लिहिण्याची आवश्यकता नाही.

सितांशु एवढंच म्हणाला, 'मला तिनं एवढं एकच पत्र पाठवलंय. हे पाहा.' असं म्हणून सितांशुनं खिशातून एक सोनेरी पेटी काढली. त्यात त्यानं एक कागदाचा तुकडा जपून ठेवला होता. त्यात लिहिलं होतं, 'मी जातेय. मला शोधण्याचा प्रयत्न करू नये. शोधलंत तरी सापडणार नाही.'

तेच अक्षर. तीच तारीख. तोच मजकूर. मला लिहिलेल्या चिठीच्या कागदाचा अर्धा भाग.

■

(पयला नंबर)